AF766027

ഗ്രീൻ ബുക്സ്

മരക്കിഴവൻ

തമ്പി ആന്റണി

കോട്ടയം ജില്ലയിലെ പൊൻകുന്നത്ത് ജനനം.
വിദ്യാഭ്യാസം: കോതമംഗലം മാർ അത്തനേഷ്യസ്
കോളേജ്, സാൻ ഫ്രാൻസിസ്കോ സിറ്റി കോളേജ്.
കേരള പി ഡബ്ല്യൂ ഡി വകുപ്പിൽ
അസിസ്റ്റന്റ് എൻജിനീയറായിരുന്നു.
അമേരിക്കയിൽ എൻജിനീയറിംഗ് രംഗത്ത് പ്രവർത്തിച്ചു.
എഴുത്തുകാരൻ, അഭിനേതാവ്, സിനിമാനിർമ്മാതാവ്
എന്നീ നിലകളിലും പ്രശസ്തൻ.
നാൽപ്പതിലധികം ചെറുകഥകൾ രചിച്ചിട്ടുണ്ട്.
പുരസ്കാരങ്ങൾ: വാസ്കോ ഡി ഗാമയ്ക്ക്
'ബ്രിട്ടീഷ് മലയാളി' പുരസ്ക്കാരം, ബഷീറിന്റെ
പേരിലുള്ള 'അമ്മ മലയാളം' പുരസ്ക്കാരം.
മലയാളത്തിലും ഹോളിവുഡിലുമായി
നാൽപ്പതോളം ചിത്രങ്ങളിലഭിനയിച്ചു.
അമേരിക്കയിൽ ഹോണോലുലു അന്താരാഷ്ട്ര
ചലച്ചിത്രമേളയിൽ, 'ബിയോണ്ട് ദ സോൾ' എന്ന
ചിത്രത്തിലെ അഭിനയത്തിന് ഏറ്റവും മികച്ച
നടനുള്ള പുരസ്ക്കാരം ലഭിച്ചു.
മലയാളചിത്രങ്ങളായ പളുങ്ക് (ബ്ലെസ്സി), സൂഫി പറഞ്ഞ കഥ
(പ്രിയനന്ദൻ), പറുദീസ (ആർ ശരത്), ഇൻ ഗോസ്റ്റ്ഹൗസ്
ഇൻ (ലാൽ), ജാനകി (എം ജി ശശി), പാപ്പിലിയോ ബുദ്ധ
(ജയൻ ചെറിയാൻ), ഇവൻ മേഘരൂപൻ (പി ബാലചന്ദ്രൻ)
എന്നിവയിൽ പ്രധാന വേഷങ്ങൾ ചെയ്തു.
സാൻ ഫ്രാൻസിസ്കോ ബേ ഏരിയ മലയാളി
അസോസിയേഷൻ (MACA), അമേരിക്കയിലെ സാഹിത്യ
സംഘടനയായ ലാനാ എന്നിവയുൾപ്പെടെ പല
സാംസ്കാരിക സംഘടനകളിലും സജീവമാണ്.
ഇപ്പോൾ സാൻ ഫ്രാൻസിസ്കോയിൽ
ആരോഗ്യരംഗത്തു സേവനമനുഷ്ഠിക്കുന്നു.

കഥ

മരക്കിഴവൻ

തമ്പി ആന്റണി

ഗ്രീൻ ബുക്സ്

green books private limited
gb building, civil lane road, ayyanthole,
thrissur- 680 003, kerala, ph: +91 487-2381066, 2381039
website: www.greenbooksindia.com
e-mail: info@greenbooksindia.com

malayalam
marakkizhavan
story
by
thampi antony

published december 2020
copyright reserved

cover design : mansoor cheruppa

branches:
thrissur 0487-2422515
thiruvananthapuram 0471-2335301
calicut 0495 4854662

isbn : 978-93-90429-17-2

---

no part of this publication may be reproduced,
or transmitted in any form or by any means,
without prior written permission of the publisher.

GBPL/1166/2020

ഉള്ളടക്കം

ആമുഖം

ഈ സമാഹാരത്തിലെ പതിന്നാലു കഥകളിൽ ചിലത് പ്രവാസകഥകളാണ്. ജന്മദേശവും രാജ്യവും വിട്ടു ഞാൻ സഞ്ചരിക്കുകയും വസിക്കുകയും ചെയ്തിട്ടുള്ള സ്ഥലങ്ങളിൽവച്ചു കണ്ടുമുട്ടിയ ജീവിതങ്ങളുടെ നേർക്കാഴ്ചകളാണവ. പൂർണമായും ഏതെങ്കിലും വ്യക്തിയുടെയോ സ്ഥലത്തിന്റെയോ വിവരണങ്ങളല്ലെങ്കിലും എല്ലാത്തിനും യാഥാർത്ഥ്യങ്ങളുമായി ബന്ധമുണ്ട്. അതു യാദൃച്ഛികമല്ലെന്നു സമ്മതിച്ചുകൊള്ളട്ടെ.

ഏതെങ്കിലും ആശയത്തിന്റെ തീപ്പൊരി മനസ്സിൽ വീണ്, കഥാപാത്രങ്ങളും സംഭവങ്ങളും രൂപപ്പെട്ടു കഴിഞ്ഞാൽ അവയ്ക്കൊപ്പം സഞ്ചരിക്കുക എന്നതാണ് എന്റെ രീതി. കഥ അവസാനിക്കുന്നതെവിടെ യാണെന്നോ എങ്ങനെയാണെന്നോ എനിക്കുപോലും നിശ്ചയമുണ്ടാകില്ല. സ്വാഭാവികപരിണാമത്തിനു വിട്ടുകൊടുക്കുക മാത്രമാണു ഞാൻ ചെയ്യുക. 'ഓരോ യാത്രയും തീരുമാനിക്കുന്നത് അനിശ്ചിതത്വ മാണ്' എന്ന ആപ്തവാക്യം എന്റെ എഴുത്തിന്റെ കാര്യത്തിൽ സത്യമാണ്; അതൊരു കുറവാണെങ്കിലും അല്ലെങ്കിലും. ജീവിതം മുമ്പോട്ടു പോകുന്നതും നമ്മൾ തീരുമാനിക്കുകയോ ആഗ്രഹിക്കുകയോ ചെയ്യുന്നതു പോലെയല്ലല്ലോ. എങ്കിലും നമ്മെ നയിക്കുന്നതിൽ സ്വപ്നങ്ങൾക്കു നിർണായകമായ പങ്കുണ്ട്. 'സ്വപ്നങ്ങളില്ലായിരുന്നെങ്കിൽ ഈ ലോകം നിശ്ചലവും ശൂന്യവുമാകുമായിരുന്നു' എന്ന കവിവചനം സത്യംതന്നെ.

നമ്മളിൽ നമ്മൾ മാത്രമാകുമ്പോഴാണ് നമ്മൾ മറ്റുള്ളവരെ ശ്രദ്ധിക്കാതിരിക്കുന്നതും സമൂഹത്തിൽ നിന്നകന്നുപോകുന്നതും ചെറുതായിപ്പോകുന്നതും.

‘എഴുത്തുകാരൻ പഠിക്കേണ്ട ആദ്യപാഠം ചുറ്റുമുള്ളവരെ അറിയുക എന്നതാണ്’ എന്ന് എം.പി. പോൾ ‘സാഹിത്യാരാമ’ത്തിൽ പ്രസ്താവിച്ചിട്ടുള്ളത് എന്നെ സ്വാധീനിച്ചിട്ടുണ്ട്. ഒന്നിനേയും നിസ്സാരമായി കാണാതിരിക്കാനും സൂക്ഷ്മമായി നിരീക്ഷിക്കാനും എപ്പോഴും പരിശ്രമിക്കാറുണ്ട്. അത്തരം നിരീക്ഷണ ങ്ങളും ഇന്നലെകളിലെ സ്വപ്നങ്ങളും എന്റെയുള്ളിലെ എഴുത്തുകാരനെ രൂപപ്പെടുത്തുന്നതിൽ നിസ്സാരമല്ലാത്ത പങ്കു വഹിച്ചിട്ടുണ്ട്. എഴുത്തുകാരനെന്ന നിലയിൽ ഞാൻ വിജയിച്ചിട്ടുണ്ടോ എന്നു തീരുമാനിക്കേണ്ടത് വായനക്കാരും കാലവുമാണ്.

മതമോ ജാതിയോ ദൈവമോ ഒന്നും എന്നെ സ്വാധീനിക്കുന്നില്ല. ജീവിതത്തിൽ സംഭവിക്കുന്നതെല്ലാം യാദൃച്ഛികമാണ്. സൃഷ്ടികളെപ്പറ്റി ചിന്തിക്കുമ്പോൾ ചാൾസ് ഡാർവിന്റെ ‘തിയറി ഓഫ് ഇവൊലൂഷ’നാണ് ശരിയെന്നു ഞാൻ കരുതുന്നു. പ്രപഞ്ചമുൾപ്പെടെ എല്ലാം ഇവിടെയുണ്ടായിരുന്നു; ദ്രവ്യമായും ഊർജ്ജമായും. തുടക്കമില്ലെങ്കിൽ തുടങ്ങിയവനെക്കുറിച്ചു ചിന്തിക്കേണ്ടതില്ലല്ലോ! ഈ കാഴ്ചപ്പാട് എന്റെ രചനകളിൽ പ്രതിഫലിച്ചിട്ടുണ്ട്.

ഇതെന്റെ നാലാമത്തെ കഥാസമാഹാരമാണ്. കഴിഞ്ഞ അഞ്ചു വർഷങ്ങളായി മലയാളത്തിലെ എല്ലാ ആനുകാലികങ്ങളിലും തുടർച്ചയായി കഥകളെഴുതുന്നുണ്ട്.

ഈ പുസ്തകത്തിന്റെ ഇനിയുള്ള അവകാശികൾ വായനക്കാരാണ്. അവർക്കിത് ഏതു രീതിയിലും വായിക്കുകയോ വ്യാഖ്യാനിക്കുകയോ ആകാം. എല്ലാ അഭിപ്രായങ്ങളേയും ഞാൻ സ്വാഗതം ചെയ്യുന്നു. ഇതിന്റെ പ്രസിദ്ധീകരണം നിർവ്വഹിക്കുന്ന ഗ്രീൻ ബുക്സിനും കെട്ടിലും മട്ടിലും പുതുമയോടെ പുസ്തകം തയ്യാറാക്കാൻ സഹായിച്ച കലാകാരന്മാർക്കും നന്ദി പറയട്ടെ.

‘മരക്കിഴവൻ’ എന്ന ഈ കഥാസമാഹാരം പ്രിയപ്പെട്ട വായനക്കാർക്കായി സമർപ്പിക്കുന്നു.

തമ്പി ആന്റണി

അവതാരിക

പി. പ്രകാശ്

ഒരു നല്ല സാഹിത്യകൃതി വായനക്കാരനെ നവീകരിക്കുന്നു. അഥവാ, വായനക്കാരനെ നവീകരിക്കാൻ ശേഷിയുള്ള രചനയാണ് നല്ല സാഹിത്യകൃതി. വായിക്കാതെ കഴിച്ചുകൂട്ടാനാവാത്ത വായനക്കാരനാണ് നല്ല വായനക്കാരൻ. അയാളൊരു തീർത്ഥാടകനാണ്. ഒരിടത്തിരുന്നുകൊണ്ടാണ് അയാളുടെ തീർത്ഥയാത്ര. അത് സാഹിത്യരചനയിലൂടെയുള്ള സഞ്ചാരമാണ്. ചില സഞ്ചാരപാതകൾ പൂവിതളുകൾ വിരിച്ചവയായിരിക്കും. അവ തീർത്ഥാടകന്റെ പാദങ്ങൾക്കു ക്ഷതമേൽപ്പിക്കുന്നില്ല. ചുറ്റുപാടുമുള്ള ഹരിതപത്രാലംകൃതങ്ങളായ മരങ്ങളിൽനിന്ന് അയാൾക്ക് ഉൻമേഷദായകമായ വായുവും സുഗന്ധവും ലഭിക്കും. വിവിധയിനം കിളികളുടെ ഗാനങ്ങൾ അയാളെ ഉത്തേജിതനാക്കിക്കൊണ്ടിരിക്കും. അപൂർവ്വങ്ങളായ ബഹുവർണശലഭങ്ങൾ അയാളുടെ മിഴികളെ വികസിപ്പിച്ചുകൊണ്ടേയിരിക്കും. അതിനാൽ, താണ്ടുന്ന ദൂരത്തെക്കുറിച്ച് അയാൾ ഓർക്കുന്നേയില്ല. പാത എത്തിച്ചേരുന്നിടത്തെ, മോക്ഷദായകമായ തീർത്ഥം മാത്രമായിരിക്കും അയാളുടെയുള്ളിൽ. ആവേശത്തോടെ, അത്യുത്സാഹത്തോടെ ആ തീർത്ഥത്തിലേക്ക് അവിശ്രമം അയാൾ നടകൊള്ളും.

അതിവിശുദ്ധമായ ആ തീർത്ഥത്തിലെത്തി സ്നാനം ചെയ്തു കയറുമ്പോൾ അയാൾ സ്വയമറിയാതെ, നിമീലിതനേത്രനായി നിന്നുപോകുന്നു. പുതിയൊരു മനുഷ്യനായി ത്തീർന്നെന്നു തിരിച്ചറിയുന്നു. അവിടെവച്ച്, ആ കൃതിയാകുന്ന പ്രപഞ്ചത്തിന്റെ സ്രഷ്ടാവനുഷ്ഠിച്ച തപസ്സ് സാർത്ഥകമായിത്തീരുന്നു; വായനക്കാരന്റെയും.

ഭാരതീയസാഹിത്യശാസ്ത്രത്തിൽ ഗദ്യകാരനും പദ്യകാരനും കവിതന്നെയായിരുന്നു. അതുകൊണ്ടാണ് കാദംബരി

എന്ന ഗദ്യകൃതി രചിച്ച ബാണഭട്ടനെയും കവി എന്നു വിശേഷിപ്പിച്ചുകാണുന്നത്. ആ വ്യാഖ്യാനമനുസരിച്ചുനോക്കിയാൽ സവിശേഷാനുഭൂതി ജനിപ്പിക്കാൻ പോന്ന ചെറുകഥ രചിക്കുന്നയാളും ആഖ്യായികാകർത്താവും കവിതന്നെ.

ശ്രീ തമ്പി ആന്റണിയെ കവി എന്നു വിശേഷിപ്പിക്കാനാണ് എനിക്കിഷ്ടം. അദ്ദേഹത്തിന്റെ ഏറ്റവും പുതിയ കഥാസമാഹാരമാണ്, 'മരക്കിഴവൻ' എന്ന ഈ പുസ്തകം. പതിന്നാലു ചെറുകഥകളാണ് ഇതിലുള്ളത്.

മുകളിൽ സൂചിപ്പിച്ച സവിശേഷതകളിൽ ഏറിയ കൂറും ഉൾക്കൊള്ളുന്ന രചനകളാണ് ഇവയെന്നു നിസ്സംശയം പറയാം. ഈ ഗ്രന്ഥത്തിലെ ചെറുകഥകളുടെ പ്രമേയ വൈവിധ്യം വിസ്മയിപ്പിക്കുന്നതാണ്. ശ്രീ തമ്പി ആന്റണി വർഷങ്ങളായി ജീവിക്കുന്നത് അമേരിക്കയിലാണ്. കേരളത്തിൽനിന്ന് ഉദ്യോഗത്തിനായോ വ്യവസായത്തിനായോ മറ്റേതെങ്കിലും വ്യവഹാരത്തിനോ അമേരിക്കയിലേക്കു കുടിയേറിപ്പാർക്കുന്ന നിരവധിയാളുകളുണ്ട്. ക്രമേണ അവർ കേരളത്തിന്റെ സംസ്ക്കാരത്തെ പാടേ മറന്നുപോവുകയും അവിടത്തെ സംസ്കാരത്തിൽ മുങ്ങിപ്പോവുകയുമാണു ചെയ്യുക. എന്നാൽ അടിസ്ഥാനപരമായി കവിയായ തമ്പി ആന്റണിക്ക് തനതുസംസ്ക്കാരത്തെ കഴുകിക്കളയാനാവില്ല. കാരണം അത് അദ്ദേഹത്തിന്റെ സ്വത്വമാണ്. ഈ വസ്തുത അടിവരയിട്ടു പറയുന്നു, ഈ ഗ്രന്ഥത്തിലെ രചനകൾ.

ഉദാഹരണങ്ങൾ പരിശോധിക്കാം. 'മാജിക് ബോക്സ്' എന്ന രചനയെടുക്കുക. വൃദ്ധനായ ഒരമേരിക്കക്കാരനെ പരിചരിക്കാനെത്തുന്ന മലയാളിയുടെ മനോഭാവമാണ് ഇതിൽ പ്രധാനം. എന്നാൽ, ആ നാട്ടിൽ ജീവിക്കുന്ന, അവിടത്തുകാരനായ സായിപ്പിന്റെ ഹൃദയവിചാരങ്ങളെ ഇവിടത്തെ സംസ്കാരത്തിന്റെ പശ്ചാത്തലത്തിലാണ് രചയിതാവു പരിശോധിക്കുന്നത്. അതുകൊണ്ടുതന്നെ ഒരു മലയാളി വായനക്കാരന് അതു വേഗം അനുഭവവേദ്യമായിത്തീരുന്നു. നമ്മളും ആ നാട്ടിലെത്തുന്നു. അവിടെ കുളിരുമ്പോൾ നമുക്കും കുളിരുന്നു. അവിടെ കണ്ണുനീർ വരുമ്പോൾ നമുക്കും കണ്ണുനീർ വരുന്നു. ഒരു സായിപ്പിൽ മലയാളിത്തമാരോപിക്കുകയാണ് ശ്രീ തമ്പി ആന്റണി ചെയ്യുന്നത്.

'ഷിക്കാഗോയിലെ മഞ്ഞു' പെയ്യുന്നത് നമ്മുടെ നെഞ്ചിലേക്കാണ്. പഞ്ചാബിപ്പെൺകുട്ടിയെ നമ്മൾ കാണുക മാത്രമല്ല, അറിയുകയും ചെയ്യുന്നു.

'ആരോ ഒരാൾ' ആരാണെന്നു തിരിച്ചറിയുന്നിടത്ത്, നമ്മൾ വിസ്മയിച്ചുപോകുന്നു.

അമേരിക്കയുടെ പശ്ചാത്തലത്തിൽനിന്ന് കേരളത്തിലെ ഗ്രാമത്തിലേക്കു വരാൻ അദ്ദേഹത്തിനു നിമിഷാർദ്ധംപോലും വേണ്ട! 'മരക്കിഴവൻ' എന്ന കഥ ഉദാഹരണം. വിശ്വാസങ്ങളും ഐതിഹ്യങ്ങളും നിറഞ്ഞ ഒരു പൂർവ്വകാലത്തുനിന്ന്, ആധുനികകാലത്തേക്ക് ഒരു മരത്തിന്റെ വേരുകൾ വളരുന്നത് ബഹുമുഖങ്ങളുള്ള ആവിഷ്ക്കാരമാണ്. വ്യത്യസ്തമാനങ്ങളുള്ള ഈ രചന നവകാലചെറുകഥയിലെ ഒരു ക്ലാസ്സിക്കാണ്.

പള്ളികളുടെയും പുരോഹിതരുടെയും വിശ്വാസപ്രമാണങ്ങളുടെ അടിസ്ഥാനത്തിൽ മനുഷ്യജീവിതത്തെ വിശകലനം ചെയ്യുന്ന രചനയാണ്, 'ജനമർദ്ദകനും ഹിറ്റ്ലറും'. ഒരായിരം ചോദ്യങ്ങളിലേക്ക് ഏതു വിശ്വാസിയേയും ഇതു നയിക്കും. ശരിയായ ഉത്തരങ്ങൾ മനസ്സിലാകുമെങ്കിലും അതു പറയാൻ ഇന്നും ആർക്കും ധൈര്യമില്ലാത്ത നിസ്സഹായാവസ്ഥ ഇതു ബോധ്യപ്പെടുത്തിത്തരുന്നു.

അമേരിക്കൻ സംസ്ക്കാരത്തിൽ ജീവിച്ചെങ്കിലും ബുദ്ധദർശനത്തിലാകൃഷ്ടയായി ഇന്ത്യയിലെത്തുന്ന ഒരു വനിതയ്ക്ക് നാം നൽകിയ ക്രൂരസമ്മാനത്തെക്കുറിച്ചാണ് 'ബുദ്ധം ശരണം' പറയുന്നത്. ഒരു നടുക്കത്തോടെയല്ലാതെ അതു വായിച്ചു തീർക്കാനാവില്ല.

ഒരു നായയോടുള്ള മനുഷ്യന്റെ കാരുണ്യമാണ് 'ചുവാവ' പറയുന്നത്. സ്വാർത്ഥചിന്തകളാൽ നയിക്കപ്പെടുന്ന കുടുംബബന്ധങ്ങൾക്കപ്പുറമാണ്, കാരുണ്യമെന്ന് ഈ രചന പറഞ്ഞുവയ്ക്കുന്നു.

സിനിമാലോകത്തിന്റെ കാപട്യങ്ങളിൽ കുരുങ്ങി ജീവിതം നഷ്ടപ്പെടുന്ന ഒരു സിനിമാമോഹിയുടെ കഥയാണ്, 'വിട്ടാൽ പോകും പട്ടം.'

'പക്കാ പക്കാ ഹുസൈൻ' പറയുന്നത് അടക്കിവയ്ക്കപ്പെട്ട സ്നേഹത്തിന്റെ കഥയാണ്.

പുതിയ കാലത്ത്, ദാമ്പത്യേതരബന്ധം പുലർത്തുന്ന ഒരാൾക്ക് അവശ്യസമയത്ത് മറ്റൊരു മനുഷ്യനെ സഹായിക്കാൻ കഴിയുമോ എന്ന ചോദ്യത്തിനുത്തരം തരുന്നു, 'തിരുട്ടു ഗ്രാമം.'

പൊരുത്തപ്പെടാനാവാത്ത ഭാര്യയെ വകവരുത്താൻ ക്വട്ടേഷൻ കൊടുക്കുന്ന ഭർത്താവിനെ കാണിച്ചുതരുന്നു, 'ക്വട്ടേഷൻ' എന്ന രചന.

ഒരു ഭർത്താവിന് ഭാര്യയെ എത്രത്തോളം മനസ്സിലാക്കാൻ കഴിയും എന്നു പറയുന്നു, 'ഫ്രീഡം അറ്റ് മിഡ്നൈറ്റ്' എന്ന കൃതി.

'കുരിശുകൃഷി' ഇന്നത്തെക്കാലത്ത് ഏറ്റവും പ്രസക്തമായ രചനയാണ്. മനസ്സിരുത്തി വായിച്ചാൽ എത്ര അസംബന്ധജഡിലമാണ് നമ്മുടെ വിശ്വാസങ്ങളും മതബോധങ്ങളുമെന്ന് ഈ കഥ ബോധ്യപ്പെടുത്തിത്തരും.

നാട്ടുമ്പുറത്തെ കോളേജ് കുമാരന്മാരുടെ പ്രണയോദ്യമത്തിന്റെ, നർമ്മമധുരമായ ആവിഷ്ക്കാരമാണ്, 'പോനാൽ പോകട്ടും പോടാ.'

ശ്രീ തമ്പി ആന്റണിയുടെ രചനകളുടെ സവിശേഷത, അതിന് സാധാരണക്കാരൻ പ്രതീക്ഷിക്കുന്ന പര്യവസാനം പലപ്പോഴും ഉണ്ടാവാറില്ലെന്നതാണ്. അതിന്റെ ആവശ്യവുമില്ല.

ഒരു നിശ്ചിതകാലത്തെ ജീവിതത്തിന്റെ ഒരു ഘട്ടത്തിൽ നിന്നാരംഭിച്ച് ചെറിയൊരു കാലം സഞ്ചരിച്ച് അവസാനിക്കുന്നവയാണ് ശ്രീ തമ്പി ആന്റണിയുടെ രചനകൾ. അവ സ്വാഭാവികരചനകളായിരിക്കുന്നത് അതുകൊണ്ടുതന്നെയാണ്. പശ്ചാത്തലനിർമ്മിതിയിലും കഥാപാത്രരൂപീകരണത്തിലും അദ്ദേഹത്തിനുള്ള കൈയടക്കം ശ്രദ്ധേയമാണ്.

ചെറിയൊരു പ്രവേശിക മാത്രമാണിത്. വിസ്താരഭയത്താൽ നിർത്തട്ടെ.

തുടക്കത്തിൽ സൂചിപ്പിച്ചതുപോലെ, നല്ലൊരു വായനക്കാരനെ പൂവിതൾ വിരിച്ച സഞ്ചാരപാതയിലൂടെ കൊണ്ടുപോകാൻ ശ്രീ തമ്പി ആന്റണിക്കു കഴിയുന്നു. ഈ ഗ്രന്ഥത്തിലെ പതിന്നാലു കഥകളും പതിന്നാലു സ്നാനഘട്ടങ്ങളാണ്. തീർത്ഥാടകനായ വായനക്കാരന് അവയിൽ സ്നാനം ചെയ്ത് സ്വയം നവീകരിക്കാം. അനിതരസാധാരണങ്ങളായ പ്രമേയങ്ങളാൽ സമ്പന്നവും സൂക്ഷ്മപഠനത്തിനർഹവുമായ ഈ കൃതി മലയാള ചെറുകഥാവായനക്കാരന് അവിസ്മരണീയാനുഭവമായിരിക്കും.

■

മരക്കിഴവൻ

മാജിക് ബോക്സ്

സാൻഫ്രാൻസിസ്കോ നഗരം ശാന്തസമുദ്രത്തിലെ ഒരു ഉപദ്വീപാണെങ്കിലും ദൂരെനിന്നു നോക്കിയാൽ ഉൾക്കടലിൽനിന്നു വൻകരയിലേക്ക് എത്തിനോക്കിയ ഭൂഭാഗമാണെന്നേ തോന്നൂ. നഗരത്തിന്റെ നടുഭാഗത്തുള്ള കുന്നിൻപുറങ്ങളിലെ, കോടീശ്വരന്മാരുടെ താമസസ്ഥലമാണ് പസഫിക് ഹൈറ്റ്സ്. അവിടെനിന്നു നോക്കിയാൽ, അങ്ങകലെ ഉൾക്കടലിൽ ഒറ്റപ്പെട്ടു നിൽക്കുന്ന ആൽക്കട്രസ്സ് എന്ന ചെറുദ്വീപ്, മഞ്ഞുപാളികൾക്കിടയിലൂടെ അവ്യക്തമായി കാണാം. ഒരു കാലത്ത് കൊടുംകുറ്റവാളികളുടെ ജയിൽ എന്നറിയപ്പെട്ടിരുന്ന ഒരു തടവറയായിരുന്നു അവിടെ. ആയിരത്തിത്തൊള്ളായിരത്തി അറുപത്തിനാലിൽ അടച്ച ആ കാരാഗൃഹം, ഇന്നു നഗരത്തിലെ പ്രധാനപ്പെട്ട വിനോദസഞ്ചാരകേന്ദ്രമായി രൂപാന്തരം പ്രാപിച്ചിരിക്കുന്നു. പ്രസിദ്ധമായ ഗോൾഡൻ ഗേറ്റ് പാലത്തിനടിയിൽക്കൂടി ദ്വീപിനെ ചുറ്റിയുള്ള ബോട്ട് യാത്രയ്ക്ക് എപ്പോഴും വിനോദസഞ്ചാരികളുടെ തിരക്കാണ്.

ദ്വീപിന് അഭിമുഖമായി നിൽക്കുന്ന, കൊട്ടാരസമാനമായ വീട്ടിൽനിന്നാണ് ടോം ഡിക്രൂസിന്റെ മാജിക് ബോക്സ് കളവു പോയത്. പസഫിക് ഹൈറ്റ്സ് അവന്യൂവിലെ, ഹൗസ് നമ്പർ 9111 എന്ന ആ വീട്ടിൽ പലരും വന്നു പോകാറുണ്ട്. ഒരു വശം തളർന്ന, വികലാംഗനായ അയാളുടെ മാജിക് ബോക്സിൽ എന്തായിരിക്കുമെന്നറിയാനുള്ള ആകാംക്ഷ പല സന്ദർശകർക്കുമുണ്ടായിരുന്നു. എങ്കിലും അതിലെന്താണെന്നയാളോടു ചോദിക്കാനോ അതു തുറന്നുനോക്കാനോ ആർക്കും ധൈര്യമുണ്ടായിട്ടില്ല; അവിടെ സഹായത്തിനു താമസിക്കുന്ന ചേന്ദക്കരിക്കാരൻ ചാക്കോച്ചനുപോലും. നഗരത്തിലെ മലയാളികൾക്കെല്ലാം കുഞ്ചാക്കോച്ചൻ എന്ന ചാക്കോച്ചനെ അറിയാം.

പെട്ടിക്കുള്ളിൽ നിറയെ ഡോളറുകളായിരുന്നു എന്നൊരു അഭ്യൂഹം നിലവിലുണ്ട്. പ്രാഥമികാന്വേഷണത്തിൽ, സിറ്റി പൊലീസിനു ചാക്കോച്ചനെ സംശയമുണ്ട്. പക്ഷേ, ചാക്കോച്ചനെ നന്നായി അറിയാവുന്ന ടോം ഡിക്രൂസ് അതു വിശ്വസിച്ചില്ല. മൂന്നുനാലു വർഷമായി ഒരു മൊട്ടുസൂചി പോലും ആ വീട്ടിൽനിന്നു പോയിട്ടില്ല. പിന്നെയല്ലേ ഈ പെട്ടി? വെറുമൊരു

മൊട്ടുസൂചി കക്കാനുംമാത്രം മണ്ടനല്ല മലയാളിയെന്ന് ഡിക്രൂസ് സായിപ്പി നറിയില്ലല്ലോ.

നഗരത്തിലെ, പ്രസിദ്ധമായ 'എംബാർകാഡേരോ' ഷോപ്പിംഗ് സെന്ററിലെ ഇല്ലീഗൽ ജോലിക്കാരനാണ്. പാകിസ്ഥാൻകാരനായ അയൂബ് ഖാന്റെ കരുണകൊണ്ടാണ് ആ ജോലി കിട്ടിയത് എന്ന കാര്യം, മലയാളി അസോസിയേഷനിലെ എല്ലാവർക്കുമറിയാം.

'ഞങ്ങളുടെ നാട്ടിൽ ഇന്ത്യയും പാകിസ്ഥാനും ബദ്ധശത്രുക്കളാണെങ്കിൽ ഇവിടെ ഞങ്ങൾ ഭായീ ഭായീ' ആണെന്ന് ഇടയ്ക്കിടെ ഡിക്രൂസിനെ കുഞ്ചാക്കോ അഭിമാനപൂർവം ഓർമിപ്പിക്കാറുണ്ട്. ഇന്ത്യയിൽ ഒന്നുരണ്ടു തവണ പോയിട്ടുള്ള സായിപ്പിന് അതൊരു പുതിയ അറിവായിരുന്നു. ഇന്ത്യൻ സന്ദർശനകാലത്ത് തീവ്രവാദികളെ പേടിച്ച് കാശ്മീരിൽ പോകാതെ മടങ്ങിയ ആളാണ് ടോം ഡിക്രൂസ്. എന്തായാലും ഇന്ത്യയിൽനിന്നുള്ള ഒരു ഇല്ലീഗൽ വർക്കർ മോഷണംപോലെയുള്ള വലിയ മണ്ടത്തരം കാണിക്കാൻ വഴിയില്ലെന്നാണ് സായിപ്പിന്റെ വിലയിരുത്തൽ.

ചാക്കോച്ചനെക്കൂടാതെ അവിടെ വരുന്ന സന്ദർശകരിലൊരാൾ കണ്ണൂരിൽനിന്നുള്ള മൃഗഡോക്ടറായ മുരുകേശനും മറ്റൊരാൾ ഡിക്രൂസിന്റെ ഗേൾഫ്രണ്ടായ വെളുമ്പി, കാതീ ജാക്സണുമാണ്. അയാളുടെ വലംകൈയായ അവളെ സംശയിക്കാൻ സാധ്യമല്ല.

ഡോക്ടർ മുരുകേശനോട് ചാക്കോച്ചനാണ് ആദ്യം മോഷണവിവരം പറഞ്ഞത്. അങ്ങനെ അതു മലയാളി അസോസിയേഷനിലെത്തുകയും കാട്ടുതീ പോലെ പടരുകയും ചെയ്തു.

"ഇരിക്കുന്ന കൊമ്പ് ആരെങ്കിലും വെട്ടുമോ? ഒരു കടലാസുമില്ലാതെ മിമിക്രിക്കാരുടെകൂടെ പറന്നുവന്ന കുഞ്ചാക്കോച്ചനു കിട്ടിയ മഹാഭാഗ്യമല്ലേ ടോം ഡിക്രൂസും പാക്കിസ്ഥാനി ഭായി അയൂബ് ഖാനും!"

വാർത്തയറിഞ്ഞ അസോസിയേഷൻ ഭാരവാഹി തങ്കം പോൾ പ്രസ്താവിച്ചു.

നാട്ടിലെ, മൺമറഞ്ഞ ഏതോ രാഷ്ട്രീയക്കാരന്റെ കൊച്ചുമകളാണ് തങ്കം പോളെന്നറിയാം. അവർ ഒന്നാന്തരം ആകാശവാണിയാണ്. വന്ന കാലംമുതൽ ചാക്കോച്ചന് അവരോടിത്തിരി താൽപര്യമുണ്ട്. എങ്ങനെ വരാതിരിക്കും? ഗോതമ്പുമണിയുടെ നിറവും കുണുങ്ങിക്കുണുങ്ങിയുള്ള ആ നടത്തവും കണ്ടാൽ ആരും അറിയാതെ നോക്കിപ്പോകും. സത്യത്തിൽ അവരുടെ കരുണകൊണ്ട് അത്യാവശ്യം സഹായങ്ങളൊക്കെ അസോസിയേഷനിൽനിന്നു ചാക്കോച്ചനു കിട്ടിയിട്ടുണ്ട്. അനാഥനായതിനാൽ ഒരു താങ്ങും തണലും വേണമെന്നുള്ളതിനാൽ തങ്കം പോളറിയുന്നതിൽ തെറ്റില്ലെന്നു തോന്നിയെങ്കിലും ഇപ്പോഴതു വലിയ പുകിലായി. ഇപ്പോൾ ചാക്കോച്ചനറിയാം, ഈ വാർത്തയറിയാൻ അമേരിക്കയിൽ ഒരു മലയാളിപോലും ബാക്കിയുണ്ടാവില്ലെന്ന്.

ടോം ഡിക്രൂസ്, അമേരിക്കയിലെ സമ്പന്നവർഗത്തിൽപ്പെട്ട ഒരനാഥനാണ്. അയാൾക്കുവേണ്ടി ചില്ലറ വീട്ടുജോലികൾ ചെയ്യണം. പിന്നെ ദിനചര്യകൾ ചെയ്യാൻ അയാളെ സഹായിക്കണം. മറ്റൊരു പ്രധാനപണി, സോണിയെ പരിചരിക്കലാണ്.

ആദ്യംതന്നെ കാതീ ജാക്സൺ ഇക്കാര്യങ്ങൾ വിശദീകരിച്ചപ്പോൾ, ഡിക്രൂസിന്റെ ചെറുപ്പക്കാരിയായ ഭാര്യയാണ് സോണിയെന്നാണ് ചാക്കോച്ചൻ കരുതിയത്. അതുകൊണ്ട് അയാൾക്കൊരു ഉത്സാഹം തോന്നിയിരുന്നു. അമേരിക്കയിലെ പണക്കാരായ മിക്ക വൃദ്ധർക്കുമുണ്ട് ചെറുപ്പക്കാരായ ഭാര്യമാർ. അതൊരു നാട്ടുനടപ്പാണ്. അമേരിക്കൻ പ്രസിഡന്റ് ഡോണാൾഡ് ട്രംപിനുപോലുമുണ്ട് അങ്ങനെയൊരാൾ. വയസ്സാകുന്തോറും വിസ പുതുക്കുന്നതുപോലെ ഭാര്യമാരെയും പുതുക്കിക്കൊണ്ടിരിക്കും. എന്നാൽ, വീട്ടിലെത്തിയപ്പോഴാണ് ചാക്കോച്ചനു മനസ്സിലായത്, സോണി ഏതോ മുന്തിയ വർഗത്തിൽപ്പെട്ട പട്ടിയാണെന്ന്. അത് അയാളെ സംബന്ധിച്ച് ദുരന്തപര്യവസായിയായ ഒരു സ്വപ്നമായി ത്തീർന്നു. ആ കൊച്ചുരാജാവിനെ ആഴ്ചയിലൊരിക്കൽ വെള്ളത്തിൽ മുക്കിയെക്കണം. അത്രയേയുള്ളു. സോണിയെ നടക്കാൻ കൊണ്ടുപോകുന്നത് കാതിയുടെ ഉത്തരവാദിത്തമാണ്.

കാര്യങ്ങളൊക്കെ പരിചയിച്ചുവന്നപ്പോൾ, ചാക്കോച്ചന് അവിടത്തെ ജീവിതം സുഖകരമായിത്തോന്നി. സാൻ ഫ്രാൻസിസ്കോ പോലെയുള്ള ഒരു മഹാനഗരത്തിൽ വീട്ടുവാടകതന്നെ വലിയ തുകയാകും. മറ്റു ചെലവുകൾ വേറേ. അതെല്ലാം സമ്പാദ്യമാക്കാം. കൂടാതെ ടോം ഡിക്രൂസിന്റെ വക പച്ച ഡോളറുകളും മറ്റു സഹായങ്ങളുമുണ്ട്. നാലു വർഷംകൊണ്ട് അയാളുടെ ഹൃദയരഹസ്യങ്ങൾ വരെ സൂക്ഷിക്കുന്ന ഏകവ്യക്തിയായി ചാക്കോച്ചൻ മാറി.

ചാക്കോച്ചന് അത്ര പിടിക്കാത്ത ഒന്നേയുള്ളൂ: സഹായത്തിനാണെന്നു പറഞ്ഞ്, നിത്യേനയുള്ള കാതീ ജാക്സണിന്റെ വരവ്. അവൾ വന്നുകയറുമ്പോൾ, ആദ്യം 'ഹായ് ചാക്കോ' എന്നു പറഞ്ഞ് പേരിനൊന്നു കെട്ടിപ്പിടിച്ചു പുഞ്ചിരിക്കും. പിന്നെ ഫാമിലി റൂമിലെ മിനി ബാറിൽ കയറി, രണ്ടു ഗ്ലാസ്സിൽ റെഡ് വൈനുമായി നേരേ മുറിയിലേക്കു പോകും. വെള്ളിയാഴ്ചദിവസങ്ങളിൽ ഏതെങ്കിലും മുന്തിയ ഇനം വിസ്കിയായിരിക്കും.

എത്ര സുന്ദരിയാണെങ്കിലും ഒരു വികലാംഗന്റെ മുറിയിലേക്കാണു കയറുന്നതെന്ന ഒരു മനസ്സമാധാനം ആദ്യമൊക്കെയുണ്ടായിരുന്നു. എന്നാൽ ആ സമാധാനം അധികദിവസം നീണ്ടുനിന്നില്ല. മുറിക്കകത്തുനിന്നു കേൾക്കുന്ന അടക്കിപ്പിടിച്ച സംസാരവും പൊട്ടിച്ചിരികളും ചാക്കോച്ചന്റെ മനസ്സിൽ സംശയകരമായ ചില ചിത്രങ്ങൾ വരച്ചു. പഴയ സ്വഭാവത്തിനായിരുന്നെങ്കിൽ ഒന്നൊളിഞ്ഞുനോക്കിയേനേ. ഇത് അന്യനാടായതുകൊണ്ട് ആത്മനിയന്ത്രണം വേണമെന്നയാൾക്കറിയാം. അകത്തു പോയാൽ എല്ലാം കഴിഞ്ഞു.

പുതിയതായി വരുന്ന ഇന്ത്യക്കാരധികവും ജയിലിൽ കിടക്കുന്നതു പെണ്ണുകേസിലാണെന്ന് പാക്കിസ്ഥാനി ഭായി ചാക്കോച്ചനു മുന്നറിയിപ്പു നൽകിയിരുന്നു. ഇവിടത്തെ നിയമങ്ങളറിയാത്തതുകൊണ്ടാണ് പലരും അബദ്ധത്തിൽച്ചെന്നു ചാടുന്നത്. അതുകൊണ്ട്, 'ഞാനൊന്നുമറിഞ്ഞീല' എന്ന മട്ടിൽ, ചാക്കോച്ചൻ ടി വി കണ്ടുകൊണ്ടിരിക്കും. ഭാര്യ ഷൈനിയെ പിരിഞ്ഞിട്ട്, വർഷം നാലാകുന്നു എന്ന് നെടുവീർപ്പോടെ ഓർക്കും. ക്ഷമയുടെ നെല്ലിപ്പലക കാണുമ്പോൾ ഒന്നു പുറത്തിറങ്ങി നടക്കും.

ആകെയുള്ള സുഖം, കാതിയുടെ അമർത്തിയുള്ള ആലിംഗനമാണ്. അത് വരുമ്പോഴുള്ള ആവേശത്തിലാണ്. തിരിച്ചുപോകുമ്പോഴും അങ്ങനെയായിരിക്കുമെന്ന് ആദ്യമൊക്കെ പ്രതീക്ഷിച്ചിരുന്നു. എവിടെ? ചുമ്മാതെ, എങ്ങും തൊടാതെയുള്ളൊരു ചിരിയും ഒരു 'ബൈ'യും. പിന്നെ, എന്തോ എവിടെയോ മറന്നുവച്ചതുപോലെ ഒറ്റപ്പോക്കാണ്. 'അടിയനു കിട്ടാനുള്ളതു കിട്ടി, അടിയനിതാ പോകുന്നു' എന്നു പറഞ്ഞതുപോലെയാണത്. ഇങ്ങനെ പോയാൽ അവൾ ഡിക്രൂസിന്റെ കൊട്ടാരംവരെ അടിച്ചുമാറ്റുമെന്നാണ് ചാക്കോച്ചന്റെ ഭയം. അതൊക്കെ ആരോടു പറയാൻ?

നാട്ടിൽനിന്നു കൂട്ടുകാർ വിളിക്കുമ്പോൾ, ഹോളിവുഡ് നടൻ ടോം ഡിക്രൂസിന്റെ മാനേജരാണെന്നാണ് ചാക്കോച്ചൻ തട്ടിവിടുക. സെക്രട്ടറിയുടെ പേര് കാതീ ജാക്സൺ. അതു മൈക്കിൾ ജാക്സന്റെ പെങ്ങളാണോ എന്ന് അവർ ചോദിക്കുമ്പോൾ, ചാക്കോച്ചൻ പതിഞ്ഞ ശബ്ദത്തിൽ ഒന്നു മൂളും. ജാത്യാലുള്ള ഗുണം തൂത്താൽ പോകുമോ? മിമിക്രിക്കാരനായതുകൊണ്ട് ഗീർവാണമടിക്കുന്നതിനു ചാക്കോച്ചനു നല്ല മിടുക്കാണ്. ആർക്കും ഉപദ്രവമില്ലെങ്കിൽ, ഒരു രസത്തിന് ഇത്തിരി കള്ളം പറയുന്നതിൽ കുഴപ്പമില്ലെന്നാണ് ചാക്കോച്ചന്റെ കണ്ടെത്തൽ. പക്ഷേ ഷൈനിയോടു മാത്രം കാര്യങ്ങൾ തുറന്നുപറയും; കാതീ ജാക്സന്റെ കെട്ടിപ്പിടിത്തത്തിന്റെ കാര്യമൊഴികെ. അതൊക്കെ സംശയത്തിനു കാരണമാകും. ഫോണിൽക്കൂടിയാണെങ്കിലും, ഒരു കുറ്റവും ചെയ്യാതെ ഭാര്യാപീഡനമേൽക്കേണ്ട കാര്യമില്ലല്ലോ? ആ കെട്ടിപ്പിടിത്തത്തിൽ ഒരു കാര്യവുമില്ലെന്നു പറഞ്ഞാൽ, കുട്ടനാട്ടിൽ വള്ളവും വലയും കണ്ടു ജീവിച്ച അവൾക്കു വല്ലതും മനസ്സിലാകുമോ?

"എടാ ചാക്കോച്ചാ, ഇനിയെങ്കിലും ഈ ഗീർവാണമൊന്നു നിർത്തിക്കൂടേ?"

ഒരിക്കൽ ഡോക്ടർ ഒബാമ ചോദിച്ചു. ഒബാമയെന്നത്, ഡോക്ടർ മുരുകേശനെ മലയാളികൾ കളിയാക്കി വിളിക്കുന്ന പേരാണ്. ആളിത്തിരി കറുത്തു മെലിഞ്ഞതാണ്. ചുരുണ്ട മുടി പറ്റെ വെട്ടി നടക്കുന്ന അയാളെ കണ്ടാൽ ഒബാമയുടെ മൂത്ത സഹോദരന്റെ ലുക്കാണ്. അതുകൊണ്ട് ആരോ തമാശയ്ക്കു വിളിച്ചുതുടങ്ങിയതാണ്. ഇപ്പോൾ 'ഡോക്ടർ ഒബാമ' എന്നു പറഞ്ഞാലേ പത്തുപേരറിയൂ. കണ്ണൂരുകാരനായ മുരുകേശന്

അതിൽ പരിഭവമൊന്നുമില്ല. ഒരു മുൻഅമേരിക്കൻ പ്രസിഡന്റിന്റെ പേരല്ലേ, കിടക്കട്ടെ എന്നു കരുതിക്കാണണം. കേരളത്തിൽ പഠിച്ച ഒരു മൃഗഡോക്ടർക്ക് അതൊരലങ്കാരമല്ലേ എന്ന ഭാവമാണയാൾക്ക്! കടുത്ത ഒബാമ ആരാധകനായ അയാൾ, ഇടയ്ക്കൊക്കെ ഒബാമ നടക്കുന്നതു പോലെ ചാടിച്ചാടി നടക്കാറുമുണ്ട്.

ടോം ഡിക്രൂസിന്റെ ബ്രിട്ടീഷ് രാജകുടുംബത്തിൽപ്പെട്ട 'കിംഗ് ചാൾസ് കവലിയർ കോക്കസ്പാനിയെൻ' എന്ന പട്ടിക്കുട്ടിയെ ചികിത്സിക്കുന്നത് ഡോക്ടർ ഒബാമയാണ്. കിംഗിന് ഹാർട് പ്രോബ്ലമുണ്ടെന്നാണ് ഡോക്ടർ പറഞ്ഞത്. അതുകൊണ്ട് ആഴ്ചയിലൊരിക്കൽ വീട്ടിൽ വന്നു നോക്കണം. പട്ടിയുടെ ചികിത്സാകാര്യത്തിൽ ഡിക്രൂസിന് ഒബാമയെ നല്ല വിശ്വാസമാണ്. അതുകൊണ്ടുകൂടിയാണ് ചാക്കോയ്ക്കും താമസിക്കാൻ ആ സുരക്ഷിതതാവളം കിട്ടിയത്. കാണാതായ മാജിക് ബോക്സുപോലെ എല്ലാം ഇപ്പോൾ അപ്രത്യക്ഷമാകുന്ന ലക്ഷണമാണു കാണുന്നത്. ചാക്കോച്ചന് ആകെ വേവലാതിയായി.

ഒരു വശം തളർന്ന ഡിക്രൂസിനെ രാവിലെ കിടക്കയിൽനിന്നു വീൽച്ചെയറിലേക്കു പിടിച്ചുകയറ്റിയിരുത്തിയതും പെട്ടി കാണുന്നില്ല എന്ന് ആദ്യം പറഞ്ഞതും ചാക്കോച്ചൻതന്നെയായിരുന്നു. അല്ലെങ്കിൽ പ്രതിസ്ഥാനത്താകുമെന്ന് അയാൾക്കറിയാമായിരുന്നു.

ബ്രേക്ക് ഫാസ്റ്റിന്, പാൻകേക്കും സിറപ്പും കാപ്പിയുമെല്ലാം തയ്യാറാക്കി മേശപ്പുറത്തു വയ്ക്കുന്നത് ചാക്കോച്ചനാണ്. അതിനു ശേഷമാണ് ഡിക്രൂസിനെ വീൽച്ചെയറിലിരുത്തി അവിടേക്കു കൊണ്ടുവരാറ്.

വീൽച്ചെയറിലാണെങ്കിലും, വലതുവശത്തു വടികുത്തി കഷ്ടിച്ചു നടക്കും. അതിനു സാധിച്ചത് ചാക്കോച്ചൻ നൽകിയ തീവ്രപരിശീലനമാണ്. അങ്ങനെയാണയാൾ സായിപ്പിനെ കൈയിലെടുത്തത്.

ആ ബോക്സിൽ കാര്യമായ എന്തോ മുതലുണ്ടെന്നതുറപ്പാണ്. അല്ലായിരുന്നെങ്കിൽ രാവിലെ തന്നെ ടോം ഡിക്രൂസ് പൊലീസിനെ വിളിക്കില്ലായിരുന്നു.

ഏതാണ്ട് പത്തുമണിയായപ്പോഴേക്കും ഒരു പൊലീസ് കാർ, പസഫിക് ഹൈറ്റ്സിലേക്കുള്ള കുത്തനെയുള്ള കയറ്റം കയറിവരുന്നത് ചാക്കോച്ചൻ കണ്ടു. ആകെ മൂടൽമഞ്ഞായിരുന്നെങ്കിലും, കാറിന്റെ മുകളിലെ മഞ്ഞലൈറ്റ് ഫ്ളാഷ് ചെയ്യുന്നതു വ്യക്തമായിരുന്നു. അയാൾ ജോലിക്കു പോകാനിറങ്ങുന്ന സമയമായിരുന്നു.

പൊലീസ് വണ്ടിയുടെ ലൈറ്റ് മിന്നുന്നതുകണ്ട്, രാജകുമാരൻ ഉച്ചത്തിൽ കുരയ്ക്കാൻ തുടങ്ങി. പൊലീസിനെ കണ്ടാൽപ്പോലും കുരയ്ക്കുന്ന പട്ടിയുണ്ടോ എന്നതിശയിച്ചുകൊണ്ട്, ഡിക്രൂസ് ഊന്നുവടിയെടുത്ത് നിലത്ത് പതുക്കെ ഒന്നടിച്ചു. അവന്റെ കുര മുറുമുറുപ്പായി, മെല്ലെ നിലച്ചു. ഇല്ലീഗൽ വർക്കറായതുകൊണ്ട്, ചാക്കോച്ചൻ ആദ്യമൊന്നു

ഭയന്നെങ്കിലും ഒന്നുമറിയാത്ത മട്ടിൽ പിൻവാതിലിലൂടെ പുറത്തേക്കിറങ്ങി. പെട്ടെന്നു റോഡ് ക്രോസ് ചെയ്ത്, ഫുട്പാത്തിലൂടെ, മൂടൽമഞ്ഞിന്റെ മറവിൽ താഴേക്കു വച്ചുപിടിച്ചു. 'ഒന്നും വേണ്ടായിരുന്നു, വല്ല മിമിക്രിയും കളിച്ചു നാട്ടിലെങ്ങാനും കഴിഞ്ഞാൽ മതിയായിരുന്നു' എന്ന ചിന്തയാണ് അയാളുടെ മനസ്സിലൂടെ കടന്നുപോയത്.

പൊലീസല്ല, ഏതു പട്ടാളം വന്നു സെർച്ച് ചെയ്താലും മാജിക് ബോക്സ് അവിടെക്കാണില്ല എന്നറിയാവുന്ന രണ്ടുപേരേ ഈ ലോകത്തുള്ളൂ. അവർ മറ്റാരുമല്ല, ഈ കുഞ്ചാക്കോയും പാക്കിസ്ഥാനി ഭായി അയൂബ് ഖാനുമാണ്.

ഇപ്പോഴത്തെ സാഹചര്യത്തിൽ, കാര്യങ്ങളെല്ലാം ഭായിയോടു പറയുകയല്ലാതെ വേറേ നിവൃത്തിയില്ലെന്നു ചാക്കോച്ചനുറപ്പിച്ചു. അയാൾ എന്തെങ്കിലും പരിഹാരം കാണാതിരിക്കില്ല. കാരണം, അയാൾ പറഞ്ഞിട്ടാണ്, അത് അവിടെനിന്ന് അടിച്ചുമാറ്റിയതും അയാളുടെ വീട്ടിലൊളിപ്പിച്ചു വച്ചതും. വിനാശകാലേ വിപരീതബുദ്ധിയെന്നല്ലാതെ എന്തു പറയാൻ? പെട്ടെന്നു പണക്കാരനാകാനുള്ള ആർത്തി.

ചാക്കോച്ചൻ, പതിവില്ലാതെ ജാക്കറ്റിന്റെ ഹുഡ് തലയിലൂടെ മൂടി, മഞ്ഞും തണുപ്പും വകവയ്ക്കാതെ നേരേ സ്റ്റോപ്പിലെത്തി. വെളുപ്പാൻകാലമായിരുന്നെങ്കിലും അയാൾക്ക് വല്ലാത്ത ഉഷ്ണമനുഭവപ്പെട്ടു. അല്പം താമസിച്ചു വന്നതുകൊണ്ട് തിരക്കു കുറവായിരുന്നു. പതിവായി കാണാറുള്ള ചൈനക്കാരെപ്പോലും ആദ്യം കാണുന്നതുപോലെ തോന്നി. ആരോടും ഒന്നും മിണ്ടാതെ, ആദ്യം വന്ന 'മ്യൂനി' എന്നെഴുതിയ മെട്രോ ട്രെയിനിൽ ചാടിക്കയറി.

സബ്‌വേയിലെത്തിയപ്പോൾ, പാക്കിസ്ഥാനി ഭായി വന്നിരുന്നില്ല. ഉടനെതന്നെ ഫോൺ ചെയ്യാതെ പറ്റില്ല. സംഗതി അപകടമാണെന്ന് ഉറപ്പായിക്കഴിഞ്ഞു. ഒട്ടും താമസിക്കാതെ വിളിച്ചു:

"ഹലോ... ഹലോ... അയൂബ് ഭായി, ദിസ് ഈസ് ചാക്കോച്ചൻ. പൊലീസ് കെയിം റ്റു സേർച്ച് ദ ഹൗസ്."

അയൂബ് ഖാൻ 'കൂളാ'യി മറുപടി പറഞ്ഞു:

"ഒന്നും പേടിക്കണ്ട. ഞാനിപ്പോഴങ്ങെത്തും. സബ് ഠീക് ഹേ."

ചാക്കോച്ചനു ദേഷ്യം വന്നു. അയാളുടെ ഒടുക്കത്തെ ഒരു സബ് ഠീക് ഹേ. ഇങ്ങോട്ടു വരട്ടെ. അവനൊരുത്തന്റെ അത്യാഗ്രഹം കാരണമാണ് ഈ ഊരാക്കുടുക്കിൽച്ചെന്നു ചാടിയത്. അതോ ഈ ആജീവനാന്തശത്രു നമുക്കു പാര വച്ചതാണോ? പാക്കിസ്ഥാനി ഭായിയെ കണ്ണുമടച്ചു വിശ്വസിക്കരുതെന്നു ഡോക്ടർ ഒബാമ പല പ്രാവശ്യം പറഞ്ഞിട്ടുള്ളതോർത്തു. പെട്ടിയാണെങ്കിൽ, പഠിച്ച പണി പതിനെട്ടും പയറ്റിയിട്ടും തുറക്കാനേ പറ്റിയിട്ടില്ല. തല്ലിപ്പൊട്ടിച്ചാൽ പണി പാളും. താക്കോൽ എവിടെയാണെന്നറിയാവുന്ന ഒരേയൊരാൾ ഡിക്രൂസാണ്. അതുകൊണ്ട്, തുറക്കുന്നില്ല

എന്ന ഉറച്ച തീരുമാനത്തിലാണ് പാക്കിസ്ഥാനും ഇന്ത്യയും. ഒരു ചെറിയ കാര്യത്തിലാണെങ്കിലെന്ത്, ശത്രുവും മിത്രവും ചരിത്രത്തിലാദ്യമായി ഒന്നിച്ചല്ലോ എന്നൊരു മനസ്സമാധാനം ചാക്കോച്ചനു തോന്നി.

എങ്കിലും ഇതിപ്പോൾ പട്ടിക്കു മുഴുവൻതേങ്ങാ കിട്ടിയതു മാതിരി യായി. പണ്ടൊരു നമ്പൂതിരി പറഞ്ഞതുപോലെയാണ്: “കള്ളൻ നമ്മുടെ പെട്ടീംകൊണ്ടു പോയി. മരമണ്ടൂസാ, താക്കോൽ ദേണ്ടെ ഉത്തരത്തേലി രിക്കുന്നു. അവനിപ്പോൾ നാണിച്ചു തല കുനിച്ചുകാണും.”

നമ്പൂതിരി പറഞ്ഞതാണു ശരിയെന്നു ചാക്കോച്ചനു തോന്നി. ഭായി മാർ രണ്ടുപേരും നാണിച്ചിരിക്കുന്നു. ഇനിയിപ്പോൾ തല കുനിക്കാൻ അധികം താമസമില്ല.

അല്പം താമസിച്ചാണെങ്കിലും അയൂബ് ഭായിക്ക് സംഗതിയുടെ ഗൗരവം മനസ്സിലായി. അല്ലെങ്കിലും പാക്കിസ്ഥാൻ ബുദ്ധിക്ക് താമസി ച്ചല്ലേ ലൈറ്റ് തെളിയൂ. ഒന്നും ചിന്തിക്കാതെ അപ്പോൾത്തന്നെ അയാൾ പരിഹാരവും നിർദ്ദേശിച്ചു:

“ഇനി ഒന്നുമാലോചിക്കാനില്ല. പെട്ടി ഇരുന്ന സ്ഥാനത്തല്ലെങ്കിൽ എവിടെയെങ്കിലും വയ്ക്കുക. അല്ലെങ്കിൽ നാളെ വല്ല പൊലീസ് നായയും മണത്താൽ നമ്മൾ രണ്ടുപേരും അകത്താകും. എന്റെ കാര്യം പോട്ടെ. ഒരു കടലാസുമില്ലാത്ത നിന്നെ അവർ ആദ്യം പറപ്പിക്കും. പിന്നെ നമ്മൾ വീണ്ടും പഴയതുപോലെ ശത്രുക്കളാകും.”

അതു കേട്ടപ്പോൾ കുഞ്ചാക്കോയുടെ ഉള്ളു കത്താൻ തുടങ്ങി. ഭായി പറഞ്ഞതിൽ കാര്യമുണ്ട്. ഇപ്പോൾ ഒബാമയല്ല, മിസ്റ്റർ ട്രംപാണു പ്രസി ഡന്റ്. എല്ലാ കടലാസുകളും ഉള്ളവർക്കുപോലും നിൽക്കാൻ പേടിയാണ്. എല്ലാംകൂടി ഓർത്തപ്പോൾ മനസ്സിനു മാത്രമല്ല, ഒരു ഭാരവുമില്ലാത്ത ആ പെട്ടിക്കുപോലും ഭാരം കൂടുന്നതുപോലെ ചാക്കോച്ചനു തോന്നി. ഇനി യിപ്പോൾ പൊലീസ് പൊയ്ക്കഴിഞ്ഞ്, എങ്ങനെയെങ്കിലും ബോക്സ് തിരികെ കൊണ്ടുവയ്ക്കണം. കർത്താവേ. ആർക്കും വേണ്ടാതെ അവിടെ ക്കിടന്ന ആ പെട്ടി മോഷ്ടിക്കാനെന്തെളുപ്പമായിരുന്നു. പക്ഷേ, എങ്ങനെ തിരിച്ചു വയ്ക്കും?

പാക്കിസ്ഥാൻ ഭായിതന്നെ അതിനും പരിഹാരം നിർദ്ദേശിച്ചു:

“ഒറ്റ മാർഗമേയുള്ളൂ. മറ്റൊരു പെരുങ്കള്ളനെ വാടക കൊടുത്ത് ഏർപ്പാടു ചെയ്യുക. അപ്പോൾപ്പിന്നെ നമുക്കു പേടിക്കണ്ടല്ലോ.”

ചാക്കോച്ചന് അരിശം വന്നു. ഹമ്പട! ബഡാഭായിയുടെ മുടിഞ്ഞ ബുദ്ധി. ചുമ്മാതല്ല ക്രിക്കറ്റിൽപ്പോലും ഇവന്മാരൊന്നും നമ്മളോടു ജയിക്കാത്തത്. ലോകത്തിൽ ഏതെങ്കിലും കള്ളൻ, മോഷ്ടിച്ച സാധനം തിരിച്ചുകൊണ്ടു വച്ചതായി കേട്ടുകേൾവി പോലുമില്ല. പൊലീസാണെ ങ്കിൽ പെട്ടിയിരുന്ന സ്ഥലം അരിച്ചുപെറുക്കിക്കാണും. നാളെ പൊലീസ് നായ വരുമെന്ന് വെളുമ്പിയായ കാതി വിളിച്ചുപറഞ്ഞിരുന്നു. എന്തു

വന്നാലും ഇന്നു രാത്രിതന്നെ പെട്ടി തിരിച്ചുവയ്ക്കണം. അല്ലെങ്കിൽ നാളെ നായ പിടലിക്കു പിടിക്കുമെന്നുള്ളത് ഉറപ്പാണ്. പിന്നെ ജീവിച്ചിരുന്നിട്ടു കാര്യമില്ല.

ചാക്കോച്ചൻ വിഷമവൃത്തത്തിലായി. ഡോക്ടർ ഒബാമയെ കണ്ടിരുന്നെങ്കിൽ കാര്യങ്ങൾ പറഞ്ഞു മനസ്സിലാക്കാമായിരുന്നു. ആകാശവാണി തങ്കം പോളറിഞ്ഞാൽ, ഉള്ള ചീട്ടു മാത്രമല്ല, ഇട്ട നിക്കറും കീറിയതു തന്നെ. പിന്നെയുള്ള ഒരേയൊരു ഗുണം, ഒരു ചെലവുമില്ലാതെ നാട്ടിൽ പോയി ഷൈനിയേയും മോനെയും കാണാമെന്നുള്ളതാണ്.

അലക്സ് മോനിപ്പോൾ ആറു വയസ്സു കഴിഞ്ഞു. അവന് എന്തെങ്കിലും വാങ്ങിക്കൊണ്ടുപോകണമെന്നുണ്ട്. പോലീസ് ഡീപോർട്ടേഷനാകുമ്പോൾ അതിനൊന്നുമുള്ള സമയം കിട്ടിയേക്കില്ല.

അന്ന് ജോലി കഴിഞ്ഞപ്പോൾ രാത്രി ഏതാണ്ടു പന്ത്രണ്ടുമണിയായിരുന്നു. ചാക്കോച്ചൻ, പെട്ടി ഇങ്ങോട്ടു കൊണ്ടുവന്നതുപോലെ ഭദ്രമായി ഒരു ബാഗിലാക്കി. ഭായിതന്നെ കാറിൽ കൊണ്ടുവിടാമെന്നു പറഞ്ഞു. കാരണം, പോകുന്ന വഴിക്ക് ചാക്കോയ്ക്ക് വല്ല കുബുദ്ധിയും തോന്നിയാലോ. മലയാളിയെ നമ്പിയാൽ അവൻ പറ്റിക്കുമെന്ന് ഏതോ പഞ്ചാബികൾ പറഞ്ഞുകൊടുത്തിരുന്നു. അവർക്കൊക്കെ ചാക്കോച്ചനോടു ചെറിയ പകയുണ്ടായിരുന്നു. കാരണം അവരെക്കുറിച്ചു മണ്ടൻനുണക്കഥകൾ പടച്ചുവിടുന്നത് അയാൾക്കു രസമായിരുന്നു.

കുഞ്ചാക്കോച്ചൻ പെട്ടിയുംകൊണ്ട് ഇരുചെവിയറിയാതെ ഇന്ത്യയ്ക്കു കടന്നാൽ പട്ടി വന്നു ഭായിയുടെ കൊങ്ങയ്ക്കു പിടിക്കുമെന്നാണ് അയാളുടെ പേടി. എന്തൊക്കെയായാലും ഇന്ത്യ ഇന്ത്യയും പാക്കിസ്ഥാൻ പാക്കിസ്ഥാനുമാണ്. അല്പം സൂക്ഷിക്കുന്നതു രണ്ടുപേർക്കും നല്ലതാണ്.

വഴിയിൽ ഇരുട്ടും കടുത്ത മഞ്ഞുമായിരുന്നെങ്കിലും സ്ട്രീറ്റ് ലൈറ്റിന്റെ വെളിച്ചത്തിൽ അങ്ങു ദൂരെ പസഫിക് ഹൈറ്റ്സ് അവ്യക്തമായി കാണാമായിരുന്നു. ഇടയ്ക്ക് രണ്ടുപേരും എന്തൊക്കെയോ ആലോചിച്ച് കുറച്ചുനേരം മിണ്ടാതിരുന്നു. നഗരം പൊതുവേ വിജനമായിരുന്നു. ബസ്സ്റ്റോപ്പുകളിലൊക്കെ ആരൊക്കെയോ മഞ്ഞിൽ മൂടിപ്പുതച്ചിരിപ്പുണ്ട്. സ്ഥിരമായി കാണാറുള്ള ഭവനരഹിതരാണവർ. അവരുടെയൊക്കെ ആകെയുള്ള സ്വത്ത്, തൊട്ടടുത്തു കിടക്കുന്ന ഷോപ്പിംഗ് കാർട്ടുകളാണ്. അതിൽ അവർ അവരുടെ സമ്പാദ്യം മുഴുവൻ കുത്തിനിറച്ചു വച്ചിരിക്കുന്നു. അവർ കാർഡ്ബോർഡിലെഴുതിയിരിക്കുന്ന സൂക്തങ്ങൾ രസകരമാണ്. മിക്കവാറുമെല്ലാം സഹായാഭ്യർത്ഥനകളാണ്. ഒരാളെഴുതിയതു മാത്രം ചാക്കോച്ചൻ ശ്രദ്ധിച്ചു: 'ഹെൽപ് മീ റ്റും ബ്രിങ് മൈ വൈഫ് ബാക്ക്.' ആരോരുമില്ലാത്ത അവർക്ക് എന്നു വേണമെങ്കിലും എങ്ങോട്ടു വേണമെങ്കിലും പോകാം.

ഒന്നാലോചിച്ചാൽ തന്നെക്കാൾ എത്രയോ ഭാഗ്യവാന്മാരാണ് ഈ

അമേരിക്കൻ തെണ്ടികളെന്ന് ചാക്കോച്ചനോർത്തു. ഇതിനൊക്കെയല്ലേ സ്വാതന്ത്ര്യം എന്നു പറയുന്നത്.

ഓർക്കാപ്പുറത്ത് ഒരു റെഡ്ലൈറ്റ് കണ്ട് അയൂബ് ഖാൻ കാർ ചവിട്ടി നിർത്തി. പെട്ടെന്ന് ഒരു പൊലീസ് കാർ തൊട്ടു പിന്നിൽ. രണ്ടുപേരും കൂടി സകലദൈവങ്ങളെയുമോർത്ത് ഒരുമിച്ചു പ്രാർത്ഥിച്ചു: 'ഈശ്വരാ.' എന്തൊരു മതേതര ഐക്യം. കാറിനുള്ളിൽ നിശ്ശബ്ദത നിറഞ്ഞു. ചെകുത്താനും കടലിനുമിടയ്ക്ക് എന്നു പറഞ്ഞു കേട്ടിട്ടേയുള്ളൂ, ചാക്കോച്ചൻ. അനുഭവിക്കുന്നത് ആദ്യമായാണ്.

ഭാഗ്യം. പൊലീസ് വണ്ടിയുടെ ചുവന്ന ലൈറ്റ് ഫ്ളാഷ് ചെയ്യുന്നില്ല. അതുകൊണ്ട് നൈറ്റ് പട്രോളാകാനാണ് സാധ്യത. ഗ്രീൻ ലൈറ്റ് തെളിഞ്ഞപ്പോൾ, അയൂബ് വളരെ സൂക്ഷിച്ച് കാറെടുത്തു. പോകേണ്ട വഴിയല്ലെങ്കിലും മെല്ലെ വലത്തേക്കു തിരിഞ്ഞു. പൊലീസ്, ഏതോ അത്യാവശ്യത്തിനെന്നതുപോലെ നല്ല സ്പീഡിൽ നേരേ വിട്ടുപോയി. ആ ഷോക്കിൽ രണ്ടുപേരും കുറച്ചുനേരംകൂടി മിണ്ടാതിരുന്നു. ആദ്യം സംസാരിച്ചുതുടങ്ങിയത് ചാക്കോച്ചനാണ്:

"എന്റെ ഭായീ, എനിക്കു പേടിയാകുന്നു. ഈ പെട്ടി എവിടെ വയ്ക്കണമെന്ന് ഒരൂഹവും കിട്ടുന്നില്ല."

പൊലീസ് പോയതോടെ അയൂബ് വളരെ കൂളായി. എന്തോ വലിയ കാര്യം സാധിച്ചതുപോലെ ഒന്നു പുഞ്ചിരിച്ച്, പരിഹാരം നിർദ്ദേശിച്ചു:

"നീ ആ ഡിക്രൂസിന്റെ കൈയിൽ കൊടുത്തിട്ട് വീട്ടിൽനിന്നുതന്നെ കിട്ടിയതാണെന്നു പറയുക."

പാക്കിസ്ഥാനി ഭായി പറഞ്ഞ പദ്ധതിതന്നെയാണു നല്ലതെന്നു ചാക്കോച്ചനും തോന്നി. ഭായിക്കങ്ങനെയാണ്. ഇടയ്ക്കിടയ്ക്ക് ഇത്തിരി ബോധം വരും. അതെപ്പോഴാണെന്നു മാത്രം പറയാൻ പറ്റില്ല. ഈ പ്രത്യേക സാഹചര്യത്തിൽ, പാക്കിസ്ഥാൻ ചാരനെ വിശ്വസിക്കുകയല്ലാതെ മറ്റൊരു മാർഗവുമില്ലെന്ന് ചാക്കോച്ചനു മനസ്സിലായി. പെട്ടി കുത്തിത്തുറക്കാതിരുന്നതു ഭാഗ്യമായി. അതിനു വേളാങ്കണ്ണി മാതാവിന് അയാൾ മനസ്സാൽ നന്ദി പറഞ്ഞു. വീടു മുഴുവൻ തപ്പി കണ്ടുപിടിച്ചെന്നങ്ങു പറയുക. അല്ലെങ്കിൽ ആ കാതീ ജാക്സൺ മുറി വൃത്തിയാക്കിയപ്പോൾ മറ്റെവിടെയോ മാറ്റിവച്ചെന്ന് ഒരു മുഴുത്ത കള്ളം പറയുക. അല്ലപിന്നെ. ചേന്നങ്കരിക്കാരൻ കുഞ്ചാക്കോയാടാണു കളി.

ഇങ്ങനെയൊക്കെ ചിന്തിക്കാൻ സുഖമുണ്ട്. പക്ഷേ എങ്ങനെ ഈ കളി ഒന്നവസാനിപ്പിക്കുമെന്ന് ചാക്കോച്ചന് ഒരൂഹവും കിട്ടിയില്ല. അത് ഇന്ത്യാ-പാക്കിസ്ഥാൻ മത്സരംപോലെയായി. ക്രിക്കറ്റല്ല, ഏതു കളിയാണെങ്കിലും ആരെങ്കിലും തോൽക്കാതെ പറ്റില്ലല്ലോ.

അപ്പോഴേക്കും, അയൂബ് ഭായിയുടെ പഴയ സ്റ്റേഷൻ വാഗൺ, അതുവരെ കേൾക്കാത്ത ഒരു കരകരാ ശബ്ദത്തിൽ കുന്നു കയറാൻ തുടങ്ങിയിരുന്നു. ഭായിയുടെ ഒരു ഇളംപച്ച നിറമുള്ള ബി എം ഡബ്ല്യു വീട്ടിൽ

കിടപ്പുണ്ട്. ചില അവധിദിവസങ്ങളിൽ, ചാക്കോച്ചനുമൊന്നിച്ച് ആ വണ്ടിയിൽ, ഫിഷർമെൻ വാർഫിലുള്ള ബാറിൽ പോകാറുണ്ട്. ബാറിൽ പോകാൻ മാത്രം, കൂട്ടിനു കുഞ്ചാക്കോ വേണമെന്ന് അയാൾക്കു നിർബ്ബന്ധമുണ്ട്. അതിനുമാത്രം ഒരു പാക്കിസ്ഥാൻകാരനെയും കൂട്ടാറില്ല. കാരണം അതൊക്കെ അവർക്കു ഹറാമല്ലേ. പക്ഷേ, വാരാന്ത്യത്തിൽ നഗരത്തിലേക്കു വരാനും മറ്റു തരികിട പരിപാടിക്കുമെല്ലാം പഴയ തടിയുടെ നിറമുള്ള ഈ സ്റ്റേഷൻ വാഗണാണ് ഉപയോഗിക്കുക. കണ്ടാൽ പുരപോലെയിരിക്കും. അത്രയ്ക്കുണ്ട് വലിപ്പം.

ചാക്കോച്ചന്റെ മനസ്സു മുഴുവൻ, ഡിക്രൂസിന്റെ നിസ്സഹായത നിഴലിക്കുന്ന മുഖമാണ്. ഒരുകാലത്ത് കടുവയായിരുന്നു എന്നു പറഞ്ഞിട്ട് ഒരു കാര്യവുമില്ല. ഇപ്പോൾ എല്ലാത്തിനും താങ്ങു വേണം. ഒറ്റവടി കുത്തി നടക്കാൻ ശീലിപ്പിച്ചതിനുശേഷം രാത്രിയിൽ ചാക്കോച്ചനുവേണ്ടി കാത്തിരിക്കാറില്ല. എടുത്തു മേശപ്പുറത്തു വച്ച ബനാനയും ബ്രെഡ്ഡും ജ്യൂസും കഴിക്കും. കിംഗ് ചാൾസിനും ഭക്ഷണം നൽകും. പിന്നെ വടി കുത്തിനടന്ന്, മെല്ലെ കിടക്കയിലേക്ക്, ഒരു വശം ചെരിഞ്ഞങ്ങു മറിയും. അതെല്ലാം ചാക്കോച്ചൻ പഠിപ്പിച്ചതാണ്. ഇടയ്ക്ക്, കാതീ ജാക്സൺ വന്നു സഹായിച്ചിട്ടു പോകും. വേണ്ടതൊക്കെ നല്ലതുപോലെ കിട്ടുന്നതുകൊണ്ട് അവളൊരിക്കലും പതിവു തെറ്റിക്കാറില്ലെന്ന് ചാക്കോച്ചനറിയാം.

പാക്കിസ്ഥാനി ഭായി, പുരവാഹനം സൗകര്യപൂർവ്വം നമ്പർ 9111 എന്നെഴുതിയ വീടിന്റെ വാതിൽക്കൽ പാർക്ക് ചെയ്തു. അതിന്റെ പഴയ തുരുമ്പു പിടിച്ച വാതിൽ തുറക്കുമ്പോഴും വല്ലാത്തൊരു കരകരാ ശബ്ദമാണ്. അതറിയാവുന്നതുകൊണ്ട്, വളരെ സൂക്ഷിച്ച്, പതിയെ ഡോർ തുറന്ന്, രണ്ടുപേരും പുറത്തിറങ്ങി. പിന്നെ, 'പട്ടണപ്രവേശം' എന്ന സിനിമയിലെ സി ഐ ഡികളായ മോഹൻലാലിനെയും ശ്രീനിവാസനെയും പോലെ, ചുറ്റുപാടും ഒരു നിരീക്ഷണം നടത്തി. എങ്ങും ഒരനക്കവും കേട്ടില്ല. തൊട്ടടുത്ത സ്ട്രീറ്റിൽക്കൂടി ഒരു പോലീസ് കാർ, റെഡ് ലൈറ്റ് ഫ്ളാഷ് ചെയ്ത്, വേഗത്തിൽ പോയി. പിന്നാലെ ഒരാംബുലൻസും ഫയർ ട്രക്കും. ചാക്കോച്ചൻ 'എന്റമ്മേ' എന്ന് അറിയാതെ വിളിച്ചുപോയി. രണ്ടുപേരുടെയും ഉള്ളൊന്നാളി. ജാക്കറ്റ് കൊണ്ടു തല മൂടി, തണുത്ത കാറ്റിൽ അല്പനേരംകൂടി ആ നടപ്പാതയിൽ അനങ്ങാതെ നിന്നു. അവസാനം അയൂബ് ഭായി ഓർഡറിട്ടു:

"ഓക്കേ. ലൈൻ ക്ലിയർ. യൂ ക്യാൻ ഗോ ഇൻ വിത് ദ ബോക്സ്."

ചാക്കോച്ചൻ, ബോക്സിട്ട ബാഗുമായി 9111 എന്നെഴുതിയ മുൻവാതിലിൽ ചെന്ന് ആദ്യമായി കാണുന്നതുപോലെ ഒന്നു നോക്കി. ആ നമ്പർ കണ്ടു ഞെട്ടി. കാരണം, അമേരിക്കയിലെ എമർജൻസി നമ്പറിന് ഒരൊന്നിന്റെ കുറവേയുള്ളൂ.

പാക്കിസ്ഥാനി ഭായി, എല്ലാം ഓക്കേ എന്ന മട്ടിൽ, തള്ളവിരൽ പൊക്കി സിഗ്നൽ കൊടുത്തു. ചാക്കോച്ചൻ അകത്തു കയറി എന്നുറപ്പു

വരുത്തി. അകത്തുനിന്ന്, രാജകുമാരൻ കിംഗ് ചാൾസിന്റെ മുറുമുറുപ്പ് അവ്യക്തമായി കേൾക്കാമായിരുന്നു. ഭായി കാറിൽത്തന്നെ ശ്വാസമടക്കിപ്പിടിച്ച് കുറച്ചുനേരം അനങ്ങാതിരുന്നു. പിന്നെ എല്ലാം പെട്ടെന്നായിരുന്നു. പൂച്ച എലിയെ പിടിക്കാൻ വരുന്നതുപോലെ, രണ്ടു പൊലീസ് കാറുകൾ ചുവന്ന ലൈറ്റ് മിന്നിച്ച്, കൂവിക്കൊണ്ടൊരു വരവ്. അപ്പോഴേക്കും അകത്ത് ലൈറ്റ് തെളിഞ്ഞു. ഒരു പൊലീസ് ഓഫീസർ വീടിന്റെ വാതിൽക്കൽ ച്ചെന്ന് ബെല്ലടിച്ചു. മറ്റൊരോഫീസർ പാക്കിസ്ഥാനി ഭായിയോട് ലൈസൻസ് വാങ്ങി നോക്കി, എന്തൊക്കെയോ സംസാരിച്ചു.

ടോം ഡിക്രൂസ്, ചാക്കോച്ചന്റെ സഹായത്തോടെ വന്നു കതകു തുറന്നു. ഡിക്രൂസ് അവരോട് എന്തൊക്കെയോ പറഞ്ഞു. ചാക്കോച്ചൻ ഒരു ജീവച്ഛവംപോലെ എല്ലാം കേട്ടുനിന്നു. ശരീരത്തിലെ രക്തമെല്ലാം ഒരു നിമിഷംകൊണ്ടു വാർന്നുപോയതുപോലെ അയാൾക്കു തോന്നി. കാര്യങ്ങൾക്കെല്ലാം തീരുമാനമായിരിക്കുന്നു. സംശയം ഒന്നേയുള്ളൂ: വിധിക്കുന്നത് ജയിൽവാസമോ അതോ സർക്കാർ ചെലവിൽ നാട്ടിലേക്കുള്ള തിരിച്ചുപോക്കോ എന്നത്. അമേരിക്കൻ ജയിലിൽ സുഖമായി കിടക്കാമെന്നു വിചാരിച്ചാലും മിസ്റ്റർ ട്രംപ് സമ്മതിക്കുമെന്നു തോന്നുന്നില്ല. സകല കുറ്റവാളികളേയും കെട്ടുകെട്ടിക്കുമെന്നു പ്രഖ്യാപിച്ചു കഴിഞ്ഞു.

ഡിക്രൂസ് പൊലീസുകാരോടു പറയുന്നത് ചാക്കോച്ചൻ കേട്ടു:

“ഓഫീസർ, ഐ ഹാവ് നോ കംപ്ലെയിന്റ്. ഐ ആം വെരി ഹാപ്പി ദാറ്റ് ഐ ഗോട്ട് മൈ ലവ് ലെറ്റേഴ്സ് ബാക്ക്.”

ഓഫീസർക്ക് ആദ്യം ഒന്നും മനസ്സിലായില്ല.

“യെസ്, ദ ബോക്സ് ഈസ് ഫുൾ ഓഫ് ലൗ ലെറ്റേഴ്സ് ഓഫ് മൈ എക്സ് വൈഫ് ഷാലറ്റ്. ഷീ ഈസ് നോ മോർ. ഡൈഡ് ഇൻ ആൻ ആക്സിഡന്റ്, ടെൻ ഇയേഴ്സ് ബാക്ക്.”

ഓഫീസർ ആദരപൂർവം പറഞ്ഞു:

“ഓ, ഐ ആം സോറി റ്റു ഹിയർ ദാറ്റ്.”

പത്തു വർഷം മുമ്പ് കാറപകടത്തിൽ ഇഹലോകവാസം വെടിഞ്ഞ ഭാര്യയുടെ പ്രേമലേഖനങ്ങളായിരുന്നു ആ പെട്ടി മുഴുവൻ. ചാക്കോച്ചൻ അന്തം വിട്ടു. മറ്റാർക്കും വേണ്ടാത്ത എഴുത്തുകൾക്കുവേണ്ടിയാണോ, ഇന്ത്യയും പാക്കിസ്ഥാനും ചേർന്ന് ഈ യുദ്ധമെല്ലാം ചെയ്തത്.

ഫോർമാലിറ്റീസ് കഴിഞ്ഞ് പൊലീസ് പോയി. പാവം ടോം ഡിക്രൂസ് എല്ലാം മനസ്സിലാക്കിയിരിക്കുന്നു എന്ന് ചാക്കോച്ചനു മനസ്സിലായി; അയാൾക്ക് ചാക്കോച്ചനോടു സ്നേഹമുണ്ടെന്നും. ■

ആരോ ഒരാൾ

ന്യൂയോർക്കിലെ മാൻഹട്ടനിൽ, ഗതാഗതവകുപ്പിൽ ജോലി ചെയ്യുന്ന ലാലു ലൂക്കോസ് എന്ന എൻജിനീയറുടെയും ആപ്പിളിന്റെ ടെക്ക് വിഭാഗത്തിൽ ജോലി ചെയ്തിരുന്ന ഗംഗാ അഞ്ജലി എന്ന പെൺകുട്ടിയുടെയും ആദ്യത്തെ പ്രണയാനുഭവമാണ് ഈ സംഭവകഥയിലുള്ളത്. ആമുഖമായി പറയട്ടെ, ഈ 'ഒരാൾ' ആരാണെന്നത് ഇന്നും അജ്ഞാതമാണ്. ആരായിരുന്നാലും അയാളില്ലായിരുന്നെങ്കിൽ അവൾക്കൊരു ജീവിതമില്ല. വീണ്ടും ആത്മഹത്യയുടെ വക്കിലേക്കു വലിച്ചെറിയപ്പെടുമെന്ന് അമേരിക്കയിലെ ഒരു പ്രമുഖമനശ്ശാസ്ത്രജ്ഞൻ അയാളുടെ കേസ് സ്റ്റഡിയിൽ പറഞ്ഞിരുന്നതാണ്. വേർപിരിയുംമുമ്പ്, ലാലു അവൾക്കയച്ച അവസാനത്തെ കത്താണ് കഥയ്ക്കാധാരം.

"പ്രിയസഖി ഗംഗാ,

നിനക്ക് എന്റെ കവിതകളിഷ്ടമായിരുന്നല്ലോ. അതുകൊണ്ടാണ് ഞാനൊരു കവിതയിൽ തുടങ്ങുന്നത്. പ്രണയം കഴിഞ്ഞാൽ നമ്മുടെ മനസ്സുകളിൽ ബാക്കിയാകുന്നത് എന്തെന്നു കുത്തിക്കുറിച്ചുകൊണ്ട്, നിനക്കുള്ള എന്റെയീ അവസാനത്തെ കത്തു മാത്രം അവശേഷിക്കുകയാണ്.

ബാക്കിയാകുന്നത്

മറന്നുകഴിഞ്ഞാലും
മറക്കാത്ത ഓർമകളും
പറഞ്ഞുകഴിഞ്ഞാലും
പറയാത്ത വാക്കുകളും
എഴുതിക്കഴിഞ്ഞാലും
എഴുതാത്ത അക്ഷരങ്ങളും
നമുക്കു ബാക്കിയാകുന്നു.
പ്രണയം കഴിഞ്ഞാലോ,
ഒരുപാടിഷ്ടമായിരുന്ന
ഇണക്കങ്ങളും പിണക്കങ്ങളും

പരിഭവങ്ങൾ പോലും
നമുക്കു ബാക്കിയാകുന്നു.

ഇതു നീ വായിച്ചാലും ഇല്ലെങ്കിലും എനിക്ക് ഒന്നും സംഭവിക്കാൻ പോകുന്നില്ല. ഒരു മറുപടിപോലും ഞാൻ നിന്നിൽനിന്നു പ്രതീക്ഷിക്കുന്നുമില്ല.

ഗംഗാ, എനിക്കറിയാം, നിനക്ക് ഒന്നും മറക്കാൻ കഴിയില്ലെന്ന്. വിശേഷിച്ച്, ആ ശൈത്യകാലങ്ങൾ. വാരാന്ത്യങ്ങളിൽ, നമ്മൾ ആൽബനിയിലെ മഞ്ഞുമൂടിയ മലമടക്കുകളിലൂടെയും താഴ്‌വാരങ്ങളിലൂടെയും ആർത്തുല്ലസിച്ച് ഓടിക്കളിക്കാറുണ്ടായിരുന്നത്. മാൻഹട്ടണിലെ ആകാശം മുട്ടുന്ന റെസ്റ്റോറണ്ടുകളിൽ ഒന്നിച്ചിരുന്ന് വൈൻ നുകരാറുണ്ടായിരുന്നത്. അന്നൊക്കെ നിനക്കിഷ്ടപ്പെട്ട കാഴ്ചകൾ മാത്രമായിരുന്നല്ലോ, നമ്മൾ കാണാറുണ്ടായിരുന്നത്. എന്നിട്ടും നിനക്കെങ്ങനെ എന്നെ മറന്ന് ഇങ്ങനെയൊക്കെയാകാൻ കഴിയുന്നു? നിന്റെ ചഞ്ചലമായിരുന്ന മനസ്സ് ഇപ്പോൾ എല്ലാ പ്രതിസന്ധികളും തരണം ചെയ്ത്, സമതലങ്ങളിലേക്കൊഴുകിയെത്തുന്ന നദിപോലെയാണ്. എത്ര ശാന്തമായാണ്, അതു ലക്ഷ്യമില്ലാതെ എങ്ങോട്ടോ ഒഴുകുന്നത്.

ചിലപ്പോൾ ഞാൻ ചിന്തിക്കും, ഏതു ഭൂതലങ്ങൾ തേടിയാണ് നീയിങ്ങനെ ഒരു ദൂരയാത്ര പോകുന്നതെന്ന്. ഈ പ്രതിസന്ധിയിലും നീയെന്തിനാണ് എന്നെ ഒരുപാടിഷ്ടമാണെന്നു പറയുന്നതെന്ന്. നിന്റെയീ 'ഒരുപാടിഷ്ട'ത്തിനെ എങ്ങനെയാണു ഞാനുൾക്കൊള്ളേണ്ടത്?

ഇവിടെ, ന്യൂയോർക്ക് എന്ന ഈ മഹാനഗരത്തിന്റെ തിരക്കുകളിൽപ്പോലും ഞാനിപ്പോൾ ഏകനാണ്. ഏതാൾക്കൂട്ടത്തിലും ഒറ്റയാനായി നടക്കുന്ന സഞ്ചാരി മാത്രമാണ്. നിനക്കറിയാമല്ലോ, ദൂരെ, മന്ദമൊഴുകുന്ന ഹഡ്സൺ നദിയുടെ തീരത്തെ ഏകാന്തതകളിൽ എന്റെ മനസ്സിനെ വേദനിപ്പിക്കുന്നത് അതാണ്.

പെണ്ണിഷ്ടങ്ങൾക്ക് നിഗൂഢമായ അർത്ഥങ്ങളുണ്ടെന്ന് എപ്പോഴോ നീ എന്നോടു പറഞ്ഞിരുന്നു. അവയെന്താണെന്നു നിനക്കുപോലുമറിയില്ലെന്നാണു നീ പറഞ്ഞത്. നമ്മുടെ യാത്രകളിൽ, ഒന്നും പറയാതെതന്നെ അപ്രതീക്ഷിതമായി പലതും സംഭവിച്ചു. നിന്റെ ഭ്രാന്തമായ ഇഷ്ടങ്ങൾക്ക് ഒരിക്കൽ വിധേയനാകുമെന്ന് സ്വപ്നത്തിൽപ്പോലും ഞാൻ വിചാരിച്ചിരുന്നില്ല. നിന്നോടുള്ള ഇഷ്ടംകൊണ്ടു മാത്രമാണ്, നമ്മളൊന്നിച്ചു താമസിക്കണമെന്ന തീരുമാനത്തിലെത്തിയത്. വിവാഹജീവിതത്തിന്റെ വിജയമെന്നത്, എപ്പോഴും നല്ല കൂട്ടുകാരായിരിക്കുക എന്നതാണെന്ന് നീ തന്നെയാണു പറഞ്ഞത്. നമ്മൾ തീർച്ചയായും നല്ല സുഹൃത്തുക്കളായിരുന്നല്ലോ. നമ്മുടെ അടുത്ത സുഹൃത്തക്കൾപോലും നമ്മുടെ സഹവാസത്തിൽ അസൂയാലുക്കളായിരുന്നില്ലേ? നമ്മൾ ഒന്നും പ്ലാൻ ചെയ്യേണ്ട ആവശ്യമില്ല, നമ്മളൊന്നിക്കുമ്പോൾ നമ്മൾപോലുമറിയാതെ എല്ലാം

സംഭവിക്കണമെന്നു നീയല്ലേ എപ്പോഴും പറയാറുണ്ടായിരുന്നത്? എന്നിട്ടും ഇപ്പോൾ ഒന്നും സംഭവിക്കാത്ത മട്ടിൽ ഏതോ അജ്ഞാതനായ ആരോ ഒരാളെ പ്രണയിക്കുന്നു എന്നു പറയുന്നു.

ഒരുപക്ഷേ, നിർത്താതെയുള്ള എന്റെ യാത്രകൾക്കിടെ, നിനക്കുണ്ടായ ഒറ്റപ്പെടലുകളായിരിക്കാം നിന്നെ എന്നിൽനിന്നടർത്തി മാറ്റിയത്. എനിക്കറിയണം, ആരാണ് ആ അജ്ഞാതകാമുകനെന്ന്. നീയും നിന്റെയാ 'ഒരാളും'കൂടി എനിക്കെതിരെയുള്ള അന്തിമപോരാട്ടത്തിലാണെന്നാണ് ഞാൻ മനസ്സിലാക്കുന്നത്. എന്നാലും നിനക്കതിനു കഴിയില്ലെന്നു വിശ്വസിക്കാനാണ് ഞാനാഗ്രഹിക്കുന്നത്. ഇപ്പോഴും നമ്മുടെ വീട്, കുട്ടികൾ എന്നൊക്കെയുള്ള സ്വപ്നങ്ങൾ കറുത്ത നിഴൽപ്പാടുകളായി എന്നെ പിൻതുടരുകയാണ്. ആ നിഴലുകളിൽ, നമ്മളെടുത്ത കടുത്ത തീരുമാനങ്ങൾ വെറുമൊരു ചിമ്മിനിവിളക്കിന്റെ അരണ്ട വെളിച്ചത്തിൽ മാഞ്ഞുമാഞ്ഞുപോകുന്നതുപോലെ.

നിന്നെ എനിക്കു നല്ലതുപോലെയറിയാമെന്നുള്ളത് എന്റെ വെറും അഹങ്കാരം മാത്രമായിരുന്നു. ഈ ലോകത്ത് ഒരാൾക്കും മറ്റൊരാളെ ഒരിക്കലും പൂർണമായി മനസ്സിലാകുന്നില്ലെന്ന് ഇപ്പോഴാണ് എനിക്കു ബോധ്യപ്പെടുന്നത്. ഓരോരുത്തരും ഓരോ സമയത്ത് അവസരോചിതമായി രംഗത്തു വന്ന്, ഓരോ വേഷംകെട്ടി അഭിനയിക്കുന്നു. ഓരോരുത്തരും അവരവരുടെ വേഷങ്ങൾ എത്ര ഭംഗിയാക്കാമെന്നു മാത്രമാണു ചിന്തിക്കുന്നത്.

ഒരിക്കൽ നമ്മളൊന്നിച്ച് ഒരു വേനലവധിക്ക് കാനഡയിൽ പോയപ്പോൾ, നയാഗ്ര വെള്ളച്ചാട്ടം കണ്ടുകൊണ്ടു നടക്കവേ നീ പറഞ്ഞത് ഞാൻ മറന്നിട്ടില്ല. നീ എന്റെ കൈയിൽപ്പിടിച്ച്, വെള്ളച്ചാട്ടത്തിലേക്കും ആർത്തലയ്ക്കുന്ന നദിക്കു മുകളിലുള്ള ആകാശത്തേക്കു നോക്കി നിന്നു. അന്നു നീ പങ്കുവച്ച ഭ്രാന്തൻചിന്തകൾക്ക് ഒരുപാടർത്ഥങ്ങളുള്ളതുപോലെ.

"ലൂക്കാച്ചാ, ജീവിതം ഒരു വെള്ളച്ചാട്ടംപോലെയാണ്. ആദ്യമൊക്കെ ഒച്ചവച്ചു തുള്ളിച്ചാടി, വേഗത്തിലുള്ള ഒരുതരം പ്രയാണമാണ്. അവസാനം സമതലങ്ങളിൽ വന്ന്, ശാന്തമായൊഴുകി, സമുദ്രത്തിലെത്തുന്നു. പിന്നെ ആ മഹാസാഹരത്തിൽ അലിഞ്ഞലിഞ്ഞ്, കൊച്ചുകൊച്ചോളങ്ങളായി ഇല്ലാതാകുന്നു. ഒഴുക്കുകളും ഓളങ്ങളുമെല്ലാം നമ്മുടെയൊക്കെ ജീവിതംപോലെ അവസാനിക്കുന്നു. അല്ലെങ്കിൽ, മഴയായി, പേമാരിയായി, വെള്ളപ്പൊക്കമായി മറ്റൊരു രൂപത്തിൽ പുനർജ്ജനിക്കുന്നു എന്നു നമ്മൾ വിശ്വസിക്കുന്നു."

ഞാൻ ഇപ്പോഴേ സമതലങ്ങളിലെത്തയതുപോലെ. ഇനി സമുദ്രത്തിലെത്താൻ അധികദൂരമില്ല. നീ ഇപ്പോഴും ഒരു മുഴുക്കിറുക്കിയായി അലറിവിളിക്കുകയാണ്. വെള്ളച്ചാട്ടങ്ങളിൽനിന്ന് ഒഴുകിയെത്തുന്ന

17:00

പുഴകൾപോലെ അലക്ഷ്യമായി ഒഴുകുകയാണ്. നിന്റെ വികലമായ മനസ്സിനു കടിഞ്ഞാണിടാൻ ഇനി മറ്റൊരാൾക്കു കഴിയുമെന്നൊന്നും ഞാൻ വിശ്വസിക്കുന്നില്ല.

നീ പറഞ്ഞതുകൊണ്ടു മാത്രമാണ്, അടുത്ത ദിവസം സന്ധ്യാ നേരത്ത് അതേ നദീതീരത്ത് നിന്നെക്കാണാൻ ഞാനെത്തിയത്. എനിക്ക് എല്ലാമറിയണമായിരുന്നു. നിന്നിൽ എന്താണു സംഭവിച്ചുകൊണ്ടിരിക്കുന്നത്? നിന്റെ അടുത്ത കൂട്ടുകാർപോലും നിന്നെ ഒരു മനശ്ശാസ്ത്രജ്ഞനെ കാണിക്കണമെന്ന് എന്നോടാവശ്യപ്പെട്ടിരുന്നു. ഇനിയെങ്കിലും നീ എല്ലാമെന്നോടു തുറന്നു പറയുമെന്ന വിശ്വാസത്തിലായിരുന്നു ഞാൻ.

കാറ്റുകൊണ്ട്, ഹഡ്സൺ നദിയുടെ തീരത്ത് സ്പീഡ് ബോട്ടുകൾ സൃഷ്ടിക്കുന്ന വെള്ളപ്പതകളിലും ഓളങ്ങളിലും നോക്കിക്കൊണ്ട് എത്ര നേരം നമ്മൾ മിണ്ടാതിരുന്നു. ആ സമയത്തെപ്പോഴോ നീ നിന്റെ അവിശ്വസനീയമായ അനുഭവങ്ങൾ പങ്കുവയ്ക്കുകയായിരുന്നു. പക്ഷേ, നീയെന്തിനാണു മരിക്കാൻ തീരുമാനിച്ചതെന്ന് അപ്പോഴും വ്യക്തമായിരുന്നില്ല. ലോങ് ഐലന്റിലുള്ള നിന്റെ വീട്ടിൽവച്ചാണ് അതു നീ ചെയ്തത്. നീ പറഞ്ഞതനുസരിച്ച്, സംഭവിച്ചതിതാണ്:

അച്ഛനുമമ്മയും ഉറങ്ങിക്കിടന്ന രാത്രിയിൽ, കസേരയിൽ കയറിനിന്ന്, നിനക്ക് ഏറ്റവുമിഷ്ടമുള്ള കറുത്ത സാരികൊണ്ട് കഴുത്തിൽ കുരുക്കിട്ടു. ഒന്നു കണ്ണടച്ചപ്പോൾ, അപ്രതീക്ഷിതമായ ഒരട്ടഹാസം കേട്ടു. ആരോ വാതിലിൽ മുട്ടിയെന്നു നിനക്കു തോന്നി. അരോചകമായ ശബ്ദംകേട്ട് നീ ഞെട്ടി, തിരിഞ്ഞുനോക്കി. മരണത്തെ ഭയമില്ലാത്തവർക്കു ധൈര്യം കൂടും. ആരെ എന്തിനു പേടിക്കണം എന്ന ആലോചനയോടെ, സാരിയുടെ കുരുക്കഴിച്ച്, ഇരുട്ടിൽ ധൈര്യമായി നടന്നുചെന്ന് കതക് മെല്ലെ തുറന്നു നോക്കിയെങ്കിലും ആരെയും കണ്ടില്ല. ആരാണെന്നറിയാനുള്ള ആകാംക്ഷയിൽ മാത്രമാണ്, നീ കഴുത്തിലെ കുരുക്കഴിച്ചതും കസേരയിൽനിന്നിറങ്ങിയതും. 'സമയമായില്ല ഗംഗാ' എന്നുപറഞ്ഞ് ആരോ ഒരാൾ ഉച്ചത്തിൽ ചിരിച്ചുകൊണ്ട് സംസാരിച്ചുതുടങ്ങി. അത്രയും ആകർഷകമായ ഒരു ചിരി നീ ആദ്യമായി കേൾക്കുകയായിരുന്നു. ആ ചിരിയുടെ ശബ്ദം ചുറ്റുപാടും പ്രതിധ്വനിച്ചു. ലൈറ്റ് ഓൺ ചെയ്ത്, നീ പുറത്തേക്കിറങ്ങാൻ തുടങ്ങിയപ്പോഴേക്കും അടുത്ത മുറിയിൽ അമ്മ ഉണർന്ന് 'ആരാ മോളേ വാതിൽ തുറന്നത്' എന്നു ചോദിച്ചു. അങ്ങനെ നീയാ ഉദ്യമമുപേക്ഷിച്ചു. വീണ്ടും ലൈറ്റണച്ച്, നീ കിടക്കയിൽ വന്നു കിടന്നപ്പോൾ ആ അജ്ഞാതശബ്ദം ചെവിയിൽ മുഴങ്ങി: 'ഇന്നുമുതൽ നിന്നോടൊപ്പം ഒരു നിഴൽപോലെ ഞാനുണ്ടാവും. നീയും ഞാനും മാത്രമുള്ള ഒരു ലോകത്തിലാണ് നമ്മളിപ്പോൾ.'

എനിക്കറിയാം, അന്നുമുതലാണ് ഗംഗയിൽ ആ ഒരാൾ കയറിക്കൂടിയത്. അയാൾ എല്ലാ യാത്രകളിലും നിന്നോടൊപ്പമുണ്ട്. ബാത് ടബ്ബിൽപ്പോലും നിന്നോടൊപ്പം നാണമില്ലാതെ മുങ്ങിക്കിടക്കുന്നു. രാത്രിയിൽ,

നിന്റെ ബെഡ്റൂമിൽ, ഒരു പുതപ്പിൻകീഴിൽ നിങ്ങൾ നഗ്നരായി കിടന്നുറങ്ങുന്നു. നിന്നോടൊപ്പമുണരുന്നു. നിന്നോടൊപ്പം ഈവനിംഗ് വാക്കിനു വരുന്നു. നിങ്ങളൊന്നിച്ച് ഒരേ സ്വപ്നം കാണുന്നു. പലപ്പോഴും അയാൾ നീതന്നെയാകുന്നതുപോലെ നിനക്കു തോന്നുന്നു. എവിടെപ്പോയാലും, ഏതു പ്രതിസന്ധിഘട്ടത്തിലും നിന്റെ സംരക്ഷകനാകുന്നു. നിന്റെ ഏതു ചോദ്യത്തിനും നിനക്കു മാത്രമുള്ള ഉത്തരങ്ങളുമായി ഉച്ചത്തിൽ ചിരിച്ചുകൊണ്ടു സംസാരിക്കുന്നു. അപ്പോൾ നീ, എല്ലാം മറന്ന് അവനെ ചുംബനങ്ങൾകൊണ്ടു ശ്വാസം മുട്ടിക്കുന്നു. അയാളുടെ സാന്നിധ്യത്തിൽ നീ കൂടുതൽ സുരക്ഷിതയാണെന്നു നിനക്കു തോന്നുന്നു. അയാൾ ഒരെഴുത്തുകാരനാണെന്നു നീ പറഞ്ഞു. അല്ലെങ്കിൽ നീയങ്ങനെ ആഗ്രഹിക്കുന്നു. എന്നും നീ മെട്രോയിൽ യാത്ര ചെയ്യുമ്പോൾ നിന്റെ തൊട്ടടുത്ത് അയാളുണ്ടാകും. ട്രെയിനിലെ ശബ്ദകോലാഹലങ്ങൾക്കിടയിൽ അയാൾ ഒരുപാടു കാര്യങ്ങൾ ഉറക്കെ സംസാരിക്കും. നീയും അതുപോലെ തിരിച്ചു പറയും. ഇതു സ്ഥിരമായി കാണുന്ന സഹയാത്രികരാണ്, നിനക്കു മാനസികവിഭ്രാന്തിയാണെന്ന് നിന്റെ അച്ഛനോടും അമ്മയോടും ആദ്യം പറഞ്ഞത്. ഞാനതിൽ തീർത്തും നിരപരാധിയാണ്. നിന്റെ സഹസഞ്ചാരികളെ വിശ്വസിക്കുക മാത്രമാണു ഞാൻ ചെയ്തത്. അല്ലാതെ ഞാനാരോടും ഒന്നും പറഞ്ഞിട്ടില്ല.

നമ്മളെന്നും അന്യോന്യം വിശ്വസ്തരായിരുന്നല്ലോ. നിന്റെ കിറുക്കുകൾ കൂട്ടുകാർക്കിടയിൽ സംസാരവിഷയമായിരുന്നെങ്കിലും ഞാനതൊന്നും അറിഞ്ഞതായിപ്പോലും ഭാവിച്ചില്ല. ആരോ ഒരാൾ നിന്നെ മാനസികമായും ശാരീരികമായും സ്വന്തമാക്കിക്കഴിഞ്ഞു എന്ന് എനിക്കും മനസ്സിലായിരുന്നു. തൽക്കാലം അതങ്ങനെ പോകട്ടെ എന്നാണ് ഞാനിപ്പോൾ ആഗ്രഹിക്കുന്നത്. കാരണം, നിനക്കൊരു ജീവിതം തന്നത് അയാളാണല്ലോ. അഥവാ, നിന്നെ ആത്മഹത്യയിൽനിന്നു രക്ഷപ്പെടുത്തിയത് ആ ഒരാളാണെന്ന് നീ വിശ്വസിക്കുന്നു. അയാളുടെ അവസരോചിതമായ പൊട്ടിച്ചിരിയായിരുന്നു നിന്റെ രക്ഷകൻ. അയാളാണ് നിന്റെ ഗാർഡിയൻ; നിന്റെ ഏയ്ഞ്ചൽ.

ഞാനിപ്പോൾ ഹഡ്സൺ നദിയുടെ തീരത്ത് ഏകനാണ്. വീണ്ടും അകലങ്ങളിലേക്കു പോവുകയാണ്. നിന്നെ ആ 'ആരോ ഒരാളി'ന്റെ കരങ്ങളിലേൽപ്പിക്കുന്നു. അങ്ങനെയെങ്കിലും നീ സുരക്ഷിതയായിരിക്കട്ടെ എന്നു ഞാനാശിക്കുന്നു. എന്റെ എല്ലാവിധ ആശംസകളുമർപ്പിക്കുന്നു.

എന്നെങ്കിലും നീയെന്നെ പൂർണമായി മനസ്സിലാക്കുമെന്ന പ്രതീക്ഷയോടെ,

എന്നുമെന്നും നിന്നെ സ്നേഹിക്കുന്ന

ലാലു ലൂക്കോസ്."

"എന്റെ പ്രിയലാലൂ,

ഇപ്പോൾ എനിക്ക് എല്ലാം മനസ്സിലാകുന്നു. എന്റെ രക്ഷകൻ, എന്റെ വാതിലിൽ മുട്ടിയ ഗാർഡിയൻ, എന്റെ ഏയ്ഞ്ചൽ... എല്ലാം നീതന്നെയായിരുന്നു. അന്ന് ഹഡ്സൺ നദിയുടെ തീരത്തിരുന്ന്, നിന്റെ ചെവിയിൽ മന്ത്രിച്ചതൊക്കെ എന്നിലെ മുഴുഭ്രാന്തിയായിരുന്നു. ഞാൻ ഇങ്ങനെയൊരവസ്ഥയിലെത്തിയതിനു കാരണം, നിന്റെ അകലങ്ങളിലേക്കുള്ള യാത്രകളായിരിക്കാമെന്ന് ഇപ്പോൾ ഞാൻ തിരിച്ചറിയുന്നു. നിന്നോടുകൂടിയുള്ള യാത്രകളോ സൗഹൃദമോ ഒന്നും അമ്മയ്ക്കും അച്ഛനും ഇഷ്ടമല്ലായിരുന്നു. അതു നിന്നിൽനിന്നു ഞാൻ തന്ത്രപൂർവ്വം ഒളിപ്പിച്ചു. ആ ഒളിച്ചോട്ടത്തിൽ രൂപപ്പെട്ട ഏതോ മാനസികസംഘർഷത്തിലായിരുന്നു ഞാൻ. ഇപ്പോൾ ഞാൻ വീണ്ടും വേറൊരു ഗംഗയായി, ശാന്തമായി ഒഴുകുന്ന പുഴയായി പുനർജ്ജനിക്കുകയാണ്. അച്ഛനുമമ്മയും ഇപ്പോൾ എന്നോടൊപ്പമാണു സഞ്ചരിക്കുന്നത്. അവരെന്നെ മനസ്സിലാക്കിയിരിക്കുന്നു. ഇനിയുള്ള യാത്രകൾ നമ്മളൊരുമിച്ചാണ്. ഞാൻ എന്നും നിന്നോടുകൂടിയുണ്ടാകും. നിനക്കിഷ്ടമാണെങ്കിൽ, നാളെ നമുക്ക് വീണ്ടുമൊരു ദൂരയാത്ര പോകാം. ഹഡ്സൺ നദിയിലെ കൊച്ചോളങ്ങൾ കീറിമുറിച്ച് ഓടിപ്പോകുന്ന സ്പീഡ് ബോട്ടിൽ, കുളിരുള്ള രാത്രിയിൽ ആലിംഗനബദ്ധരായി എല്ലാം മറക്കാം. മാൻഹട്ടണിലെ വമ്പൻ കെട്ടിടങ്ങളുടെ ഇടനാഴിയിലെ ഇരുണ്ട നിഴലിലൂടെ കൈകൾ കോർത്തുപിടിച്ച് അലഞ്ഞു നടക്കാം. നമ്മൾ പോകാറുള്ള വിക്ടോറിയൻ വൈൻ ഷോപ്പിൽ ഒന്നിച്ചിരുന്ന്, മുന്തിയ ഇനം റെഡ് വൈൻ നുകരാം. ആൽബനിയിലെ മഞ്ഞുമലകളിലേക്കും താഴ്വാരങ്ങളിലേക്കും സഞ്ചരിക്കാം. നിന്റെ സ്നേഹം നിറഞ്ഞ ഹൃദയത്തിലൂടെ ഈ ഗംഗയ്ക്കു പുനർജ്ജനിക്കണം.

ജീവിതം ഒന്നല്ലേയുള്ളൂ? കമോൺ ലാലുച്ചായാ, നമുക്ക് അടിച്ചുപൊളിക്കാം.

ഇപ്പോൾ നീ വിചാരിക്കുന്നുണ്ടാകും എനിക്കിപ്പോഴും മുഴുഭ്രാന്താണെന്ന്. അതേ ലാലൂ, എനിക്കു ഭ്രാന്തുതന്നെയാണ്. നീയെന്ന സ്നേഹം മുഴുഭ്രാന്തായി എന്നിലാവേശിച്ചിരിക്കുന്നു. ഇനിയൊരിക്കലും പിരിയാൻ കഴിയാത്ത ഒഴിയാബാധ!

പ്ലീസ്, പ്ലീസ് ലാലൂ ലൂക്കാ,

എന്നെ വിശ്വസിക്കൂ. എന്നോടു ക്ഷമിക്കൂ.

എന്നുമെന്നും നിന്റേതു മാത്രമായ

ഗംഗാ അഞ്ജലി."

■

കുരിശുകൃഷി

ആറുരുളിപ്പുഴയുടെ തീരത്തുനിന്നു നോക്കിയാൽ തേയിലക്കാടുകൾ കൊണ്ടു പച്ചപ്പട്ടു വിരിച്ച കുറേ കുന്നിൻപുറങ്ങളും പഴയ ആറുരുളി പ്പാലവും കാണാം. ആ കുന്നുകൾക്കിടയിൽ സൂക്ഷിച്ചു നോക്കിയാൽ മാത്രം കാണുന്ന ഒരു കൊച്ചു മലയോരപ്രദേശമാണ് കൂനംപാറ. കാൽനട ക്കാരുടെ ചവിട്ടുകൊണ്ടു മുരടിച്ച പുല്ലുകൾ നിറഞ്ഞ ഒരു നാട്ടുവഴി വന്നു ചേരുന്ന ടാറിട്ട റോഡിലാണ്, കൂനംപാറക്കവല. നാട്ടുകാർ സ്നേഹ പൂർവ്വം കൂനംപാറ സിറ്റി എന്നും പറയും.

കവലയിലെ ഇന്നത്തെ തിരക്കു കണ്ടാൽ ഒരന്തിച്ചന്തയാണെന്നേ തോന്നൂ. തോട്ടംതൊഴിലാളികളൊക്കെ പണികഴിഞ്ഞു സിറ്റിയിലേക്കിറ ങ്ങുന്ന സമയമാണ്. പുഴയ്ക്കക്കരെയുള്ള രാഗിണി ടാക്കീസിൽനിന്ന് ഏതോ തമിഴ്പ്പാട്ട് അവ്യക്തമായി കേൾക്കാം. സിറ്റി പൊതുവേ ശബ്ദായ മാനമാണ്. കുന്നിൻപുറത്തുനിന്നു താഴേക്ക്, പള്ളി വഴി വളഞ്ഞുപുളഞ്ഞു വരുന്ന വഴി, മെയിൻ റോഡിൽ മുട്ടുന്നിടത്താണു കുരിശുപള്ളി. അവിടെ, മാതാവിന്റെ തിരുരൂപത്തിനു മുമ്പിൽ ഒന്നുരണ്ടു തൊഴിലാളിസ്ത്രീകൾ മുട്ടുകുത്തിനിന്ന് മെഴുകുതിരി കത്തിക്കുന്നു.

സിറ്റിയിൽ എവിടെനിന്നു നോക്കിയാലും മലമുകളിലൂടെ കോടമഞ്ഞ ടിച്ചുകയറുന്നതുകൊണ്ട്, കൂനംപാറംപ്പള്ളിയിലെ കുരിശിന്റെയറ്റം, മഞ്ഞിൽനിന്ന് എത്തിനോക്കുന്നതുപോലെയേ തോന്നൂ.

അന്നത്തെ ദിവസം, നാട്ടുകാരുടെ പ്രധാന സംഗമസ്ഥലമായ കുട്ടാപ്പി ആൻഡ് സൺസ് ടീ ഷോപ്പിൽ, സ്ഥലത്തെ മാന്യന്മാർ ഗൗരവതരമായ ചർച്ചയിലാണ്.

കവലയിൽക്കൂടി ഓട്ടോ ഓടിച്ചുനടന്ന കുട്ടാപ്പി ഒരു സുപ്രഭാതത്തി ലാണ് കുട്ടാപ്പി ആൻഡ് സൺസ് തുടങ്ങിയത്. ലോട്ടറിയടിച്ചു കിട്ടിയ പണമാണെന്ന് നാട്ടുകാർ പറയുന്നു. അതിന്റെ നിജസ്ഥിതി ആർക്കുമറി യില്ലെങ്കിലും കുരിശുകുത്തി സമരത്തെ അനുകൂലിച്ചുള്ള പല ജാഥ കളിലും ഒളിച്ചും പാത്തും കുട്ടാപ്പി പങ്കെടുത്തിട്ടുണ്ടെന്നുള്ള കാര്യം

പരസ്യമായ രഹസ്യമാണ്. ഏതോ സർക്കാർഭൂമി കൈയേറി കുരിശു കുത്തി എന്ന ആരോപണത്തിൽ, മലമുകളിലെ കുരിശും തറയും വിവാദത്തിലായ സമയമാണത്. അപ്പോഴാണ് അപ്പച്ചന്റെ വരവ്.

കൂനംപാറയിലെ ഏക ഇലക്ട്രീഷ്യനായ കരണ്ടപ്പച്ചൻ, ഒരു ഓട്ടോ പിടിച്ചാണ് കുട്ടാപ്പിയുടെ കടയിലേക്കു വന്നത്. നല്ല ഫോമിലായാൽപ്പിന്നെ അപ്പച്ചൻ ഓട്ടോയിലേ യാത്ര ചെയ്യൂ. ഒരിക്കൽ ബൈക്കുമായി വരുമ്പോൾ ബാലൻസ് തെറ്റി ആറുരുളിപ്പുഴയിലേക്കൊന്നു മറിഞ്ഞതാണ്. വെള്ളത്തിലായതുകൊണ്ടു മാത്രം നിസ്സാരപരിക്കുകളോടെ രക്ഷപ്പെട്ടു. ഒഴുകിപ്പോയ ചടാക്ക് ബൈക്ക്, നാട്ടുകാരും ഫയർഫോഴ്സുംകൂടിയാണ് പൊക്കിയെടുത്തത്. ആ ബൈക്ക് നന്നാക്കിയെടുക്കാൻ കാശു കുറേ ചെലവായി. ഹെൽമെറ്റ് വയ്ക്കാത്ത കരണ്ടപ്പച്ചൻ അന്നു നാട്ടുകാരുടെ മുമ്പിൽവച്ച് സത്യം ചെയ്തതാണ്, വെള്ളമടിച്ചാൽപ്പിന്നെ ബൈക്കോടിക്കുകയില്ല എന്ന്. ഓടിക്കാനുള്ള ധൈര്യവുമില്ല.

അപ്പച്ചനെ കണ്ടപ്പോൾത്തന്നെ കുട്ടാപ്പി പറഞ്ഞു:

“ഇന്ന് അപ്പച്ചൻ നല്ല ഫോമിലാ. തൊട്ടാൽ കരണ്ടടിക്കും.”

കുരിശുതകർക്കൽ എന്ന വിഷയത്തെക്കുറിച്ചുള്ള, അന്നത്തെ ചർച്ചയിലേക്കാണ് അപ്പച്ചൻ വന്നുകയറിയത്. കുട്ടാപ്പിയെക്കൂടാതെ, റിട്ടയേഡ് പ്രൊഫസർ പീറ്ററും തൊഴിലാളിനേതാവ് വേണുജിയും ചൂടുള്ള വാർത്ത കിട്ടിയ ടി വി ചാനലുകാരെപ്പോലെ ഉത്സാഹത്തിലായിരുന്നു. നാട്ടിലെ ഒരേയൊരു പട്ടാളക്കാരനായിരുന്ന ക്യാപ്റ്റൻ പത്രോസ്, പള്ളിവക സ്വകാര്യസ്ഥാപനത്തിലെ അധ്യാപകനായപ്പോഴാണ് പ്രൊഫസർ പീറ്ററായത്.

അപ്പച്ചൻ വന്നപാടേ മുണ്ടൊന്നു മുറുക്കിയുടുത്ത്, ചായക്കടയുടെ ഉള്ളിലാകെ കണ്ണോടിച്ചു. സ്ഥലത്തെ സ്വന്തം ലേഖകൻകൂടിയായ അപ്പച്ചന്റെ വരവ് ആർക്കും അപ്രതീക്ഷിതമായിരുന്നില്ല. ചെറുതായി ഒരു രാഷ്ട്രീയച്ചിരി ചിരിച്ച്, എല്ലാവരോടുമായി അയാളൊരു ഉപമ പറഞ്ഞു:

“ഭാര്യമാർ വയ്ക്കുന്ന സാമ്പാർ, ചോറിനു കൂട്ടാൻ നല്ലതാ. പക്ഷേ അണിഞ്ഞൊരുങ്ങി കല്ല്യാണത്തിനു പോകാൻ നിൽക്കുമ്പോൾ അവരുടെ സാരിയിൽ ഒന്നൊഴിച്ചുനോക്ക്. അപ്പോഴറിയാം വിവരം.. പിന്നെ കാര്യങ്ങൾക്കൊക്കെ ഒരു തീരുമാനമാകും.”

കരണ്ടപ്പച്ചൻ എന്താണ് മുഖവുരയൊന്നുമില്ലാതെ ഇങ്ങനെ പറയുന്നതെന്ന സംശയത്തിലായിരുന്നു ചായക്കട സദസ്സ്. വേണുജിയാണു പ്രതികരിച്ചത്:

“അപ്പച്ചോ, ചുമ്മാ പിച്ചും പേയും പറയാതെ കാര്യം പറ. ഇവിടെയിപ്പം സാമ്പാറും കറിയുമൊന്നും വച്ച കാര്യമൊന്നും ആരും പറഞ്ഞില്ലല്ലോ. ഇന്നത്തെ പ്രശ്നം മലയിലെ കുരിശല്ലേ?”

കുട്ടാപ്പി & സൺസ്
ടീ ഷോപ്പ്

"അതുതന്നെയല്ലേ ഞാനീ പറഞ്ഞുവരുന്നത്? കുരിശാണെങ്കിലും വിഗ്രഹമാണെങ്കിലും അതിരിക്കേണ്ടടത്തിരിക്കണം. താനിരിക്കേണ്ടിടത്തു താനിരുന്നില്ലെങ്കിൽ കണ്ട കൊടിച്ചിപ്പട്ടിയൊക്കെ കയറിയിരിക്കുമെന്നു കേട്ടിട്ടില്ലേ? മനുഷ്യർക്കു മാത്രമല്ല, മതചിഹ്നങ്ങൾക്കും ഇരിക്കേണ്ട ചില സ്ഥലങ്ങളുണ്ട്. വല്ല മലയിലും കാട്ടിലും കൊണ്ടുപോയി സ്ഥാപിക്കാനുള്ളതാണോ ഈ കുരിശ്? ഒള്ളതു പറഞ്ഞാൽ പണ്ടുതൊട്ടേ സന്ന്യാസിമാരും പുണ്യാളന്മാരുമൊക്കെ നമുക്കിട്ടു പണി തന്നു എന്നു പറഞ്ഞാമതിയല്ലോ.

മുൻ ഇടതുപക്ഷമന്ത്രി ചക്കാലയ്ക്കൽ കുട്ടപ്പന്റെ ഭാഷയിൽ പറഞ്ഞാൽ "ഇതൊക്കെ ഒരുമാതിരി കാട്ടിലെ പണിയാ. കാശുണ്ടാക്കാൻ. അല്ലാതെ പിന്നെ. പണ്ടൊക്കെ പട്ടിണി കിടന്നും ത്യാഗം ചെരിപ്പുപോലുമില്ലാതെ ത്യാഗം സഹിച്ചുമാണ് ആളുകൾ മല ചവിട്ടിയിരുന്നത്. ഇന്ന് നേർച്ചപ്പെട്ടിയിൽ പണം നിക്ഷേപിക്കാനുള്ള സൗകര്യത്തിനു റോഡുകളായി, പാലങ്ങളായി. എന്തിനു പറയുന്നു, വി ഐ പികൾക്ക് വേണമെങ്കിൽ പരമസുഖമായി ഹെലിക്കോപ്റ്ററിൽ ചെന്നിറങ്ങാമെന്നുവരെയായി. ഇഷ്ടംപോലെ നിക്ഷേപിക്കാനുള്ള സംവിധാനങ്ങൾ വേറേ..."

ഇത്രയും ഒറ്റ ശ്വാസത്തിൽ പറഞ്ഞിട്ട്, കരണ്ട് എല്ലാവരേയും മൊത്തത്തിലൊന്നു നോക്കി. ആർക്കും പ്രതികരണമില്ല. സത്യം പറയുമ്പോൾ ആരെങ്കിലും എന്തിനു പ്രതികരിക്കണമെന്ന ഭാവത്തിലാണ് മാന്യസദസ്സ്. ഇതൊക്കെ കേൾക്കുമ്പോഴും ക്യാപ്റ്റൻ പത്രോസിന്റെ ശ്രദ്ധ മുഴുവൻ പത്രത്തിലാണ്. പീറ്റർസാറങ്ങനെയാണ്. അയാൾക്കിഷ്ടമില്ലാത്ത കാര്യങ്ങൾ പറയുമ്പോൾ പത്രം വായിക്കുന്ന രീതിയിൽ കുനിഞ്ഞിരിക്കും. എന്നാൽ വേണുജിയും കുട്ടാപ്പിയും എല്ലാം ശ്രദ്ധിച്ചു കേൾക്കുന്നുണ്ടായിരുന്നു. അതറിഞ്ഞുകൊണ്ട്, അപ്പച്ചൻ കുട്ടാപ്പിയോടു പറഞ്ഞു:

"കുട്ടാപ്പീ... കടുപ്പത്തിലൊരു ചായ."

വേണുജി കൈയിൽ കൊണ്ടുവന്ന കുപ്പിയിൽനിന്ന് ഒരു കവിൾ വെള്ളം കുടിച്ചിട്ട്, ചില്ലലമാരയിൽനിന്ന് ഒരു പരിപ്പുവടയെടുത്ത് കറുമുറെ തിന്നാൻ തുടങ്ങി. കുപ്പിയിൽ വെള്ളമല്ല, പട്ടച്ചാരായമാണെന്ന് കുട്ടാപ്പിക്കും കൂട്ടുകാർക്കും നല്ലതുപോലെയറിയാം. എന്നാലും ആ പതിവുശീലങ്ങളൊന്നും ആരും അറിഞ്ഞതായി നടിക്കില്ല. ഒരു കവിൾകൂടി മോന്തി, കുപ്പി മേശപ്പുറത്തു വച്ച്, വേണുജി സംസാരിച്ചുതുടങ്ങി:

"എന്റെ അപ്പച്ചാ, ഇതൊക്കെ ഇന്നും ഇന്നലെയും തുടങ്ങിയതല്ല. അല്ലെങ്കിലും ഇതിനിപ്പം ഇത്രയധികം വികാരം കൊണ്ടിട്ടു വലിയ കാര്യമൊന്നുമില്ല."

"അതു നേരാ. ഇന്നും ഇന്നലെയുമൊന്നുമല്ല, അങ്ങു തോമാശ്ലീഹായുടെ കാലത്തു തൊട്ടുള്ള കളിയാ. അതിന്റെയൊക്കെ തിക്തഫലങ്ങളാ

നമ്മളീയനുഭവിക്കുന്നത്. സത്യം പറയാമല്ലോ, കോളേജിൽ പഠിക്കുമ്പോൾ കൂടെ പഠിക്കുന്ന കൂട്ടുകാരു നിർബ്ബന്ധിച്ചിട്ടാ ഒരു രാത്രി മലയാറ്റൂർ മലയൊന്നു ചവിട്ടിയത്. കുറേ പെൺകുട്ടികളും കൂടെയുണ്ടായിരുന്നതുകൊണ്ട് തട്ടീം പിടിച്ചും കേറിപ്പോയതറിഞ്ഞില്ല. അതു നല്ല ചൂടുള്ള ഏപ്രിൽമാസത്തിലായിരുന്നു. തിരിച്ചു താഴെ വന്നപ്പം വിയർത്തു കുളിച്ചു വല്ലാത്തൊരവസ്ഥയിലായി. അന്നു തൊടങ്ങീതാ നടുവിനൊരു പിടുത്തം. അന്നത്തെ ക്ഷീണം ഇപ്പോഴും മാറീട്ടില്ല. ഇനിയിപ്പം അതു മാറണമെങ്കിൽ വേളാങ്കണ്ണീപ്പോയി മാതാവിനോടു മുട്ടുമ്മേ നിന്നു പ്രാർത്ഥിക്കണമെന്നാ ഇടവകപ്പള്ളീലെ റോബിനച്ചൻ പറയുന്നത്. അതു വല്ലോം നടക്കുന്ന കാര്യമാണോ കുട്ടാപ്പീ? അതും, തൊട്ടടുത്തുള്ള കൂനം പാറ പള്ളീൽപ്പോകാത്ത എന്നോട്. ഞാനപ്പഴേ അച്ചനോടു പറഞ്ഞു, അച്ചോ, അതു തിളച്ച വെള്ളമാ, ആ വെള്ളമങ്ങു വാങ്ങിവച്ചേരെന്ന്!"

അതു കേട്ടപ്പോൾത്തന്നെ കുട്ടാപ്പിക്കു മനസ്സിലായി, പകുതി പുളു വടിക്കുന്നതാണെന്ന്. അച്ചൻമാരെപ്പറ്റിയൊക്കെ പല പെൺവാണിഭ ക്കഥകളും കേട്ടിട്ടുണ്ടെങ്കിലും ഫാദർ റോബിൻ കാടുകേറി അങ്ങനെ യൊന്നുമല്ല. പേരുപോലെതന്നെ അച്ചട്ടാണ് അച്ചന്റെ പെരുമാറ്റം. പാവങ്ങളുടെ ഉന്നമനത്തിനുവേണ്ടി ഏതു കാടും മലയും കേറും. എല്ലാ സമുദായക്കാർക്കും സമ്മതനായ വികാരിയച്ചന്റെ നേരേ നോക്കി അത്രയൊന്നും പറയാനുള്ള ധൈര്യമൊന്നും ഈ കരണ്ടിനില്ലെന്ന് എല്ലാവർക്കുമറിയാം. എങ്കിലും കുട്ടാപ്പി കരണ്ടപ്പച്ചനെ സപ്പോർട്ട് ചെയ്തു. വേണുജിക്കാണെങ്കിൽ, ചായക്കടയിലാണെങ്കിലും വേണ്ടില്ല, പ്രസംഗിക്കാനൊരു ചാൻസു കിട്ടിയ സന്തോഷമായിരുന്നു. പട്ടച്ചാരായത്തിന്റെ ലഹരിയിൽ, ഉടനേ എഴുന്നേറ്റുനിന്നു പ്രഭാഷണം തുടങ്ങി:

"പണ്ടാരാണ്ടു പറഞ്ഞപോലെ, പൊന്നു പൂശിയാലും പൊന്നു കൊണ്ടുണ്ടാക്കിയാലും ഈ മലമുകളിലും പുണ്യസ്ഥലങ്ങളിലുമിരിക്കുന്നതെല്ലാം കുരിശുതന്നെയാ. അതൊന്നും പോരാഞ്ഞിട്ട് ബാങ്കിന്റെയൊക്കെ ബ്രാഞ്ചാഫീസുപോലെ, വഴിയരികിലും കുരിശു വച്ച ഡിപ്പോസിറ്റ് ബോക്സുകൾ വേറേ. ആദ്യം ക്രിസ്ത്യാനികൾ തുടങ്ങി. അതൊരു നല്ല വരുമാനമാർഗമാണെന്നറിഞ്ഞപ്പോൾ മറ്റു മതക്കാരും കണ്ണാടിക്കൂട്ടിൽ ചായം പുരട്ടിയ വിഗ്രഹങ്ങൾ വച്ചുതുടങ്ങി. വിഗ്രഹമില്ലെന്നു പറയുന്നവരും വിട്ടില്ല. അവരും തുടങ്ങി, പല അടയാളങ്ങളും വച്ച് റോഡരികിലെ പണി. ഇനിയിപ്പം അതൊക്കെ ഇടിച്ചുമാറ്റിയാൽ പ്രക്ഷോഭമുണ്ടാകും. അതിലുമെളുപ്പം റോഡങ്ങു മാറ്റിവിടുന്നതാ. പണ്ടൊരു മന്ത്രി അയാളുടെ മണ്ഡലത്തിൽ പണിതപ്പോൾ പ്രതിപക്ഷം പുഴ മാറ്റിവിട്ടതുപോലെ. പിന്നെ വെറും നോക്കുകുത്തിയെപ്പോലെയായ ആ പാലത്തിന്റെ നിപ്പ് ഒന്നു കാണേണ്ടതുതന്നെയായിരുന്നു! അതുപോലെ നമുക്കിനി ഈ വഴികളെല്ലാം മാറ്റിവിടാം. അപ്പോൾപ്പിന്നെ കുരിശുള്ളതും ഇല്ലാത്തതുമായ എല്ലാ നേർച്ചപ്പെട്ടികളും നോക്കുകുത്തികളാകും. അപ്പോൾ അതൊക്കെ

നാട്ടുകാരുതന്നെ കൈകാര്യം ചെയ്തോളും. അല്ലാണ്ടിപ്പം എന്താ പോംവഴി?"

ഇത്രയും പറഞ്ഞ്, വേണുജി തമാശരൂപത്തിൽ ഒന്നു ചിരിക്കാനുള്ള ശ്രമം നടത്തിയെങ്കിലും പീറ്റർസാറിന്റെ നോട്ടം കണ്ടപ്പോൾ അതു പേക്ഷിച്ചു. സത്യത്തിൽ അപ്പോഴാണ് പ്രൊഫസർ ഒന്നുണർന്നത്. അയാൾ പിള്ളേർക്കു ക്ലാസ്സെടുക്കുന്ന ലാഘവത്തോടെ ചരിത്രം പറഞ്ഞു തുടങ്ങി:

"എടാ കുട്ടാപ്പീ, ഈ നേർച്ചപ്പെട്ടിയൊക്കെ പള്ളിവകയാ. എന്താ യാലും മതപ്രവാചകന്മാര് ഒരു നല്ലകാര്യം ചെയ്തു. പള്ളിയുടെകൂടെ ഒരു കൂടംകൂടിച്ചേർത്ത് പള്ളിക്കൂടമുണ്ടാക്കി. അതുകൊണ്ട് നമുക്കിത്തിരി ലോകവിവരവും കമ്യൂണിസവുമുണ്ടായി. ആംഗലേയഭാഷയും വിദ്യാ ഭ്യാസവുംകൂടി ഇന്ത്യയെ ഒന്നാക്കി. എന്നിട്ട് ദേശീയകോൺഗ്രസ്സാണ് ഇന്ത്യയെന്ന് എല്ലാവരേയും തെറ്റിദ്ധരിപ്പിച്ചു. കൂട്ടത്തിൽ, കുത്തകമുത ലാളിയായ മോത്തിലാൽ നെഹ്റു മകനുവേണ്ടി കോൺഗ്രസ് പാർട്ടിയെ വളർത്തി വലുതാക്കി. അതിനൊക്കെ കൃത്യമായ ലക്ഷ്യങ്ങളുണ്ടായി രുന്നു. സ്വന്തം മകനെ ആദ്യത്തെ പ്രധാനമന്ത്രിയാക്കാനുള്ള തന്ത്രമായി രുന്നു അതൊക്കെ. അങ്ങനെ ഇന്ത്യയെ വിലയ്ക്കു വാങ്ങുന്നതു കണ്ടിട്ടും ഗാന്ധിയപ്പൂപ്പൻ ഒരക്ഷരം പറഞ്ഞില്ല. അല്ലെങ്കിലും പണത്തിനു മീതേ പരുന്തും പറക്കില്ലെന്നല്ലേ? അറ്റകൈയ്ക്ക് സായിപ്പൻമാർ എല്ലാംകൂടി കോൺഗ്രസ്സിന്റെയും ഗാന്ധിയുടെയും തലയിൽ കെട്ടിവച്ചു. എന്നിട്ടു മുസ്ലീം നേതാവ് ജിന്നയെ വിളിച്ചു രഹസ്യമായി പറഞ്ഞു, ജീവൻ വേണേൽ സ്ഥലം വിട്ടോ എന്ന്. അങ്ങനെ അവർതന്നെയുണ്ടാക്കിയ സാമ്രാജ്യം രണ്ടായി വിഭജിച്ചു. അവരാഗ്രഹിച്ചതുപോലെ, നമുക്ക് പാക്കി സ്ഥാൻ എന്ന ആജീവനാന്തശത്രുരാജ്യമുണ്ടായി. അങ്ങനെ ബ്രിട്ടീഷു കാർ തുടക്കത്തിലേ കോൺഗ്രസ്സിനിട്ടു നല്ലൊരു പണി കൊടുത്തു. എന്നിട്ട് കിട്ടിയ സ്വത്തും കോഹിനൂർ രത്നവുമായി സ്ഥലംവിട്ടു. അതു കൊണ്ടു കേരളത്തിൽ കമ്യൂണിസവും മതേതരത്വവും വന്നുവെന്നു പറയുന്നതല്ലാതെ ഒന്നും കാണാനില്ല.

റഷ്യ എന്ന കമ്യൂണിസ്റ്റ് ശക്തിയുടെ കൂടെക്കൂടി ഇന്ത്യയെ പിന്നെയും പാപ്പരാക്കി. കമ്യൂണിസമെന്നുപറഞ്ഞ് സർവ്വരാജ്യത്തൊഴിലാളികളും സംഘടിച്ചുസംഘടിച്ചു ശക്തി പ്രാപിച്ചു. കൂടെ പാർട്ടിക്കാരും സമ്പാദിച്ച് കോൺഗ്രസ്സിനേക്കാൾ വലിയ കോൺഗ്രസ്സായി. ലോകത്തിലെ ആദ്യത്തെ തെരഞ്ഞെടുക്കപ്പെട്ട കമ്യൂണിസ്റ്റ് മുഖ്യമന്ത്രി ഇ എം എസ് പഠിപ്പിച്ച മതേതരത്വം മറന്നിട്ട്, പരസ്യമായി ജാതി പറഞ്ഞു വോട്ടു ചോദിച്ചു. വോട്ടിനുവേണ്ടി രാഷ്ട്രീയക്കാർ സകല മതനേതാക്കളുടേയും പുണ്യാള ന്മാരുടെയും കൈ മുത്തി."

ക്യാപ്റ്റൻ അങ്ങനെയാണ്. ചാൻസ് കിട്ടിയാൽ സ്വാതന്ത്ര്യസമരം തൊട്ടു തുടങ്ങും. പട്ടാളക്കഥ തുടങ്ങിയാൽപ്പിന്നെ പിടിച്ചാൽ കിട്ടില്ല.

കുറച്ചൊക്കെ പുളുവാണെങ്കിലും അത്യാവശ്യം വിവരമുള്ളതുകൊണ്ട് ആരും എതിർത്തൊന്നും പറയില്ല.

പെട്ടെന്നാണ് ആറുരുളിപ്പുഴയുടെ അക്കരെക്കൂടി എടുത്താൽ പൊങ്ങാത്ത കുരിശുമായി ഒരു ഘോഷയാത്ര പോകുന്നത്. എല്ലാവരും പുതിയ കാഴ്ച കാണാനായി ചായക്കടയിൽനിന്നിറങ്ങി. കുരിശുകൃഷിക്ക് എന്തോ സംഭവിച്ചിട്ടുണ്ടെന്നു മാത്രം മനസ്സിലായി. ഉടനേതന്നെ സ്ഥലത്തെ സ്വന്തം ലേഖകൻ കരണ്ടപ്പച്ചനും വേണുജിയും പാലം കടന്നു പുഴക്കരയിലേക്കു നടന്നു. കാര്യമെന്താണെന്നറിയണമല്ലോ. കുട്ടാപ്പി ആത്മഗതമായി പറഞ്ഞു:

"ഇതിപ്പം ദുഃഖവെള്ളിയാഴ്ചയൊന്നുമല്ലല്ലോ. ഇവന്മാരെങ്ങോട്ടാ ഈ കുരിശും ചുമന്നോണ്ട്? കുരിശിന്റെ വഴിയാണെങ്കിൽ കാടുകേറിയച്ചൻ അറിയേണ്ടതല്ലേ?"

"ആ... ഇപ്പോ ആരും ഒന്നും സംശയിക്കണ്ട. സ്ഥലം ലേഖകനും വേണുജിയും പോയിട്ടുണ്ടല്ലോ. അവരിങ്ങോട്ടു വരട്ടെ. അപ്പോൾ കാര്യങ്ങൾക്കൊക്കെ വ്യക്തത വരും."

പീറ്റർസാർ പറഞ്ഞു.

പുഴയ്ക്കക്കരെ ഒച്ചപ്പാടും ബഹളവും കേട്ട്, കൂനംപാറക്കവലയിൽ ബസ്സു കയറാൻ നിന്നവർ ഒന്നൊന്നായി പാലത്തിലേക്കോടി. കാടുകേറിയച്ചൻ പള്ളിയിൽനിന്ന് പഴയ ബുള്ളറ്റിൽ താഴേക്കു വരുന്നതിന്റെ ശബ്ദം എല്ലാവരും കേട്ടു.

"പൊലീസും സന്നാഹവുമൊക്കെയുണ്ട്. ഇന്നെന്തെങ്കിലും നടക്കും."

കുട്ടാപ്പി ഉത്സാഹത്തോടെ പറഞ്ഞു. പത്താളു കൂടിയേ പെട്ടിയിൽ കാശു വീഴുകയുള്ളു എന്നു കുട്ടാപ്പിക്കറിയാം.

ബസ്സു കയറാൻ വന്നവർ പാലത്തിന്റെ കൈവരിയിൽ പിടിച്ചു ദൂരേക്കു നോക്കി നിൽക്കുകയായിരുന്നു. എന്തായാലും കുരിശുകുത്തി സമരത്തിന് എന്തെങ്കിലും പരിഹാരമായിക്കാണുമെന്ന് എല്ലാവരും പ്രതീക്ഷിച്ചു. രാവിലെ കളക്ടറും പരിവാരങ്ങളും പോയിട്ടുണ്ടെന്ന് ടി വിയിൽ ന്യൂസുണ്ടായിരുന്നെന്ന് കുട്ടപ്പായി പറഞ്ഞു. എല്ലാവരും ആകാംക്ഷയോടെ കാത്തിരുന്നു.

അപ്പോഴാണ് ടി വിയിൽ ബ്രേക്കിംഗ് ന്യൂസ് വന്നത്. കളക്ടറും കൂട്ടരും പൊലീസും ജെ സി ബിയുമായി വന്ന്, ആ വലിയ കുരിശ് പുല്ലുപോലെ പറിച്ചെടുക്കുന്നു. കുരിശുകുത്തി സമരക്കാർ മുദ്രാവാക്യം വിളിക്കുന്നുണ്ട്. അതുകൊണ്ടൊന്നും ഒരു പ്രയോജനവുമില്ല. പറിച്ചെടുത്ത കുരിശുമായി വിശ്വാസികൾ നടത്തുന്ന പ്രതിഷേധജാഥയാണ് അപ്പോൾ കണ്ടുകൊണ്ടിരിക്കുന്നത്. പിറകേ ഒന്നുരണ്ടു പൊലീസ് ജീപ്പുമുണ്ട്.

വേണുജിയും കരണ്ടും തിരിച്ചെത്തിയെങ്കിലും ആർക്കും ഒന്നുമറിയാനുള്ള ആകാംക്ഷയില്ലായിരുന്നു. എന്നാലും കുട്ടാപ്പി അവരോടൊരു ചോദ്യം ചോദിച്ചു:

“അല്ലപ്പച്ചാ, അതെന്തിനാ ഈ പൊലീസിന്റെ അകമ്പടി? അവർ സമാധാനമായിട്ടല്ലേ പോകുന്നത്?”

“എടാ കുട്ടാപ്പീ, ആ കുരിശിനി അവന്മാര് വേറേ എവിടെങ്കിലും കുത്തിവയ്ക്കുന്നുണ്ടോന്നു നിരീക്ഷിക്കാനാ. അങ്ങനെങ്ങാനും ചെയ്താൽ ഇരട്ടിപ്പണിയാകും. ഇന്നിപ്പോ കളക്ടറുടെ സ്പെഷ്യൽ ഓർഡറ്, ജനങ്ങൾ പിരിയുമ്പോൾ കുരിശ് ആറുരുളിപ്പുഴയിലേക്കെറിയണമെന്നാ.”

“അപ്പോൾ കുരിശിനെ ഇന്നു പൊലീസുകാരുതന്നെ മാമോദീസ മുക്കും. അതുറപ്പാ.”

ഒരു ലാത്തിച്ചാർജ്ജെങ്കിലും കാണാമെന്നു കരുതി, ആകാംക്ഷയോടെ ആറുരുളിപ്പാലത്തിന്റെ കൈവരിയിലും മരക്കൊമ്പുകളിലും വരെ കയറി നിന്നവർ നിരാശരായി മടങ്ങി. മഴക്കാലമാണ്. ഒരിടിയും മഴയും ഒന്നിച്ചു വന്നു. അപ്പോഴാണ്, കുരിശു ചുമന്നവർക്ക് ആ തടിയൻകുരിശ് ശരിക്കുമൊരു കുരിശായത്. പൊലീസ് വെറുതെ മുകളിലേക്ക് ഒന്നുരണ്ടു വെടി പൊട്ടിച്ചു. സത്യവിശ്വാസികൾപോലും കുരിശു താഴെവച്ച് നാലുപാടു പാടുമോടി. പണ്ടു വിമോചനസമരത്തിനുപോയ ചേട്ടൻമാരു പറഞ്ഞതു പോലെയാണ്: “പിന്നേ! വെടി പൊട്ടുമ്പോഴാ അവന്റമ്മേടെ കോൺഗ്രസ്സ്.”

അങ്ങനെ ജനം പിരിഞ്ഞുപോയി. എല്ലാം ശാന്തമായപ്പോഴേക്കും കോടമഞ്ഞ് അടിച്ചുകയറി, ആറുരുളിപ്പാലവും പുഴക്കരയും മാത്രമല്ല പള്ളിക്കുരിശിന്റെ ബാക്കിനിന്ന അറ്റം പോലും മുക്കിക്കളഞ്ഞിരുന്നു. ■

കപ്പട്ടേഷൻ

ഒരു ശനിയാഴ്ച രാവിലെയാണ് സക്കറിയാ പോത്തൻ, പുത്തൻകുരിശ് പൊലീസ് സ്റ്റേഷനിൽ ചെന്ന്, ഭാര്യയെ കാൺമാനില്ല എന്നു പരാതി കൊടുത്തത്.

എലിസബത്ത് വ്യാഴാഴ്ച വൈകുന്നേരം മുതൽ മിസ്സിംഗാണ്. എന്നിട്ടും പരാതി കൊടുക്കാൻ രണ്ടു ദിവസം താമസിച്ചത് പോലീസിനെ കുഴപ്പിച്ചു. സക്കറിയയെ ചോദ്യം ചെയ്തപ്പോൾ, വ്യാഴാഴ്ച കാക്കനാട്ടെ 'ഡാർക്ക് റൂം' എന്ന ബാറിൽ പോയി കണക്കില്ലാതെ മദ്യപിച്ചെന്നും വീട്ടിൽ ചെന്നപാടേ സ്വീകരണമുറിയിലെ സോഫയിൽ കിടന്നുറങ്ങി എന്നും പറഞ്ഞു. ഉണരാൻ അല്പം താമസിച്ചെന്നുള്ളതും ശരിയാണ്. ഉണർന്നപ്പോൾ അവളെ കണ്ടില്ല. സ്കൂൾ അധ്യാപികയായ അവൾ കുട്ടിയേയും കൂട്ടി സ്കൂളിൽ പോയിരിക്കുമെന്നു കരുതി. വെള്ളിയാഴ്ചയും അതേ ബാറിൽ പോയിരുന്നു. അന്നും അടിച്ചു നല്ല പൂക്കുറ്റിയായി രാത്രിയിൽ വീട്ടിലെത്തിയ പോത്തൻ സോഫയിൽക്കിടന്ന് പോത്തുപോലെയുറങ്ങി. മകൻ തേജസ്സ് അമ്മയുടെകൂടെ കിടന്നുറങ്ങിക്കാണുമെന്നൂഹിച്ചു. ഇതായിരുന്നു കറിയാച്ചൻ എന്ന് എല്ലാവരും വിളിക്കുന്ന സക്കറിയാ പോത്തന്റെ മൊഴി.

പൊലീസിന്റെ അന്വേഷണത്തിൽ ഭാര്യയും ഭർത്താവും തമ്മിൽ സ്വരച്ചേർച്ചയിലല്ലായിരുന്നു എന്നറിഞ്ഞു. മിക്കവാറും ഒച്ചയും ബഹളവും കുട്ടിയുടെ കരച്ചിലും കേൾക്കാറുണ്ടായിരുന്നെന്ന്, തൊട്ടയൽപക്കത്തു താമസിക്കുന്ന തടിക്കച്ചവടക്കാരൻ സെയ്ദ് മുഹമ്മദ് പറയുന്നു. ഇത്രയും വിവരങ്ങൾ വച്ച് ആരാണ് കുറ്റക്കാരെന്ന് പൊലീസിനല്ല, സി ബി ഐക്കു പോലും തെളിയിക്കാൻ സാധിക്കുമെന്നു തോന്നുന്നില്ല.

ഇനിയാണ്, കഥയുടെ ഫ്ളാഷ് ബാക്ക്.

പല പൊരുത്തക്കേടുകൾകൊണ്ടും സക്കറിയാ പോത്തന്റെ ദാമ്പത്യ ജീവിതം അപകടമേഖലയിലാണ്. പലപ്പോഴും വാക്കുതർക്കങ്ങളാണല്ലോ സംഘട്ടനത്തിലേക്കു നയിക്കുന്നത്! ഈയിടെ സംസാരം കുറവാണ്.

അതുകൊണ്ടു സംഘർഷവും കുറവാണ്. സംഭാഷണം കുറയുമ്പോൾ സംഘർഷവും കുറയുമെന്നാണല്ലോ. എന്നാലും എത്ര നാളാണ്, ഇങ്ങനെ ഒന്നും കണ്ടില്ലെന്നു നടിക്കുന്നത്? കണ്ണടച്ച് ഇരുട്ടാക്കുന്നതിനും ഒരു പരിധിയൊക്കെയില്ലേ? ഒരേയൊരു മകൻ തേജസ് പോലും അവൾ പറയുന്നതേ കേൾക്കൂ. അതൊക്കെ സഹിക്കാം. എപ്പോൾ നോക്കിയാലും ഫോണിൽ കുത്തിക്കൊണ്ടിരിക്കും. അതൊന്നു പരിശോധിക്കണമെന്നു വച്ചാൽ കൈയിൽനിന്നു താഴത്തു വച്ചിട്ടുവേണ്ടേ?

അവളുടെ പെരുമാറ്റത്തിലും കാര്യമായ മാറ്റങ്ങൾ കണ്ടുതുടങ്ങി. എന്നും മേക്കപ്പിട്ട് ഒരുങ്ങിക്കെട്ടിയേ സ്കൂളിലേക്കു പോകൂ. ആദ്യം അതൊന്നും അത്ര കാര്യമായെടുത്തില്ല. പക്ഷേ ബാത്റൂമിൽപ്പോലും ആ ഫോൺകുന്ത്രാണ്ടവും കൊണ്ടേ പോകൂ. ഇങ്ങനെയുള്ള ഭാര്യമാരെ സംശയിക്കണമെന്ന് ആരോ ഫോർവേഡ് ചെയ്ത ഒരു വാട്സാപ്പ് മെസ്സേജ് കറിയാച്ചൻ മുമ്പെങ്ങോ കണ്ടിട്ടുണ്ട്. അതുകൊണ്ട് ജോലിസ്ഥലത്തോ ഫെയ്സ്ബുക്കിലോ ഒരു രഹസ്യകാമുകനുണ്ടാകാനുള്ള സാധ്യത തള്ളിക്കളയാനാവില്ല. അങ്ങനെ വല്ലാത്തൊരു അരക്ഷിതാവസ്ഥയിലാണ്, എലിസബത്തിനെ കൊല്ലണമെന്നുള്ള ഉറച്ച തീരുമാനമെടുത്തത്. പക്ഷേ, കൊല്ലാനുള്ള ധൈര്യമില്ല. എന്നാലും കൊല്ലാതെ പറ്റുകയുമില്ല എന്ന ദുരവസ്ഥയിലായി.

സത്യത്തിൽ വഴക്കും വക്കാണവും തുടങ്ങിയിട്ടു വർഷങ്ങളായി. ഏതാണ്ട്, വടി ഒടിയുകയുമില്ല, പാമ്പു ചാവുകയുമില്ല എന്ന അവസ്ഥ! കറിയാച്ചനു മാനസികവിഭ്രാന്തിയാണെന്നാണ് അവൾ കറിയാച്ചന്റെ വീട്ടുകാരോടും കൂട്ടുകാരോടുംവരെ കൊട്ടിഘോഷിച്ചിരിക്കുന്നത്. ഒരിക്കൽ ഒരു മനശ്ശാസ്ത്രജ്ഞനെ കാണണമെന്നുപറഞ്ഞു വഴക്കിട്ടാണ് അവൾ അയാളുടെ കഴുത്തിനു കയറിപ്പിടിച്ചത്.

എന്തായാലും പ്രശ്നത്തിനു പരിഹാരം കണ്ടെത്താതെ പറ്റില്ല. എങ്ങനെയതു സാധിക്കും എന്നതാണു കറിയാച്ചനെ അലട്ടിക്കൊണ്ടിരുന്ന പ്രശ്നം. ഒന്നുകിൽ ഞാന്, അല്ലെങ്കിൽ നീ എന്നതാണ് ഇപ്പോഴത്തെ നിലപാട്. ഒരു രാത്രി ഉണർന്നെഴുന്നേറ്റപ്പോൾ കൊല്ലാൻ തീരുമാനിച്ചെങ്കിലും, ഒരു കൊലപാതകമെന്നൊക്കെ പറഞ്ഞാൽ കുടുംബത്തിൽ പിറന്നവർക്കു ചേർന്നതാണോ? അയാൾക്ക് അതേപ്പറ്റിയൊന്നും ചിന്തിക്കാൻപോലും പറ്റില്ല. അപ്പോഴാണ് സിനിമക്കാരുടെയൊക്കെ ക്വട്ടേഷനെപ്പറ്റി പത്രത്തിൽ വായിച്ചത്. അതിൽപ്പിന്നെ അന്വേഷണം ആ വഴിക്കായി. കാശു കൊടുത്താൽ എന്തും ചെയ്യുന്ന ആൾക്കാരുണ്ടു പോലും. ആദ്യമൊക്കെ കറിയാച്ചന് അതു വിശ്വസിക്കാൻ പറ്റിയില്ല.

ആയിടയ്ക്കാണ്, പതിവായി പോകാറുള്ള, കാക്കനാട്ടെ 'ഡാർക്ക് റൂം' ബാറിൽവച്ചു പുലിമുരളിയെ കാണുന്നത്. അയാളുടെ ശരിയായ പേര് മുരളിയെന്നാണ്. മോഹൻലാലിന്റെ പുലിമുരുകൻ വന്നതിനു ശേഷമാണ്

ആരോ അയാളെ പുലിമുരളി എന്നു വിളിച്ചുതുടങ്ങിയത്. ഓണക്കാലങ്ങളിൽ അയാൾക്കു നല്ല തിരക്കാണ്. കാശു കൊടുത്താൽ എവിടെയും പോയി, ദേഹത്തെല്ലാം ചായം തേച്ച് പുലിയും കടുവയും കളിക്കും. അങ്ങനെ നോക്കിയാലും ആ പേര് കൃത്യമാണ്. ബാറുടമയായ ത്രിവിക്രമന് ക്വട്ടേഷൻ മാത്രമല്ല, പല തരികിട പരിപാടികൾക്കും പുലിമുരളിയില്ലാതെ പറ്റില്ല. അതുകൊണ്ട് അയാളുടെ ബാറിൽ എപ്പോൾ വേണമെങ്കിലും വന്ന് പുലിമുരളിക്ക് ഇഷ്ടംപോലെ പൂശാം. അതിനു വ്യവസ്ഥയൊന്നുമില്ല.

എല്ലാ വർഷവും ഓണം പുലിമുരളിക്ക് ഉത്സവക്കാലമാണ്. അത്യാവശ്യം പണമൊക്കെ കിട്ടും. എന്നാലും അതൊക്കെ അയാൾക്കു വെറുമൊരു നേരമ്പോക്കു മാത്രം. ഓണം കഴിഞ്ഞുള്ള പതിനൊന്നു മാസവും ക്വട്ടേഷനാണു പരിപാടി. കുറച്ചു റിസ്കെടുത്താൽ കിട്ടുന്നത് ലക്ഷങ്ങളും കോടികളുമാണ്. റിസ്കെടുക്കാത്തവൻ ലോകത്ത് ഒന്നും ചെയ്യുന്നില്ലെന്നാണല്ലോ മഹാന്മാർ വരെ പറഞ്ഞിരിക്കുന്നത്.

കാശിനുവേണ്ടി, പുലി ഏതു സാഹസത്തിനും തയ്യാറാണ്. ബൈക്കിൽ പോയുള്ള മാലപൊട്ടിക്കൽ മുതൽ കൊലപാതകംവരെ എന്തും ചെയ്യും? അതൊക്കെ സ്ഥലത്തെ ചിട്ടിക്കമ്പനിക്കാർക്കും സിനിമക്കാർക്കും പ്രമാണിമാർക്കും മാത്രമേ അറിയുകയുള്ളൂ എന്നു മാത്രം. കാരണം, അവരാണ് അവനെക്കൊണ്ട് അതൊക്കെ ചെയ്യിക്കുന്നത്.

സക്കറിയാ പോത്തന് വളരെ യാദൃച്ഛികമായാണ് അയാളെ ബാറിൽ വച്ചു പരിചയപ്പെടുന്നത്. ബാറിൽ വലിയ തിരക്കില്ലാതിരുന്ന ഒരു ബുധനാഴ്ചയായിരുന്നു അത്. പുലി അങ്ങനെയാണ്. ഒട്ടും തിരക്കില്ലാത്ത സമയം നോക്കി, അരണ്ട വെളിച്ചത്തിൽ ബാറിന്റെ ഒരു മൂലയിൽ ഒറ്റയ്ക്കിരിക്കും. ഇരുട്ടത്തു പതുങ്ങിയിരിക്കുന്ന ആളെ കണ്ടപ്പോൾ കറിയാച്ചൻ ത്രിവിക്രമനോടു ചോദിക്കുകയായിരുന്നു. അയാൾ പൈസയ്ക്കുവേണ്ടി അത്യാവശ്യം ക്വൊട്ടേഷൻപണിയൊക്കെ ചെയ്യുമെന്നു മാത്രമാണ് ത്രിവിക്രമൻ പറഞ്ഞത്. അതുകൊണ്ടാണ്, കറിയാച്ചന് ഈ പുലിയെ പരിചയപ്പെടണമെന്നു തോന്നിയത്.

പേരിൽ ഒരു പുലിയുണ്ടെങ്കിലും ആൾ സൗമ്യനാണ്. ഒറ്റ നോട്ടത്തിൽ ഒസാമ ബിൻലാദനെയോ യേശുവിനെയോ ഓർമ്മിപ്പിക്കുന്ന രൂപം. അല്ലെങ്കിൽത്തന്നെ കാഴ്ചയും പ്രവൃത്തിയുമായി എന്തു ബന്ധം! കണ്ടാൽ ശാന്തമുഖഭാവമുള്ള എത്രയോ കൊലപാതകികളുണ്ട് ഈ ലോകത്ത്. എന്തു വന്നാലും പുലിമുരളിയെ ഒന്നു മുട്ടിയിട്ടുതന്നെ കാര്യമെന്ന് കറിയാച്ചൻ തീരുമാനിച്ചു. ഒന്നിച്ചു രണ്ടെണ്ണമടിച്ചുകഴിയുമ്പോൾ കാര്യങ്ങൾക്കൊക്കെ ഒരു തീരുമാനമാകും. പക്ഷേ പരമരഹസ്യമായിരിക്കണമല്ലോ. ഇങ്ങനെയുള്ള കാര്യങ്ങൾ മൂന്നാമനായ ത്രിവിക്രമൻപോലും അറിയാൻ പാടില്ല.

ആദ്യം കൗണ്ടറിൽനിന്ന് ഒരു ലാർജ് സ്മിർണോഫ് വോഡ്ക ഓർഡർ ചെയ്തു. അതിൽ രണ്ടു ചെറുനാരങ്ങയുടെ തുണ്ടും ഇത്തിരി ഐസുമിട്ട് അയാളുടെ അടുത്തുപോയി ഇരുന്നു.

ബാറിന്റെ പേരു സൂചിപ്പിക്കുന്നതുപോലെ അതൊരിരുട്ടുമുറി തന്നെ. തൊട്ടടുത്തിരുന്നാലും ആളെ തിരിച്ചറിയാൻ ഇത്തിരി പാടാണ്. കറിയാച്ചൻ ദിവസവും രണ്ടെണ്ണമടിക്കുമെങ്കിലും ഈ ക്വൊട്ടേഷൻപണിയൊക്കെ സെറ്റപ്പാക്കാൻ പോകുന്നത് ആദ്യമായതുകൊണ്ട്, എന്തു പറയണമെന്നറിയാതെ അങ്കലാപ്പിലായി. മേശപ്പുറത്തിരുന്ന കടുമാങ്ങാ അച്ചാർ പതുക്കെപ്പതുക്കെ തൊട്ടുനക്കി, വോഡ്കയും നുണഞ്ഞ്, കുറച്ചു നേരം മിണ്ടാതിരുന്നു. പുലിക്കു കാര്യം പിടികിട്ടയതുപോലെ, അരണ്ട വെളിച്ചത്തിൽ തലയുയർത്തി, കറിയാച്ചനെ ഒന്നു സൂക്ഷിച്ചുനോക്കി. പിന്നെയൊരു ബിൻലാദൻ ചിരിയും ചിരിച്ചു. അതോടെ കറിയാച്ചനു ധൈര്യമായി. പതുക്കെ അടുത്ത സീറ്റിൽ ചെന്നിരുന്നു. അപ്പോഴേക്കും പുലിമുരളി, എല്ലാമറിയാവുന്ന മട്ടിൽ താടി തടവിക്കൊണ്ടു ചോദിച്ചു:

“നിങ്ങളാണോ ഈ കറിയാച്ചൻ?”

അതെങ്ങനെയറിഞ്ഞു എന്നതായി അപ്പോഴത്തെ സംശയം. ത്രിവിക്രമൻ ടെക്സ്റ്റ് ചെയ്തുകാണും. പുലിയുടെ ഫോണിൽനിന്ന് അടുപ്പിച്ചടുപ്പിച്ചു രണ്ടു തവണ ‘ടിൻ ടിൻ’ എന്നടിക്കുന്നതു കേട്ടിരുന്നു.

“അതേ. എനിക്കൊരു കാര്യം പറയണമെന്നുണ്ടായിരുന്നു. ഒരു നിബന്ധനയേയുള്ളു. മൂന്നാമതൊരാൾ അറിയാൻ പാടില്ല.”

“ഞാനിപ്പം ഒരുമാതിരി ചീളുകേസൊന്നും എടുക്കില്ലെന്നു പറഞ്ഞു കാണുമല്ലോ.”

ത്രിവിക്രമനെ ഉദ്ദേശിച്ചായിരിക്കും, പുലി പറഞ്ഞത്. പക്ഷേ ത്രിവിക്രമൻ അങ്ങനെയൊന്നും പറഞ്ഞിട്ടില്ലെന്നു പുലിയെ അറിയിച്ചില്ല.

“ഇതത്ര ചീളു കേസൊന്നുമല്ല.”

കറിയാച്ചൻ തറപ്പിച്ചു പറഞ്ഞു.

“അപ്പം കൊലപാതകമാണല്ലേ? ആരാ പ്രതി?”

“ഭാര്യ തന്നെ. എലിസബത്ത്.”

സന്തോഷംകൊണ്ടാണോ എന്നറിയില്ല, അയാൾ ഒസാമത്താടി തടവിക്കൊണ്ട്, വശ്യമായി ഒന്നുകൂടി ചിരിച്ചു.

“ചിലവു കൂടും. നല്ലതുപോലെ ആലോചിച്ചിട്ടു മതി. കുറഞ്ഞ കൂലി ഇരുപത്തഞ്ചു ലക്ഷമാ. കൈയോ കാലോ ആണെങ്കിൽ രണ്ടുലക്ഷം മതി.”

“വർഷങ്ങളായി ആലോചിച്ചുറപ്പിച്ചതാ. ആദ്യത്തെ തീരുമാനം ആത്മഹത്യ ചെയ്യുകാന്നുള്ളതാരുന്നു. ഒന്നുകൂടി ആലോചിച്ചപ്പോൾ,

അങ്ങനെ അവളുടെ മുമ്പിൽ തോറ്റുകൊടുക്കുന്നില്ല എന്നുതന്നെ തീരുമാനിച്ചു."

പുലിമുരളി വീണ്ടും താടി തടവിക്കൊണ്ട് അൽപ്പനേരം ആലോചിച്ചിരുന്നു. പിന്നെ ഒന്നു പുഞ്ചിരിച്ച്, പതിഞ്ഞ സ്വരത്തിൽ പറഞ്ഞു:

"ആദ്യം കൈയോ കാലോ ഒടിച്ചിട്ടു പോരേ? വെട്ടി ദൂരെക്കളയുക. അടുത്തെങ്ങാനുമിട്ടാൽ ഈ ഡോക്ടർമാരു വീണ്ടും തുന്നിക്കെട്ടും."

വീണ്ടും അതേ ബിൻലാദൻചിരി.

"അതു നേരാ."

പ്രൊഫസർ ജോസഫ് സാറിന്റെ കൈ വെട്ടിയ കാര്യം കറിയാച്ചനോർത്തു. അദ്ദേഹമിപ്പോൾ കൃഷിപ്പണി വരെ ചെയ്യുന്നു. വെട്ടിയവന്മാരൊക്കെ അകത്തും. ഒന്നാംപ്രതിയെ ഇതുവരെ കിട്ടിയിട്ടില്ലെന്നാണറിവ്. എന്തായാലും ആ പുതിയ ആശയം കറിയാച്ചനിഷ്ടപ്പെട്ടു. ഒരു കൈയാകുമ്പോൾ രണ്ടുലക്ഷത്തിൽ നിർത്താം. തൊട്ടടുത്തെങ്ങും കളയാതിരുന്നാൽ മതി. ഒരിക്കൽ വഴക്കുണ്ടാക്കിയപ്പോൾ എലിസബത്ത് രണ്ടു കൈയും കൂട്ടി കറിയാച്ചന്റെ കഴുത്തിൽ ഞെക്കിപ്പിടിച്ചതോർത്തു. അതവളുടെ സ്ഥിരം നമ്പരാണ്. എന്നിട്ടു 'നിങ്ങളെ ഞാൻ കൊല്ലും' എന്നു പറഞ്ഞ് ഒരലർച്ചയാണ്. അന്നാണവളുടെ കൈകളുടെ ബലമറിഞ്ഞത്. അസ്സൽ കോട്ടയംകാരി അച്ചായത്തി. ചെറുപ്പം തൊട്ടു റബ്ബർഷീറ്റടിച്ചു തഴമ്പിച്ച കൈയാണ്. അതവൾ ഇടയ്ക്കിടെ ഓർമ്മിപ്പിക്കാറുമുണ്ട്. ശരിക്കും അന്നൊന്നു പേടിച്ചതാണ്. ഒരു കൈയാകുമ്പോൾ അവളുടെ ആ പൂതി നടക്കില്ല. അതുകൊണ്ട് അപ്പൊഴേ 'ഓക്കേ' പറഞ്ഞു. അഡ്വാൻസ് അടുത്ത ദിവസം തരാമെന്നുപറഞ്ഞ്, ത്രിവിക്രമൻപോലുമറിയാതെ അവിടെനിന്നു മുങ്ങി.

രണ്ടുപെഗ്ഗ് വോഡ്കയുടെകൂടെ അവിടെനിന്നുതന്നെ കപ്പയും ബീഫ് കറിയും കഴിച്ചിട്ടാണ് അവിടെനിന്നു പോന്നത്. അല്ലെങ്കിൽ പട്ടിണിയാകുമെന്ന് അയാൾക്കറിയാമായിരുന്നു.

കുറേനാളായി, കൃത്യം അവൾക്കും മോനുമുള്ളതു മാത്രമേ ഉണ്ടാക്കുകയുള്ളൂ. ഒന്നുരണ്ടു വർഷമായി അവളങ്ങനെയാണ്. കറിയാച്ചൻ എന്നൊരു വ്യക്തി അവിടെയുണ്ടെന്നത് അവൾ പരിഗണിക്കാറില്ല. അതിലയാൾക്കു സങ്കടമൊന്നുമില്ല. പക്ഷേ നേരിട്ടു കാണുമ്പോൾ ഒരിടിവെട്ടുനോട്ടമുണ്ട്. എന്നിട്ട് മുറിയിൽക്കയറി കതകു ശക്തമായി വലിച്ചടയ്ക്കും. രാത്രി മുഴുവൻ ഫോണിൽ കുത്തി, കാമുകൻമാരുമായി ചാറ്റ് ചെയ്തുകൊണ്ടിരിക്കും. കാമുകന്മാരുണ്ടെന്നുള്ളത് അയാളുടെ ഊഹമാണ്. തേജസ്സിന് ഏഴു വയസ്സേയുള്ളെങ്കിലും അവനു കാര്യങ്ങളൊക്കെ മനസ്സിലായിത്തുടങ്ങി. അതിലവൾക്ക് ഒരു കൂസലുമില്ല.

രാത്രി ഉറങ്ങാൻ കിടന്നിട്ട്, സക്കറിയാ പോത്തന് ഉറക്കം വന്നില്ല. അങ്ങോട്ടുമിങ്ങോട്ടും തിരിഞ്ഞും മറിഞ്ഞും കിടന്നു. ഉറക്കത്തിനിടെ അവ ളെങ്ങാനും വന്ന്, ഒന്നു ഞെക്കിപ്പിടിച്ചാൽ തീർന്നില്ലേ! ഒരച്ചായത്തിയുടെ ഞെക്കുകൊണ്ടു മരിക്കുക എന്നൊക്കെപ്പറഞ്ഞാൽ നാണക്കേടാണ്. അതിലും ഭേദം വല്ല ഉന്തുവണ്ടിയുമിടിച്ചു മരിക്കുന്നതാണ്. ആണുങ്ങൾക്കു മില്ലേ ഒരന്തസ്സൊക്കെ!

അതു മാത്രമല്ല അയാളുടെ ഉറക്കം കെടുത്തിയത്. ഒരു കൈ വെട്ടി യാൽപ്പിന്നെ ഒറ്റക്കൈയുമായി വീട്ടിലേക്കു വരും. അതും പാരയാകും. ആശുപത്രിച്ചെലവൊക്കെ എങ്ങനെയും മാനേജ് ചെയ്യാം. ഒറ്റക്കൈയുള്ള അവളെ കഴുകിപ്പിക്കലും കുളിപ്പിക്കലുമുൾപ്പെടെ വീട്ടിലെ പണി മുഴുവൻ ചെയ്യേണ്ടിവരും. മകനുള്ളതുകൊണ്ട് അടുക്കളപ്പണിയും ചെയ്യണം. കാശു കൊടുത്തു കടിക്കുന്ന പട്ടിയെ മേടിച്ചെന്നു പറഞ്ഞതുപോലെ യാകും. 'ഈശ്വരാ! ഏതു നേരത്താണ് ആ കുബുദ്ധി തോന്നിയത്!' എന്നു സ്വയം പറഞ്ഞുകൊണ്ട്, ആ കൈവെട്ടുപരിപാടി ഉപേക്ഷിക്കാൻ കറി യാച്ചൻ തീരുമാനിച്ചു.

പിറ്റേദിവസം സന്ധ്യ കഴിഞ്ഞപ്പോഴേ, കറിയാച്ചൻ പുലിയെത്തപ്പി ഇരുട്ടുമുറി ബാറിലെത്തി. അയാൾ വരാൻ താമസിച്ചതുകൊണ്ട്, അച്ചാറും തൊട്ടുനക്കി അവിടെയിരുന്നു രണ്ടെണ്ണം വീശി.

അന്ന് പതിവില്ലാതെ ബാറിൽ കുറച്ചു തിരക്കുണ്ടായിരുന്നു. തിരക്കു കുറഞ്ഞപ്പോൾ, പുലി പമ്മിപ്പമ്മി പിൻവശത്തുകൂടി കയറിവന്നു. അത യാളുടെ സ്ഥിരം റൂട്ടാണെന്നു പിന്നീടറിഞ്ഞു. അന്നത്തെ കൂടിച്ചേരലി ലാണ്, കിഡ്നാപ്പ് എന്ന ആശയമുദിച്ചത്. ആദ്യം അഞ്ചുലക്ഷം പറഞ്ഞെ ങ്കിലും രണ്ടരയിലുറപ്പിച്ചു. അങ്ങനെ ആ ഇരുട്ടുമുറിയിൽവച്ച്, എലിസബ ത്തിനെ കിഡ്നാപ്പ് ചെയ്യാനുള്ള കരാറിലായി. ചിരിച്ചുകൊണ്ട് കൂടെ പ്പോകുന്നു എന്നു തെളിയിക്കത്തക്ക ഒരു ഫോട്ടോയും വേണമെന്നു നിർദ്ദേശിച്ചിരുന്നു. അതെന്തിനാണെന്നു മാത്രം കറിയാച്ചൻ പറഞ്ഞില്ല. അതും അടുത്ത കാലത്തു വായിച്ച ഏതോ ക്വൊട്ടേഷൻവാർത്ത യിൽനിന്നു കിട്ടിയതാണ്.

എല്ലാത്തരം പീഡനങ്ങളുടെയും വീഡിയോ എടുത്തുവയ്ക്കുക എന്നത് ഒരു ന്യൂജെൻ ട്രെൻഡാണെന്നാണ് പുലിയും പറഞ്ഞത്. എന്താ യാലും കാര്യങ്ങൾക്കൊക്കെ ഒരു വ്യക്തത വന്നു. സംഗതി മൂന്നുതരം ഉറപ്പിച്ചു. അവിടെനിന്ന് രണ്ടുപേരുംകൂടി പിൻവാതിലിൽക്കൂടിയിറങ്ങി. അതിന്റെ പിറ്റേ ശനിയാഴ്ചയാണ്, സക്കറിയാ പോത്തൻ ഭാര്യയെ കാൺമാനില്ല എന്ന പരാതിയുമായി പുത്തൻകുരിശ് പോലീസ് സ്റ്റേഷനി ലെത്തിയത്.

പൊലീസുകാർ പല വഴിക്കും അന്വേഷിച്ചെങ്കിലും ഒരു തുമ്പും കിട്ടി യില്ല. മോനെക്കൂടി കൊണ്ടുപോയതിലായിരുന്നു കറിയാച്ചനു വിഷമം.

അവൻ ഉറങ്ങിക്കിടക്കുമ്പോൾ വേണമെന്നു പുലിമുരളിയോടു പ്രത്യേകം പറഞ്ഞിരുന്നതാണ്. എല്ലാത്തിലും എന്തോ ദുരൂഹതയുള്ളതുപോലെ കറിയാച്ചനു തോന്നി. ഒന്നും വേണ്ടായിരുന്നു. എല്ലാം ത്രിവിക്രമനുംകൂടി അറിഞ്ഞുകൊണ്ടുള്ള കളിയാണെന്നൊരു തോന്നൽ.

അധ്യാപികയെ കാണാത്തതിൽ സ്കൂളധികാരികളും അങ്കലാപ്പിലാണ്. ഇനിയിപ്പോൾ പുലി അവളേയുംകൊണ്ടു മുങ്ങിയതാണോ എന്നുപോലും സംശയിക്കേണ്ടിയിരിക്കുന്നു. പ്രതിയെ അറിയാവുന്ന ഒരേയൊരാൾ സക്കറിയാ പോത്തനാണ്. പക്ഷേ പുറത്തുപറഞ്ഞാൽ അകത്താകുമെന്നുറപ്പാണ്. മാത്രമല്ല, ഗൗരവതരമായ കുറ്റമാണ്. തട്ടിക്കൊണ്ടുപോകൽ മത്രമല്ല, പ്രേരണയും കുറ്റമാണ്. പല പ്രമുഖൻമാരെയും അകത്താക്കിയ ചരിത്രമുണ്ട്, കേരളാ പോലീസിന്. അതും പോരാത്തതിന്, വീഡിയോയും എടുത്തുകാണും. അതു പുലിയുടെയുംകൂടി നിർബ്ബന്ധമായിരുന്നു.

അതുകൊണ്ട് ഒന്നും മിണ്ടാതെയാണ്, പുത്തൻകുരിശ് പൊലീസ് സ്റ്റേഷന്റെ പടിയിറങ്ങിയത്.

അതിന്റെ പിറ്റേദിവസം, ഒരു മുന്നറിയിപ്പുമില്ലാതെ, എലിസബത്ത് തേജസ്സുമായി വീട്ടിലെത്തി. വന്നപാടെ, സക്കറിയാ പോത്തനെ ഇടിവെട്ടുപോലെ ഒരു നോട്ടം. പിന്നെ ഒരു പരിഹാസച്ചിരിയോടെ, ഒന്നും സംഭവിക്കാത്തമട്ടിൽ മുറിയിൽക്കയറി പതിവിലും ശക്തിയായി കതകടച്ചു.

അന്നു രാത്രിയിലും സക്കറിയാ പോത്തന് ഉറക്കം വന്നില്ല. ആർക്കാണ്, എവിടെയാണു പിഴച്ചത്? ആരോടും ഒന്നും പറയാനോ ചോദിക്കാനോ പറ്റാത്ത ദുരവസ്ഥ.

നേരം പാതിരായായപ്പോൾ അടച്ചിട്ട മുറിയിൽനിന്ന്, എലിസബത്തിന്റെ കൂർക്കംവലി അവ്യക്തമായി കേട്ടു.

■

ചുവാവ

ബോൺസായ് മരങ്ങൾ കാണുന്നത് ഏവർക്കും കൗതുകകരമാണ്. അതേ കൗതുകംതന്നെയാണ് നായയുടെ വർഗത്തിലെ ബോൺസായിയായ ചുവാവ എന്ന മെക്സിക്കൻ നായക്കുട്ടിയെ കാണുമ്പോഴും. ഈ നായക്കുട്ടിയേയുംകൊണ്ട് വീട്ടിലേക്കു കയറിയ ദിവസംതന്നെ ഭാര്യ ആനക്കുട്ടി വഴക്കു തുടങ്ങി. ഭാര്യ ആന ജോ കൊട്ടാരത്തിനെ ഡോക്ടർ സ്നേഹപൂർവ്വം വിളിക്കുന്ന പേരാണ് ആനക്കുട്ടി. അതിലവർക്കു പ്രതിഷേധമൊന്നുമില്ല. എന്നാൽ ഈ പട്ടിക്കുട്ടിയുടെ കാര്യത്തിൽ അങ്ങനെയായിരുന്നില്ല.

"ഓ... വല്ല്യ അറിയപ്പെടുന്ന ഡോക്ടർ ജോസഫ് ജോ കൊട്ടാരം എന്നൊക്കെപ്പറഞ്ഞിട്ടെന്തു കാര്യം? എങ്ങാണ്ടുനിന്നു കിട്ടിയ ഈ പട്ടിക്കുട്ടിയേയും എഴുന്നള്ളിച്ചു കൊണ്ടുനടക്കാൻ നാണമില്ലേ നിങ്ങൾക്ക്? ഇനിമുതൽ ആരു കൂടെക്കിടക്കണമെന്നു ജോ തന്നെ തീരുമാനിച്ചു കൊള്ളണം. ഒന്നുകിൽ ഞാൻ, അല്ലെങ്കിൽ പട്ടി."

അതൊരു ഞെട്ടിക്കുന്ന പ്രസ്താവനയായിരുന്നു. അവളുടെ ശകാരങ്ങളെല്ലാം കേൾക്കാറുണ്ടെങ്കിലും ഒന്നും കേൾക്കാത്ത ഭാവത്തിലാണ് ജോ. അതുകൂടി കാണുമ്പോൾ ആനക്കുട്ടിക്ക് ശരിക്കും മദമിളകും. അങ്ങനെ പല ത്യാഗങ്ങളും സഹിച്ചാണ് ഈ പട്ടിക്കുട്ടിയെ അയാൾ കൊണ്ടുനടക്കുന്നത്. കൂടെക്കിടക്കാൻ അവൾ സമ്മതിക്കാത്തതുകൊണ്ടാണ് ഒരു പട്ടിക്കൂടു വാങ്ങണമെന്നുള്ള തീരുമാനത്തിലെത്തിയത്. രാത്രിയായാൽ അവൻ അതിനുള്ളിൽ ചുരുണ്ടുകിടന്നുറങ്ങും. അവനെക്കൊണ്ട് ഒരു ശല്യവുമില്ലെങ്കിലും അവൾ കൂടെക്കിടന്നില്ല. 'പട്ടിക്കൂടും പട്ടിവീടും' എന്നൊക്കെ പിറുപിറുത്തുകൊണ്ട് മുറിയിൽനിന്ന് ഇറങ്ങിപ്പോകും.

ആരുടെ ജീവിതത്തിലും ഇഷ്ടമില്ലാത്ത ധാരാളം കാര്യങ്ങളുണ്ടാകും. ഇഷ്ടത്തിനോ അനിഷ്ടത്തിനോ ഒരർത്ഥവുമില്ലാത്ത എത്രയോ കാര്യങ്ങൾ മറ്റുള്ളവർക്കുവേണ്ടി നമുക്കു ചെയ്യേണ്ടതായി വരുന്നു. അതൊക്കെ മദമിളകിയ ആനയോടു പറഞ്ഞിട്ടെന്തു കാര്യം? ചുവാവയുടെ കാര്യത്തിലും അതുതന്നെയാണു സംഭവിച്ചത്. അക്കാലത്താണ്,

എന്നും ഓർത്തിരിക്കാനായി അവൾ ഡോക്ടർക്കൊരു സർപ്രൈസ് നൽകിയത്. ഒരു പാവം പട്ടിക്കുട്ടിയുടെ പേരിൽ, ഭർത്താവിനു വിവാഹ മോചനത്തിനയച്ച, വെള്ളക്കവറിലിട്ട വക്കീൽ നോട്ടീസായിരുന്നു അത്. അതും പതിമൂന്നാമത്തെ വിവാഹവാർഷികത്തിന്റെയന്നുതന്നെ.

എത്ര മനോഹരമായ സമ്മാനം.

അമേരിക്കയുടെ അപ്പോളോ പതിമൂന്ന് ആകാശത്തുവച്ചു പൊട്ടിത്തെറിച്ചപ്പോൾ മുതൽ പതിമൂന്ന് എന്ന അക്കത്തിന് എന്തൊക്കെയോ കുഴപ്പങ്ങളുണ്ടെന്നു കേട്ടിരുന്നു. എന്നാലും ഭൂമിയിൽ, അതും ഡോക്ടർ ജോയുടെ വീട്ടിൽ ഇങ്ങനെയൊരു പൊട്ടിത്തെറി ഒട്ടും പ്രതീക്ഷിച്ചിരുന്നില്ല.

എല്ലാത്തിനും കാരണക്കാരൻ അപ്പുണ്ണിനായരാണ്. ഇപ്പോൾ അമേരിക്കയിലെ വാൾനട്ട് ക്രീക്ക് എന്ന ചെറുനഗരത്തിലാണെങ്കിലും ആരാണയാൾ എന്നത് അയാൾക്കുൾപ്പെടെ ആർക്കും കൃത്യമായി അറിയില്ല. കാലിഫോർണിയാ മാനർ എന്ന വൃദ്ധസദനത്തിലെ അന്തേവാസിയായിരുന്നു എന്നു മാത്രമേ ഡോക്ടർ ജോയ്ക്കും അറിവുള്ളൂ.

ഈ വൃദ്ധസദനം ഒരിരുനിലക്കെട്ടിടമായതുകൊണ്ട് പുറമേനിന്നു നോക്കിയാൽ ഒരു ഓൾഡ് ഏജ് ഹോമാണെന്നു മനസ്സിലാവില്ല. പ്രധാന തെരുവിൽനിന്ന് അൽപ്പം ഉള്ളിലായി, കുറേ വൃദ്ധമരങ്ങൾക്കിടയിൽ ഒളിച്ചിരിക്കുന്ന ബംഗ്ലാവാണെന്നേ ഒറ്റ നോട്ടത്തിൽ തോന്നുകയുള്ളു. മുന്നിൽ അഞ്ചാറു കാറുകൾക്കു പാർക്ക് ചെയ്യാവുന്ന പാർക്കിംഗ് ലോട്ടും, നടുക്ക് വൃത്താകൃതിയിലുണ്ടാക്കിയ തുരുത്തിൽ ഉയർന്നു നിൽക്കുന്ന പനമരവും. ആ മരച്ചുവട്ടിൽ, ഭംഗിയായി വച്ചുപിടിപ്പിച്ചിരിക്കുന്ന പല നിറത്തിലുള്ള പൂക്കൾ നിറഞ്ഞ പൂച്ചെടികളുമൊക്കെയായി, ശാന്തമായ അന്തരീക്ഷം. തുരുത്തിലെ വെള്ള ബോർഡിൽ പച്ച അക്ഷരങ്ങളിൽ 'കാലിഫോർണിയ മാനർ' എന്നെഴുതിയ ബോർഡ്, അൽപ്പം ശ്രദ്ധിച്ചു നോക്കിയാൽ മാത്രമേ കണ്ണിൽപ്പെടുകയുള്ളു. അവിടുത്തെ താമസക്കാരനാണ് അപ്പുണ്ണിനായർ.

അയാളുടെ വിളിപ്പേര് അപ്പാ എന്നായിരുന്നു. ഒരുപക്ഷേ വിളിക്കാനുള്ള സൗകര്യത്തിന് സായിപ്പുതന്നെയിട്ട പേരായിരിക്കാം അത്. വള്ളിയുള്ള കളസവും ചുണ്ടിൽ പുകയുന്ന സിഗാറുമായി, അസൽ വെള്ളക്കാരന്റെ വേഷത്തിലായിരുന്നു മിക്കവാറും അയാൾ. എന്നാലും ഒറ്റ നോട്ടത്തിൽ തറവാടിയായ ഒരു തനിനാടൻ മലയാളിയാണെന്നു മനസ്സിലാകും.

അയാളെപ്പറ്റി കൂടുതൽ കാര്യങ്ങളറിയാൻ ജോയ്ക്ക് ആകാംക്ഷയായിരുന്നു. ബ്രിട്ടീഷ് ഇന്ത്യയുടെ കാലത്ത് ഇയാൾ മുതുമുത്തച്ഛൻമാർ വഴി, മലേഷ്യയിലോ മലയായിലോ ഫിജിയൻ ദ്വീപുകളിലോ ജോലിയന്വേഷിച്ചു കറങ്ങിത്തിരിഞ്ഞ് അമേരിക്കയിൽ അഭയം പ്രാപിച്ചതായിരിക്കാം. അല്ലെങ്കിൽ ഇംഗ്ലീഷുകാർ അവരുടെ തോട്ടങ്ങളിൽ പണിയെടുപ്പിക്കാൻ കൊണ്ടുപോയതോ സ്വയം ജോലി കണ്ടെത്താൻ അങ്ങനെയൊരു

യാത്രയ്ക്കു തയ്യാറായതോ ആവാം. എന്തായാലും അപ്പാ എന്ന അപ്പുണ്ണി നായർ അയാളുടെ വേരുകളെപ്പറ്റി തീർത്തും അജ്ഞനാണ്.

അയാളെ കാണാൻ ഒരു പെൺകുട്ടി എപ്പോഴൊക്കെയോ അവിടെ വന്നിട്ടുണ്ട്. പേര് 'ആനപൂമാ നായർ' എന്നാണ് വിസിറ്റേഴ്സ് ലെജറിൽ എഴുതാറുള്ളത്. നമ്മുടെ അനുപമ, കാലദേശാന്തരങ്ങൾ കടന്നപ്പോൾ അങ്ങനെ രൂപാന്തരപ്പെട്ടതാവാം. എന്തായാലും ഫ്യൂജിയൻ ചുവയുള്ള ഈ 'ആനപൂമാ' എന്നു കേൾക്കാൻ ഒരു സുഖമൊക്കെയുണ്ട്. ആന്റണിയും ക്ലിയോപാട്രയുമൊക്കെ അന്തോണിയും ക്ലാരയുമായ ചരിത്രം നമുക്കുണ്ടല്ലോ.

ആ പെൺകുട്ടി ഇപ്പോൾ ഷിക്കാഗോയിലെ ഏതോ യൂണിവേഴ്സിറ്റിയിൽ പഠിക്കുകയാണെന്നു മാത്രം അഡ്മിനിസ്ട്രേറ്റർ ജെന്നിഫർ പറഞ്ഞ് ഡോക്ടർക്കറിയാം. അവൾ കൊച്ചുമകളാണെന്നു വിശ്വസിക്കാൻ ഒരു കാരണമുണ്ട്. മകളായ അപൂർവ എന്ന സ്ത്രീയാണ് അയാളെ ഏതാനും വർഷങ്ങൾക്കു മുമ്പ് ഈ വൃദ്ധസദനത്തിൽ കൊണ്ടുവന്നത്. അപൂർവ എന്ന പേരും ഏതെങ്കിലും പേരിൽനിന്ന് കാലങ്ങളോളം സഞ്ചരിച്ച്, തേഞ്ഞുമാഞ്ഞു പുനർജ്ജനിച്ചതാകാം. മദാമ്മയുടെ വേഷത്തിലാണെങ്കിലും മലയാളിത്തമുള്ള ഈ സ്ത്രീയെ ഒരിക്കൽ യാദൃച്ഛികമായി ഡോക്ടർ കണ്ടിട്ടുണ്ട്. അവർ ഹിന്ദിയും ഇംഗ്ലീഷും ഭംഗിയായി സംസാരിച്ചിരുന്നു. ആദ്യം കണ്ടപ്പോൾ ഡോക്ടർ ജോ അവരോടു പച്ചമലയാളത്തിലാണു സംസാരിച്ചത്. അപ്പോൾ, ഈ ഡോക്ടറെന്താണു പിച്ചും പേയും പറയുന്നതെന്ന ഭാവത്തിൽ അവർ കണ്ണുമിഴിച്ചു നോക്കിയിരുന്നു. ആകർഷകമായ വലിയ കണ്ണുകളുള്ള അപൂർവയെക്കണ്ടപ്പോൾ ആനപൂമയെപ്പറ്റിയാണ് അയാളോർത്തത്. കുറഞ്ഞപക്ഷം അവൾ ഒരു 'മിസ് കേരള കാലിഫോർണിയ'യെങ്കിലുമായിരിക്കണമല്ലോ!

അപൂർവയുടെ അന്തംവിട്ടുള്ള നോട്ടത്തിലാണ്, അയാൾക്ക് പറ്റിയ അബദ്ധം മനസ്സിലായത്. മലയാളമറിയാത്ത മലയാളിമങ്കതന്നെ! ആദ്യമൊക്കെ അങ്ങനെയൊരാളിനെ കാണുമ്പോൾ അത്ഭുതമായിരുന്നു. പിന്നെപ്പിന്നെ അതൊക്കെ ശീലമായി. എന്നാലും വളരെ വിരളമായേ ഷഷ്ടിപൂർത്തി കഴിഞ്ഞ അപ്പുണ്ണിനായരെപ്പോലെ, മലയാളിയല്ലാത്ത ഒരു മലയാളിയെ കാണാൻ സാധിക്കൂ.

അതൊന്നുമായിരുന്നില്ല അന്നത്തെ ആകാംക്ഷ. അയാളെന്തിനാണ്, ബില്ലി എന്നു പേരുള്ള ഒരു ചുവാവയുമായി ആ ഓൾഡ് ഏജ് ഹോമിലേക്കു വന്നത്? ഒരുപക്ഷേ വീട്ടിൽ ശല്യം സഹിക്കാതെവന്നപ്പോൾ മകൾ അപൂർവയുടെ നിർബ്ബന്ധംകൊണ്ട് കൂടെക്കൂട്ടിയതായിരിക്കാം. പല ഹോമുകളും സന്ദർശിക്കുന്ന ഡോക്ടർക്കറിയാം, പ്രായമാകുമ്പോൾ മനുഷ്യരും മൃഗങ്ങളെപ്പോലെയാണെന്ന്. ആരെയെങ്കിലുമൊക്കെ അനുസരിക്കുന്ന വളർത്തുമൃഗങ്ങൾ. എല്ലാ ഉത്തരവുകളുമനുസരിച്ചു ജീവിക്കാൻ വിധിക്കപ്പെട്ടവർ. എന്നിട്ടും 'വളർത്തുമൃഗങ്ങൾ പാടില്ല' എന്ന ബോർഡ്

വൃദ്ധസദനത്തിന്റെ വാതിൽക്കൽ തൂങ്ങിക്കിടക്കുന്നു. അതൊന്നും ചുവാവ എന്ന പട്ടിക്കുട്ടിയുമായി കുടിയേറിയ ഈ നായർക്കു ബാധകമല്ലെന്നു തോന്നുന്നു. ഒരുപക്ഷേ കൂടുതൽ ഡോളർ കിട്ടിയപ്പോൾ നിയമങ്ങളൊക്കെ കാറ്റിൽ പറന്നുകാണണം.

എന്തായാലും അയാളുടെ ആകെയുള്ള ബന്ധു ആ പട്ടിക്കുട്ടിയായിരുന്നു. ബില്ലിയെക്കണ്ടാൽ ആർക്കും ഓമനിക്കാൻ തോന്നും. എന്നിട്ടും ആനയ്ക്കു മാത്രം ഈ ജന്തുവിനെ കാണുന്നതുതന്നെ കലിയാണ്. കെയർഹോമിലെ ജെന്നിഫറിന് പട്ടിക്കുട്ടികളെ ഇഷ്ടമാണ്. എന്നാൽ അവയെ ഇഷ്ടമില്ലാത്ത ജാക്കും നോർമാ വാക്കറും ഇടയ്ക്കിടെ പ്രതിഷേധമറിയിക്കാറുണ്ട്. ഒൻപത് അന്തേവാസികളുള്ളതിൽ രണ്ടുപേർക്കേ എതിർപ്പുള്ളു. അവർക്കു വീറ്റോ പവറില്ലാത്തതുകൊണ്ടു മാത്രം ബില്ലി സ്വതന്ത്രമായി, പറയത്തക്ക കുഴപ്പങ്ങളൊന്നുമില്ലാതെ വൃദ്ധസദനത്തിൽ വിഹരിച്ചു.

പക്ഷേ, അവസരം കിട്ടിയാൽ കൊച്ചു ചുവാവ ആരുടെ മടിയിലും കയറിയിരിക്കും. ഇതാണ് ആനക്കുട്ടിക്ക് ഒട്ടും പിടിക്കാത്തത്. തക്കം കിട്ടിയാൽ ധൈര്യപൂർവം അവളുടെ മടിയിലും കയറിയിരിക്കും. അപ്പോഴൊക്കെ അവൾ കൈകൊണ്ട് ശക്തിയായി തട്ടിമാറ്റും. പിന്നെ പിറുപിറുത്തുകൊണ്ട് ഒരോട്ടമാണ്. കുട്ടികളില്ലാഞ്ഞിട്ടുപോലും അവൾക്കീ സാധനത്തിനെ തൊടുന്നതുപോലും ഇഷ്ടമല്ല. ടി വി കാണാൻ സ്വസ്ഥമായി ഒന്നിരിക്കുമ്പോഴാണ് അവന്റെയീ ചാടിക്കയറ്റം.

ഇതിന്റെ പേരിലാണ് വിവാഹമോചനസാധ്യത തെളിഞ്ഞിരിക്കുന്നത്! അങ്ങനെയെങ്കിൽ ചുവാവ എന്ന പട്ടിക്കുട്ടിയുടെ പേരിൽ ലോകത്തു നടക്കുന്ന ആദ്യവിവാഹമോചനമായിരിക്കും ഇത്.

സദനത്തിലുള്ള എല്ലാവർക്കും പൊതുവേ ഇഷ്ടമായിരുന്നു, ബില്ലിയെ. അപ്പായെ സ്നേഹിക്കാൻ ചുവാവയല്ലാതെ ബന്ധുക്കളാരുമില്ലായിരുന്നു. ഒരു സന്ദർശകഡോക്ടറായി ജോ മാസത്തിലൊരിക്കൽ സദനം വിസിറ്റ് ചെയ്യുന്നത് നോർമാ വാക്കറെ കാണാനായിരുന്നു. കാണുമ്പോഴൊക്കെ അവർ പട്ടിക്കുട്ടിയുടെ കാര്യം പറഞ്ഞു പരിഭവിക്കാറുണ്ട്. അതിനൊന്നും ഡോക്ടർ പ്രാധാന്യം കൊടുത്തിരുന്നില്ല. സന്ദർശനവേളയിൽ ജോ മിസ്റ്റർ നായരോടു കുശലങ്ങൾ ചോദിക്കാറുണ്ട്. അയാൾ വളരെ ആവേശത്തോടെയും അഭിമാനത്തോടെയുമാണ് മകളെയും കൊച്ചുമകളെയും പറ്റിയൊക്കെ പറഞ്ഞിരുന്നത്. അവർ വരാത്തതിലും അന്വേഷിക്കാത്തതിലും അയാൾ ഒരു പരാതിയും ഒരിക്കലും പറഞ്ഞതായി ഡോക്ടർ ഓർക്കുന്നില്ല. എന്നാലും അയാളുടെ കണ്ണുകളിൽ, അകൽച്ചയുടെ നിഴലാട്ടങ്ങൾ വ്യക്തമായിരുന്നു.

“അവർ എപ്പോഴും തിരക്കിലാണ്. എന്നാലും എന്റെ കൊച്ചുമോൾ വരും. വരാതിരിക്കില്ല. എന്റെ മടിയിലിരുന്നു കൊഞ്ചി വളർന്നതല്ലേ?

അവളുടെ പ്രിയപ്പെട്ട മുത്തച്ഛനെ അവൾക്കെങ്ങനെ മറക്കാൻ കഴിയും? അവളാണ് ആദ്യം അപ്പാ എന്നു വിളിച്ചുതുടങ്ങിയത്."

അതു പറയുമ്പോൾ അയാളുടെ സ്വരമിടറിയിരുന്നു.

അങ്ങനെയാണ് അയാളുടെ വിളിപ്പേരും അപ്പാ എന്നായതെന്ന് നല്ല ആവേശത്തോടെയാണ് അയാൾ പറഞ്ഞിരുന്നത്. ആനപൂമ ഉണ്ടായതിനു ശേഷം, അയാളും മിസ്സിസ് നായരുമില്ലാതെ അവർക്കു ജീവിതം ദുഷ്കര മായിരുന്നു. അത്രയ്ക്കു തിരക്കുകളിലായിരുന്നു, അവളുടെ അച്ഛനു മമ്മയും. അതൊക്കെ ഇപ്പോൾ വെറും ഓർമകൾ മാത്രമായി ആ വൃദ്ധ സദനത്തിലെ നാലു ചുവരുകൾക്കുള്ളിൽ അവശേഷിക്കുന്നു. ആനപൂമ എന്ന കൊച്ചുമകളുമായി ബന്ധപ്പെട്ട മധുരമുള്ള സ്മരണകൾ ഇപ്പോഴും ആ മുത്തച്ഛനിൽ ഉറങ്ങിക്കിടക്കുന്നുണ്ടാവാം. അതൊക്കെ പഴയ കാര്യ ങ്ങൾ.

ഒരിക്കൽ മാത്രമാണ്, ഡോക്ടർ ജോ അപ്പുണ്ണിയോട് ഈ 'നായരെ' പ്പറ്റി ചോദിച്ചത്.

"ഹൗ ഡിഡ് യു ഗെറ്റ് ദിസ് നെയിം 'നായർ' മിസ്റ്റർ നായർ?"

"ഐ ഡോണ്ട് നോ ഹൗ ഐ ഗോട്ട് ഇറ്റ്. ഇറ്റ് ഈസ് മൈ ലാസ്റ്റ് നെയിം... നായ്..."

അമേരിക്കൻ സ്റ്റൈലിൽ പറയുമ്പോൾ ആർ അങ്ങു വിഴുങ്ങും. മല യാളത്തിൽ ചിന്തിച്ചപ്പോൾ. അപ്പുണ്ണിനായ്! അങ്ങനെ അയാളുടെ പേരിൽ പ്പോലും നായയുണ്ട്. പക്ഷേ അതിന്റെ അർത്ഥമൊന്നും ഇനി അയാളെ പറഞ്ഞു മനസ്സിലാക്കേണ്ട ആവശ്യമുണ്ടെന്നു ഡോക്ടർക്കു തോന്നിയില്ല.

"ഹലോ മിസ്റ്റർ നായർ" എന്ന് ഡോക്ടർ അപ്പോൾത്തന്നെ വീണ്ടും സംബോധന ചെയ്തിരുന്നു. അതത്ര ഇഷ്ടപ്പെടാത്ത മട്ടിൽ അയാൾ ഡോക്ടറെ സൂക്ഷിച്ചുനോക്കി.

ദിവസങ്ങൾക്കു ശേഷം, ശക്തമായ കാറ്റും മഴയുമുണ്ടായ രാത്രി ഇനി യൊരിക്കലും ജോ മറക്കില്ല. കാരണം ആ കുളിരുള്ള രാത്രിയിലാണ് അവസാനമായി ആനക്കുട്ടിയുടെകൂടെ ഒന്നു കെട്ടിപ്പിടിച്ചു കിടന്നത്. അവളുടെ ചൂടുപറ്റിക്കിടക്കുമ്പോഴാണ്, ജെന്നിഫർ വിളിച്ച്, ഡോക്ടർ ജോയെ അത്യാവശ്യമായി കാണണമെന്നു പറഞ്ഞത്. നോർമയ്ക്ക് എന്തെങ്കിലും സംഭവിച്ചുകാണുമെന്നുള്ള വേവലാതിയായിരുന്നു മനസ്സിൽ. ആന അറിയാതിരിക്കാൻ ഒച്ചയുണ്ടാക്കാതെ, രാത്രിയിൽത്തന്നെ കാറെടുത്തു പാഞ്ഞുചെന്നു. അപ്പോഴേക്കും അവിടെ ആംബുലൻസും ഫയർ ട്രക്കുമൊക്കെ അലറിവിളിച്ചെത്തിയിരുന്നു. അയാൾ നേരേ ജെന്നി ഫറിന്റെയടുത്തേക്ക് ഓടിയെത്തുകയായിരുന്നു. പക്ഷേ പരിചാരകർ മുഴുവനും അപ്പുണ്ണിനായരുടെ മുറിയിലായിരുന്നു. ഡോക്ടർ പതുക്കെ ആ മുറിയുടെ വാതിൽക്കലെത്തി. ജീവനക്കാർ അയാളെ ഉണർത്താ നുള്ള എല്ലാ ശ്രമങ്ങളും നടത്തുകയായിരുന്നു. ജെന്നിഫർ ഓടിവന്ന്,

ഡോക്ടറെ അകത്തേക്കാനയിച്ചു. ഡോക്ടർ നാഡി പിടിച്ചു പരിശോധിച്ച്, അപ്പോൾത്തന്നെ അയാളുടെ ചലനമറ്റു എന്നു സ്ഥിരീകരിച്ചു.

പാവം ചുവാവ ഒരു പ്രത്യേകസ്വരമുണ്ടാക്കി ആ മുറിയാകെ ഓടി നടക്കുന്നുണ്ടായിരുന്നു. യജമാനന്റെ വേർപാടിൽ ആ മിണ്ടാപ്രാണി കരയുകയായിരുന്നിരിക്കണം.

ബാക്കിയുള്ള നടപടക്രമങ്ങൾ ജെന്നിഫർ ഏറ്റെടുത്തു. അൽപ്പം കഴിഞ്ഞപ്പോൾ അപൂർവയുമെത്തിയെങ്കിലും അവരുടെ മുഖത്ത് പ്രത്യേകിച്ച് ഒരു ഭാവവുമുണ്ടായിരുന്നില്ല. ബില്ലിയുടെ കാര്യത്തിൽ മാത്രം ആരും ഒരു തീരുമാനവുമെടുത്തില്ല.

തിരികെപ്പോരുമ്പോൾ ജെന്നിഫറിനോട് അപ്പാ നായരുടെ ബന്ധുക്കളെപ്പറ്റി ഡോക്ടർ ചോദിച്ചിരുന്നു. ആരും വരാറില്ലായിരുന്നെങ്കിലും മാസാമാസം കൃത്യമായി ചെക്കു വന്നിരുന്നു. അപ്പോഴൊക്കെയും 'ബില്ലിക്കുള്ള അലവൻസ് വേറേ' എന്നുപറഞ്ഞ് അയാൾ പുഞ്ചിരിക്കുമായിരുന്നു.

അപ്പാ മരിച്ചിട്ടും ഏതാണ്ട് ഒരാഴ്ചയോളം ജെന്നിഫർതന്നെ ബില്ലിയെ നോക്കിയെങ്കിലും അപ്പായുടെ ബന്ധുക്കളാരും അന്വേഷിച്ചു വന്നില്ല. ആ ദിവസങ്ങളിലൊക്കെ ബില്ലി അപ്പായുടെ ബെഡ്ഡിൽത്തന്നെയാണു കിടന്നത്. ആ റൂമിൽ പുതിയ അന്തേവാസി വന്നപ്പോഴാണ് അവൻ പുറത്തായത്. എന്നിട്ടും ആ മുറിയുടെ വാതിൽക്കൽ നിന്ന്, രാത്രിപോലും മോങ്ങുന്നതു കേൾക്കാമായിരുന്നു. അതൊക്കെ മറ്റുള്ള അന്തേവാസികൾക്കു ശല്യമായിത്തീർന്നു.

ഡോഗ് ഷെൽട്ടറിൽ കൊടുത്താൽ, ഒരു നിശ്ചിതസമയത്തിനുള്ളിൽ ആരും ഏറ്റെടുത്തില്ലെങ്കിൽ കൊന്നുകളയും. ആ കൊടുംക്രൂരത ഒഴിവാക്കാനായിരുന്നു, ജെന്നിഫർ ഡോക്ടറോടു കാര്യം പറഞ്ഞത്. ആദ്യമൊന്നു മടിച്ചെങ്കിലും ചുവാവയുടെ അവസ്ഥ കേട്ടപ്പോൾ, ഒരു താൽക്കാലിക ഷെൽട്ടർ എന്ന നിലയിലാണ് അവനെ ഏറ്റെടുക്കാൻ ഡോക്ടർ സമ്മതിച്ചത്.

അങ്ങനെ ഒരു സുപ്രഭാതത്തിൽ രണ്ടും കൽപ്പിച്ച്, ഭാര്യ ആനയുടെ അനുവാദത്തിനു കാത്തുനിൽക്കാതെ കുഞ്ഞു ചുവാവയുമായി ഡോക്ടർ വീട്ടിലേക്കു കയറിച്ചെല്ലുകയായിരുന്നു. അന്നുണ്ടായ പുകിലും ഇനിയുണ്ടാകാനിടയുള്ള സംഭവവികാസങ്ങളുമൊന്നും ഇപ്പോൾ പറഞ്ഞിട്ടു വലിയ പ്രയോജനമൊന്നുമില്ലല്ലോ.

എന്തു വന്നാലും ഇനി ചുവാവയെ ഉപേക്ഷിക്കുന്ന പ്രശ്നമില്ല എന്ന തീരുമാനത്തിലായിരുന്നു, ഡോക്ടർ ജോസഫ് ജോ കൊട്ടാരം.

■

തിരുട്ടുഗ്രാമം

പുലർച്ചയിൽ, പുകച്ചുരുളുകൾപോലെ മഞ്ഞുപാളികൾ ആകാശത്തെ മുട്ടിയുരുമ്മി നിന്നു. വന്മരങ്ങൾക്കും മേഘപാളികൾക്കും മുകളിൽ മറഞ്ഞുനിന്ന സൂര്യൻ ഇടയ്ക്കിടെ എത്തിനോക്കി.

ആ സമയത്ത് രണ്ടു സുഹൃത്തുക്കൾ ഒരു കാറിൽ കൊടൈക്കനാലിൽനിന്നുള്ള യാത്രയിലാണ്. ചുറ്റുപാടും ആൾപ്പാർപ്പില്ലാത്ത വിശാലമായ ഭൂപ്രദേശം. അധികം പൊക്കമില്ലാത്ത മരങ്ങൾ കൂട്ടംകൂട്ടമായി നിൽക്കുന്ന നിരപ്പായ പ്രദേശം. കാറ്റിനൊപ്പം തലയാട്ടിനിൽക്കുന്ന മരച്ചില്ലകൾ കാണുമ്പോൾ, ഈ മരങ്ങൾക്കാണ് മനുഷ്യരേക്കാൾ അച്ചടക്കമെന്നു തോന്നും. ഇടയ്ക്കിടെ കൃഷിക്കായി മാത്രം വെള്ളമൊഴുകുന്ന ചാലുകളും കൃഷിഭൂമികളും. ഏതൊരു കർഷകനേയും മോഹിപ്പിക്കുന്ന ഭൂമിക.

കാറിലെ യാത്രക്കാർ ആരെന്നു നോക്കാം. ഒന്ന്, റൈറ്റ് ക്ലിക്ക് എന്ന ഐ ടി കമ്പനിയുടെ സി ഇ ഒ, ഡി ദേവദാസ്. പിന്നെ അയാളുടെ ഒരു കൂട്ടുകാരി. അവളാരെന്നോ എന്തിനാണ് അയാളുടെകൂടെ യാത്ര ചെയ്യുന്നതെന്നോ അറിയില്ല. എന്തായാലും ഇപ്പോൾ അവൾ നല്ല ഉറക്കത്തിലാണ്. അതങ്ങനെയാണ്. ഹൈവേയിൽ കയറിയാലുടനെ അവൾ ഉറക്കം തൂങ്ങും. ഹൈവേയിലെ ചൂടുകാറ്റിന്റെ നേർത്ത താളലയങ്ങൾ അവളിൽ ഉറക്കത്തിന്റെ വിത്തുകൾ പാകും. അവളുണരാതിരിക്കാൻ വളരെ ശ്രദ്ധാപൂർവ്വമാണ് അയാൾ കാറോടിച്ചിരുന്നത്. ഒരുപക്ഷേ തലേ രാത്രിയിലെ പാതിയുറക്കത്തിന്റെ ആലസ്യംകൊണ്ടുമാവാം ഇപ്പോൾ അവളുറങ്ങുന്നത്.

കൊടൈക്കനാലിലെ ഒരു റിസോർട്ടിൽ, ഒരു ദിവസം കൂടാൻ പോയതാണ്. അതുകഴിഞ്ഞുള്ള ശാന്തമായ യാത്രയാണ്. അയാൾ അങ്ങനെയാണ്. ഒറ്റയ്ക്കു യാത്ര പോകുമ്പോഴൊക്കെ അവളെയും കൂട്ടും.

പെട്ടെന്നാണ്, ദൂരെ വഴിയോരത്ത് വലതുഭാഗത്തായി ഒരു ഇളം നീലനിറമുള്ള കാർ കാണുന്നത്. അത്, കാറ്റിൽ പറന്നുവരുന്ന മഞ്ഞു

പാളികൾക്കിടെ തീർത്തും അവ്യക്തമായിരുന്നു. ഒട്ടും ആൾപ്പാർപ്പില്ലാത്ത ആ സ്ഥലത്ത് എന്തിനാണ് അങ്ങനെയൊരു കാർ പാർക്ക് ചെയ്തിരിക്കുന്നതെന്ന് ഒരു നിമിഷം ആലോചിച്ചു. അപ്പോഴേക്കും കാറിൽനിന്ന് ഒരു ചെറുപ്പക്കാരൻ അവരുടെ കാറിന്റെ മുമ്പിലേക്ക് അതിവേഗം ഓടിയടുത്തു. സഡൻ ബ്രേക്കിട്ടു നിർത്താനുള്ള സമയം കഴിഞ്ഞിരുന്നതുകൊണ്ട്, ചെറുപ്പക്കാരനെ തോൽപ്പിക്കാനെന്നവണ്ണം അയാൾ ശക്തിയായി ആക്സിലേറ്ററിൽ കാലമർത്തി. ആ കാറിനടുത്ത് ഒരു പെൺകുട്ടി ഉറക്കെ കരഞ്ഞുകൊണ്ട് എന്തൊക്കെയോ പറയുന്നുണ്ടായിരുന്നു. അയാളെ തടയാൻ സാധിക്കാത്തതിലുള്ള നിസ്സഹായത അവളുടെ ഭാവചലനങ്ങളിൽ വ്യക്തമായിരുന്നു. വേഗം കൂട്ടിയതുകൊണ്ട് കാർ കഷ്ടിച്ചു കടന്നുവെങ്കിലും, സൈഡ് വശത്തു ശക്തിയായി തട്ടിയിരിക്കണം. ആ ശബ്ദത്തിൽ കൂട്ടുകാരി ഞെട്ടിയുണർന്നു. ചെറുപ്പക്കാരനു പക്ഷേ രക്ഷപ്പെടാനായില്ല. പിറകേ വന്ന ട്രക്ക് ശക്തിയായി ഇടിച്ചുതെറിപ്പിച്ചു. ഇടിയുടെ ആഘാതത്തിൽ അയാൾ വഴിയിരികിൽ കിടന്നു പിടയുന്നത് സൈഡ് മിററിലൂടെ വ്യക്തമായി കാണാമായിരുന്നു.

കൂട്ടുകാരി പെട്ടെന്നുണർന്ന് ഉറക്കച്ചടവോടെ ഉച്ചത്തിൽ എന്തോ പറയുന്നുണ്ടായിരുന്നു. ഒരു ഷോക്കേറ്റതുപോലെ ചുറ്റിനും നോക്കി. എല്ലാം ഏതാനും സെക്കൻഡുകൾകൊണ്ടു കഴിഞ്ഞു. ഇടിച്ച ട്രക്കുകാരൻ നിർത്താതെ പോയതുപോലും അവർ ശ്രദ്ധിച്ചില്ല. ദേവദാസ്, അറിയാതെതന്നെ ബ്രേക്കിൽ കാലമർത്തി. കാർ പതുക്കെയായപ്പോൾ സൈഡിൽ ഒതുക്കിനിർത്തി. അപ്പോഴേക്കും ചെറുപ്പക്കാരന്റെ ചലനമറ്റിരുന്നു. ഒരുപക്ഷേ മരിച്ചിരിക്കാം.

അവരുടെ കാർ കണ്ടിട്ടാവാം, ആ പെൺകുട്ടി അവിടെനിന്നു വാവിട്ടു കരയുകയാണ്. അപ്പോഴാണ് കൂട്ടുകാരിക്കു സ്ഥലകാലബോധമുണ്ടായത്. പെൺകുട്ടിയുടെ അലർച്ചയാണ് ആദ്യം ശ്രദ്ധിച്ചത്. അതു കേട്ടപ്പോഴേ രണ്ടുപേരും പരിഭ്രാന്തരായി. അവൾ പറഞ്ഞു:

"നമുക്കു പോകാം ദേവൂ. ആകെ കുഴപ്പമാകും."

"ഇല്ല. ആ പെൺകുട്ടിയെ ഈ വിജനമായ സ്ഥലത്ത് ഉപേക്ഷിച്ചിട്ടു പോകാൻ എനിക്കു പറ്റില്ല. അപകടത്തിൽപ്പെട്ടത് അവളുടെ ഭർത്താവാകാനാണ് കൂടുതൽ സാധ്യത. വഴക്കിട്ട്, പെട്ടെന്നുള്ള ദേഷ്യത്തിൽ എടുത്തുചാടിയതാവാം."

"ഭർത്താവാണെങ്കിലും ബോയ്ഫ്രണ്ടാണെങ്കിലും അതൊക്കെ അവരുടെ സ്വകാര്യതകളാണ്. ആരും ആരുടെയും സ്വകാര്യതകളിൽ ഒളിഞ്ഞു നോക്കുന്നതു ശരിയല്ലെന്ന് ദേവൂ തന്നെയല്ലേ ഒരിക്കൽ പറഞ്ഞത്? അഥവാ അയാൾ മരിച്ചാലും അതൊരു സാധാരണമരണമായിരിക്കില്ലല്ലോ. അയാൾ ആഗ്രഹിച്ചതല്ലേ? അവളും അതിനുത്തരവാദിയാണ്. അല്ലാതെ

അപകടമെന്നൊന്നും പറയാൻ പറ്റില്ല. അങ്ങനെ എത്രപേർ ഈ ലോകത്ത് ആത്മഹത്യ ചെയ്യുന്നു! എല്ലാം അവരവർ സ്വയം കണ്ടെത്തുന്ന അപകടങ്ങൾ. അതൊന്നും നമ്മുടെ പ്രശ്നമല്ല ദേവൂ. പ്ലീസ്, ഇങ്ങനെ സ്ഥലകാലബോധമില്ലാതെ പെരുമാറരുത്. ആരെങ്കിലും കണ്ടാൽ നമ്മൾ രണ്ടുപേരും അതിലും വലിയ അപകടത്തിലാകും."

"അയാൾ മരിച്ചിട്ടില്ലെങ്കിലോ?"

"അതും അവളുടെ ഉത്തരവാദിത്തത്തിൽപ്പെട്ട കാര്യമാണ്."

"ഒരുപക്ഷേ അവർ കാറിലൊളിച്ചിരിക്കുന്ന കൊള്ളക്കാരിൽനിന്ന് ഓടി രക്ഷപ്പെട്ടതാവാം."

"എന്താണെങ്കിലും നമ്മളും ഇപ്പോൾ അപകടമേഖലയിലാണ്. എത്രയും വേഗം രക്ഷപ്പെടുകയല്ലാതെ മറ്റു മാർഗ്ഗങ്ങളൊന്നുമില്ല ദേവൂ."

ദേവദാസ് അല്പനേരം ആലോചിച്ചിരുന്നു. ഇതു തിരുട്ടുഗ്രാമമാണ്. ഒരുപക്ഷേ ആ ലോറിക്കാരൻ മനഃപൂർവ്വം അയാളെ ഇടിച്ചിട്ടു നിർത്താതെ പോയതാകാം. അങ്ങനെ എത്രയെത്ര സംഭവങ്ങൾ ഈ ഗ്രാമത്തിലൂടെ തീർത്ഥാടനത്തിനു പോകുന്ന വാഹനങ്ങൾക്കു സംഭവിച്ചിരിക്കുന്നു! അവൾക്കതറിയില്ലെങ്കിലും അവൾ പറയുന്നതിൽ കാര്യമുണ്ടെന്ന് അയാൾക്കു തോന്നി. ഇനി വരുന്ന ഏതെങ്കിലും വാഹനത്തിലുള്ളവർ പൊലീസിനെ വിളിക്കാതിരിക്കില്ല. അല്ലെങ്കിൽ എമർജെൻസി നമ്പർ വിളിച്ചാലോ എന്ന് ഒരു നിമിഷം ആലോചിച്ചു. പിന്നെ തമിഴ്നാട് പൊലീസ് വരുന്നതുവരെ അവിടെ കിടക്കേണ്ടിവരും. കവർച്ചയ്ക്കു പോലും കൂട്ടുനിൽക്കുന്ന അവർ അവരെ രണ്ടുപേരെയും ഒന്നിച്ചു കാണും. നടന്നതൊക്കെ വിശദീകരിക്കേണ്ടിവരും. വർഷങ്ങളായി രഹസ്യമായി കൊണ്ടുനടന്ന സൗഹൃദത്തിന്റെ രഹസ്യം സോഷ്യൽ മീഡിയയിൽ വരും. പിന്നെ ജീവിച്ചിരുന്നിട്ടെന്തു കാര്യം? ഒന്നും വേണ്ട. രക്ഷപ്പെടുന്നതാണു നല്ലത് എന്നുതന്നെയാണ് അയാൾക്കും തോന്നിയത്. കാർ പതിയെ മുന്നോട്ടെടുത്തു ഹൈവേയിലേക്കു കയറി. അപ്പോഴും പിന്നിൽനിന്ന് ആ പെൺകുട്ടിയുടെ അലർച്ചകൾ അവ്യക്തമായി കേൾക്കാമായിരുന്നു. അവർ അതു ശ്രദ്ധിക്കാതെ അതിവേഗം പാഞ്ഞു പോയി.

■

പക്കാ പക്കാ ഹുസൈൻ

പക്കാ പക്കാ ഹുസൈൻ എന്ന ആക്രിക്കച്ചവടക്കാരൻ, എ.കെ. എസ്തപ്പാൻ എന്ന ആത്മസുഹൃത്തിനയച്ച ഒരു ഇ-മെയിലാണ് ഇപ്പോൾ നമ്മുടെ മുമ്പിൽ.

പക്കാ ഹുസൈനിന്റെ ശരിയായ പേര് സഫാസ് ഹുസൈൻ എന്നാണ്. ആൾ വീട്ടിൽ പ്രശ്നക്കാരനാണെങ്കിലും പുറത്തുള്ളവരുമായി ഇടപെടുമ്പോൾ എല്ലാ കാര്യങ്ങളിലും പക്കാ ഡീസന്റാണ്. അതുകൊണ്ട് ആക്രിക്കട അസോസിയേഷനിലുള്ളവർ വിളിച്ചുതുടങ്ങിയ പേരാണ് പക്കാ ഹുസൈൻ എന്നത്. നാട്ടുകാർ അതു പരിഷ്ക്കരിച്ച്, ഹുസൈനെ അങ്ങു വെട്ടി, പക്കാ പക്കാ എന്നാക്കി. ഇപ്പോൾ പത്തുപേരറിയണമെങ്കിൽ പക്കാ പക്കാ എന്നുതന്നെ പറയണം.

ഇനി കത്തൊന്നു തുറക്കാം.

"എടാ എസ്തപ്പാനേ,

നിനക്ക് ജമീലയുടെ പല കാര്യങ്ങളുമറിയാമെങ്കിലും വളരെ കോൺഫിഡൻഷ്യലായി ഞാൻ നിന്നോടു ചില രഹസ്യങ്ങൾ പറയാനുദ്ദേശിക്കുന്നു. ഒരിക്കലും നിന്റെ ഭാര്യ സാറ പോലും ഇതൊന്നുമറിയരുത് എന്നു പ്രത്യേകം ഓർമ്മിപ്പിക്കുന്നു.

ജമീലയ്ക്ക് എന്നോടുള്ള സ്ഥായിയായ മനോഭാവം സ്നേഹമാണെങ്കിലും ഞാൻ കോപിക്കുമ്പോൾ അവൾ ഒന്നും ഉരിയാടാറില്ല. പ്രണയം ഉള്ളിലെവിടെയോ ഒളിപ്പിച്ച് ഒന്നും മിണ്ടാതെ നടക്കുന്നതാവാം. അങ്ങനെയാണവൾ എന്നോടു പ്രതിഷേധിക്കുന്നതും പ്രതികരിക്കുന്നതും. അവളുടെ ആ മൗനങ്ങളിലെ കുസൃതി കലർന്ന നോട്ടങ്ങളും കൊച്ചു കൊച്ചു മിണ്ടലുകളും വേണ്ടുവോളം ഞാനാസ്വദിച്ചിരുന്നത് അവളറിഞ്ഞിരുന്നില്ല. അല്ലെങ്കിലും അതൊക്കെയറിയിക്കുന്നത് നമ്മൾ ആണുങ്ങളുടെ അന്തസ്സിനു ചേർന്നതാണോ? ഇപ്പോൾത്തന്നെ നീ എന്നെ ഒരു സാഡിസ്റ്റ് എന്നു മുദ്രകുത്തിയിട്ടുണ്ടാകുമെന്ന് എനിക്കുറപ്പുണ്ട്. എൻജിനീയറാണെന്ന അഹങ്കാരത്തിലായിരിക്കണം, അഹന്തയും

പുരുഷമേധാവിത്വവും തലയ്ക്കുപിടിച്ച എന്നെ കുറേ നാളായി സഹിക്കുന്നുവെന്ന് അവൾ അടുത്ത കൂട്ടുകാരോടൊക്കെ പറയാറുണ്ടായിരുന്നു എന്ന വിവരവും എനിക്കു കിട്ടിയിട്ടുണ്ട്.

കുറേനാൾ അങ്ങനെ എല്ലാം സഹിച്ചെങ്കിലും അള മുട്ടിയാൽ പാമ്പു മാത്രമല്ല, പെണ്ണും കടിക്കുമെന്ന് ഇപ്പോൾ മനസ്സിലായി. ഞാൻ വീട്ടിലില്ലാതിരുന്ന ഒരു ദിവസം ഒന്നും പറയാതെ അവൾ പെട്ടിയുമെടുത്ത് പടിയിറങ്ങിപ്പോയി. അവളുടെ വീട്ടിലേക്കായിരിക്കുമെന്ന് ഞാനൂഹിച്ചു. കാരണം, അവളുടെ ഏതു പോക്രിത്തരത്തിനും ഫുൾ സപ്പോർട്ട് കൊടുക്കുന്നത്, മൂത്ത കമ്യൂണിസ്റ്റുകാരനായ അവളുടെ ബാപ്പ, മമ്മൂക്ക എന്ന മുഹമ്മദുകുട്ടിയാണ്. അയാളുടെ കാർ വീട്ടുമുറ്റത്തു കിടക്കുന്നതു കണ്ടു എന്ന് അയൽപക്കത്തുള്ള പൂത്തുമ്പിപ്പെണ്ണു പറഞ്ഞു. ഞാനില്ലാത്തപ്പോൾ അങ്ങോട്ടൊരു കണ്ണു വേണമെന്ന് ഞാനവളോടു പറഞ്ഞിരുന്നു.

ഇനിയിപ്പോൾ അവളുടെ പിറകേ പോയിട്ട് ഒരു കാര്യവുമില്ലെന്നറിയാം. എന്നിട്ടും തരം കിട്ടുമ്പോഴൊക്കെ ഫോണിൽക്കൂടി അവളെ ഞാൻ അഹങ്കാരി, അധികപ്രസംഗി എന്നൊക്കെപ്പറഞ്ഞു കുറ്റപ്പെടുത്തിക്കൊണ്ടിരുന്നു. ഒരു ദിവസം അവൾ ഫോൺ നമ്പർ മാറ്റുകയും വാട്സാപ്പിൽ എന്നെ ബ്ലോക്ക് ചെയ്യുകയും ചെയ്തു. ഫെയ്സ്ബുക്കിൽ നിന്നുപോലും എന്നെ തൂത്തുവാരിയെറിഞ്ഞു. സർക്കാർ എൻജിനീയറാണെന്നു കരുതി പെണ്ണുങ്ങൾക്ക് അത്രയ്ക്കു ഹുങ്കു പാടില്ലല്ലോ. ഒന്നുമല്ലെങ്കിലും ഞാൻ ടൗണിലെ അറിയപ്പെടുന്ന ആക്രിക്കച്ചവടക്കാരനല്ലേ? അവൾക്കും അവളുടെ ബാപ്പായ്ക്കും ആക്രി എന്നു കേൾക്കുമ്പോഴേ കലിയിളകും. എനിക്കറിയാം, അയാൾ, അവളുടെ ബാപ്പാ മുഹമ്മദുകുട്ടി പറഞ്ഞിട്ടുതന്നെയാ ഇതെല്ലാം. അയാൾക്കെന്നെ പണ്ടേ ഇഷ്ടമല്ല. ദേഷ്യം വന്നപ്പോൾ ഞാനും വിട്ടുകൊടുത്തില്ല. വായിൽത്തോന്നിതൊക്കെ വിളിച്ചുപറഞ്ഞു. വാക്പയറ്റുകളൊക്കെ അങ്ങനെ കഴിഞ്ഞെങ്കിലും ഞാനിപ്പോൾ ഏതാണ്ടു നഷ്ടപ്പെട്ട അണ്ണാനെപ്പോലെയായി. മനസ്സിലുള്ളതു മുഴുവൻ പറഞ്ഞില്ലെങ്കിലും അതു മനസ്സിലാക്കാനുള്ള ബോധം ഈ പെൺവർഗ്ഗത്തിനില്ലേ? ഒരിക്കൽ ഞാനതു നിന്നോടു സൂചിപ്പിച്ചതാണ്. അപ്പോൾ നീയെന്നെ കണ്ടമാനം ഇൻസൾട്ട് ചെയ്തു.

"അല്ലെങ്കിലും നിനക്കു ജമീലയെ കാണുമ്പോൾ മാത്രം വെട്ടാൻ വരുന്ന പോത്തിന്റെ പ്രകൃതമല്ലേ? എടാ പോത്തേ, നിന്റെ ഉള്ളിലുള്ളതൊക്കെ തുറന്നുപറഞ്ഞാൽ തീരാവുന്ന പ്രശ്നമല്ലേയുള്ളൂ?"

എന്റെ ഇൻഫീരിയോറിറ്റി കോംപ്ലക്സാണ് എല്ലാത്തിനും കാരണമെന്നല്ലേ അന്നു നീ പറഞ്ഞത്?

"എന്തു വന്നാലും നിന്നെപ്പോലെ പെൺകോന്തനായി ഭാര്യ പറയുന്നതുകേട്ടു തുള്ളാൻ എന്നെ കിട്ടുകേല" എന്നു ഞാൻ മറുപടിയും പറഞ്ഞു.

എന്നാലും അവൾ പൊയ്ക്കഴിഞ്ഞപ്പോൾ ശരിക്കും പണി കിട്ടി. ഇങ്ങനെ തട്ടുകടയിലെ ദോശയുംതിന്ന് എത്രനാൾ കഴിയും? പൂത്തുമ്പിക്കു പോലും ഇപ്പോൾ എന്നെക്കാണുമ്പോൾ ഒരുമാതിരി കളിയാക്കിയുള്ള ചിരിയാണ്.

ഇനി നീതന്നെ ഇതിനെന്തെങ്കിലും പരിഹാരമുണ്ടാക്കിത്തരണം. ഇല്ലെങ്കിൽ നമ്മുടെ സാസ്ക്കാരികകേരളത്തിലെ ആത്മഹത്യകളുടെ എണ്ണത്തിൽ ചെറിയൊരു മാറ്റം വരും.

എന്ന്, സ്നേഹപൂർവ്വം

സഫാസ് ഹുസൈൻ (പക്കാ പക്കാ)."

കത്ത് കണ്ടതിന്റെ പിറ്റേദിവസം രാത്രിയിൽ, എസ്തപ്പാൻ രണ്ടെണ്ണം വീശിയിട്ട്, പക്കാ പക്കായെ വിളിച്ച്, ഒരാമുഖവുമില്ലാതെ ഇംഗ്ലീഷിലെ എഫ് എന്ന അക്ഷരം കൂട്ടി പച്ചയ്ക്കു തെറി വിളിച്ചു. അമേരിക്കയിൽ പഠിക്കാൻ പോയതിന്റെ ഷോ ഓഫാണ് ഈ എഫ് കൂട്ടിയുള്ള തെറി. അസ്സൽ അമേരിക്കൻ മലയാളിതന്നെ. എല്ലാം അവനെ പെൺകോന്തനെന്നു വിളിച്ചതിന്റെ പ്രതികരണമാണെന്ന് അന്നേരം പക്കാ പക്കായ്ക്കു കത്തിയില്ല. അതുകൊണ്ട് പക്കാ പക്കായും വിട്ടുകൊടുത്തില്ല. അവന്റെ തന്തപ്പടിക്കുവരെ വിളിച്ച് അടിച്ചുപിരിഞ്ഞു.

അമേരിക്കയിൽനിന്നു തിരിച്ചുവന്നതിൽപ്പിന്നെ എസ്തപ്പാൻ അങ്ങനെയാണ്. ദേഷ്യം വന്നാൽ രാത്രിയിൽ രണ്ടെണ്ണം വിട്ടിട്ട്, വിളിച്ചു പുലഭ്യം പറയും. പിന്നെ ഒത്തുതീർപ്പാക്കാൻ ഇത്തിരി സമയമെടുക്കും. അതുകൊണ്ട് ഒന്നുരണ്ടു ദിവസത്തേക്ക് പക്കാ പക്കാ അവനെ വിളിച്ചതേയില്ല. പ്രശ്നം അതൊന്നുമല്ല. പക്കാ പക്കായായ സഫാസ് ഹുസൈനിന്റെ ഏകാന്തവാസമാണ്. ഒരു ചായപോലും നേരേചൊവ്വേ ഉണ്ടാക്കാനറിയാത്ത അയാളുടെ ജീവിതം ദുർഘടഘട്ടത്തിലെത്തിയപ്പോഴാണ്, ഉമ്മയോട് അടിയന്തരമായി വരണമെന്നപേക്ഷിച്ചത്. അപ്പോഴും തട്ടമിടാത്ത ജമീലയുടെ നടപ്പിനെപ്പറ്റിയും സർക്കാർ എൻജിനീയറായതിന്റെ അഹങ്കാരത്തെപ്പറ്റിയുമാണ് ഉമ്മയോടു സംസാരിച്ചത്.

"ഞാനന്നേ പറഞ്ഞതല്ലേ, ആ കമ്യൂണിസ്റ്റുകാരന്റെ പുന്നാരമോളെ വേണ്ടെന്ന്? അപ്പഴേക്കും അവളുടെ കള്ളനോട്ടവും മട്ടും കണ്ടു നീ വീണു. എന്തായാലും പിള്ളേരൊന്നുമുണ്ടായില്ലല്ലോ. അള്ളാഹുവിന്റെ കൃപ."

മൂത്ത പെങ്ങൾക്ക് ആദ്യത്തെ കുട്ടി ജനച്ചപ്പോഴും ഉമ്മാ അതുതന്നെ പറഞ്ഞു- അള്ളാഹുവിന്റെ കൃപ. വന്നുവന്ന് ഇപ്പോൾ എല്ലാത്തിനും അള്ളാഹുവിനെ കൂട്ടുപിടിച്ചാണ് എല്ലാവരും രക്ഷപ്പെടുന്നത്.

എന്തായാലും ഉമ്മ എല്ലാം തീരുമാനിച്ച ലക്ഷണമാണ്. അതു മനസ്സിലാക്കി, പക്കാ പക്കാ തൽക്കാലം മൗനമവലംബിച്ചു. അവളുടെ

നിരീശ്വരവാദിയായ ബാപ്പ പറഞ്ഞിട്ടാണ് തട്ടം വേണ്ടെന്നുവച്ചത് എന്ന് ഉമ്മയോട് ആ അപകടഘട്ടത്തിൽ പറഞ്ഞില്ല. പറഞ്ഞതൊക്കെ തെറ്റാണെങ്കിലും ശരിയാണെങ്കിലും മരുമകളുടെ കുറ്റമായതുകൊണ്ട് ആ അമ്മായിയമ്മ അതൊക്കെ സന്തോഷപൂർവ്വം സ്വീകരിച്ചു. അവളോടുള്ള ദേഷ്യംകൊണ്ടുകൂടിയാണ് പുന്നാരിച്ചു വളർത്തിയ ഏകമകനോടൊപ്പം താമസം തുടങ്ങിയത്. ഏതമ്മയ്ക്കും തൻകുഞ്ഞു പൊൻകുഞ്ഞ് എന്നല്ലേ?

അല്പസ്വൽപ്പം വിരഹദുഃഖമൊക്കെയുണ്ടായെങ്കിലും അതാരോടും പറയാതെ, അന്നുമുതൽ അവളുടെ കുറ്റങ്ങൾ മാത്രം കണ്ടുപിടിച്ചു പറയുന്ന ഉമ്മയുടെ പ്രിയപ്പെട്ട സീമന്തപുത്രനായി ജീവിച്ചുവന്നു. അങ്ങനെയിരിക്കെയാണ്, എസ്തപ്പാനെ കണ്ട് ഒന്നു മനസ്സു തുറക്കണമെന്നു തോന്നിയത്.

ആക്രിക്കടയിലെ കണക്കുനോക്കാനാണെന്ന് ഉമ്മയോടു നുണ പറഞ്ഞ്, ഒരു ശനിയാഴ്ച പക്കാ പക്കാ ഒറ്റയ്ക്ക് എസ്തപ്പാന്റെ നാടായ ചക്കരക്കാവിലേക്കു ഡ്രൈവ് ചെയ്തു. വൈകുന്നേരം നേരിട്ടുകണ്ട് ഒന്നു കൂടിക്കഴിഞ്ഞാൽ അവൻ പുഷ്പംപോലെ മറുകണ്ടം ചാടുമെന്ന് പക്കാ പക്കായ്ക്കു നന്നായി അറിയാമായിരുന്നു.

യാത്രയ്ക്കിടെ, ആരോ പാടിയ ഒരു പാട്ട് എഫം എം റേഡിയോയിലൂടെ ഒഴുകിയെത്തി.

"പറയൂ, നിനക്കിഷ്ടമാണെന്നു പറയൂ
പതുക്കെയൻ കാതിൽ ഒന്നു പറയൂ
പറയാതെയറിയുന്ന കാര്യമാണെങ്കിലും നീ
പറയുമ്പോൾ കേൾക്കുവാനെന്തു സുഖം!
പറയൂ, നിനക്കിഷ്ടമാണെന്നു പറയൂ..."

സത്യത്തിൽ അയാൾക്ക് അവളോടിഷ്ടമായിരുന്നു. പക്ഷേ എങ്ങനെ പറയും, എപ്പോൾ പറയും? പതുക്കെയാണെങ്കിലും ഉറക്കെയാണെങ്കിലും അന്തസ്സു കളഞ്ഞുള്ള ഒരു പരിപാടിക്കും പക്കായെ കിട്ടില്ല.

എന്നാൽ പ്രശ്നം ഗുരുതരമായത് അതുകൊണ്ടൊന്നുമായിരുന്നില്ല. അയൽപക്കത്തെ പൂത്തുമ്പി എന്ന പെൺകുട്ടിയോട് ഫോണിൽക്കൂടി 'ഐ ലവ് യൂ റ്റൂ' എന്നൊന്നു പറഞ്ഞുപോയി. പൂത്തുമ്പി എന്നത് അവളുടെ ഓമനപ്പേരാണ്. ശരിക്കുള്ള പേര് പാത്തുമ്മാ ബീവി എന്നാണ്. കളിയായിട്ടാണെങ്കിലും അങ്ങനെ പറഞ്ഞത് ഇത്തിരി കടന്ന കൈയായിരുന്നെന്ന് അയാൾക്കും തോന്നിയിരുന്നു. ജമീല, 'ഞാനൊന്നുമറിഞ്ഞില്ല' എന്ന മട്ടിൽ അയാളുടെ ഫോൺവിളികൾ ശ്രദ്ധിക്കുന്നുണ്ടെന്ന കാര്യം പോലും അയാൾക്കറിയില്ലായിരുന്നു. അയൽപക്കത്തു കളിച്ചുവളർന്ന അവളോട് പക്കാ പക്കാ അതും അതിനപ്പുറവും പറയാറുള്ളതാണ്. അതൊക്കെ ജമീലയ്ക്കറിയുകയും ചെയ്യാം. എന്നിട്ടും അവൾ മുഖം കറുപ്പിച്ചു പറഞ്ഞു:

“പൂത്തുമ്പി ഇപ്പോൾ കൊച്ചു പെണ്ണൊന്നുമല്ല. കോളേജിൽ മൂന്നാം വർഷമാ. അതും സെന്റ് തെരേസാസ് കോളേജിൽ. കോളേജിന്റെ പേരിൽ മാത്രമേയുള്ളു ഈ തെരേസ. ഒക്കെ വിളഞ്ഞ വിത്തുകളാണ്. അധികം സ്നേഹവും കളിയും ചിരിയുമൊന്നും വേണ്ട.”

അതു കേട്ടപ്പോൾ ജമീലയുടെ കാതിൽ പതുക്കെപ്പോലും ‘ഐ ലവ് യൂ’ എന്നൊന്നും പറഞ്ഞിട്ടില്ലല്ലോ എന്ന കുറ്റബോധം തോന്നി. എഫം.എം റേഡിയോയിലൂടെ കേട്ട ഗാനം വീണ്ടും മനസ്സിലൂടെ പടർന്നു.

“പറയാതെയറയുന്ന കാര്യമാണെങ്കിലും നീ

പറയുമ്പോൾ കേൾക്കുവാനെന്തു സുഖം!”

സാമാന്യം കുഴപ്പമൊന്നുമില്ലാത്ത ഒരു ജോലിയുള്ളതുകൊണ്ട് അവൾ രണ്ടുംകൽപ്പിച്ചുള്ള പുറപ്പാടിലാണെന്നാണു തോന്നുന്നത്. ഉമ്മ പറഞ്ഞതുപോലെ, ആ കമ്യൂണിസ്റ്റുകാരന്റെ മകളല്ലേ? ഇതും ഇതിലപ്പുറവും സംഭവിക്കാം. ആ സംശയങ്ങളൊക്കെക്കൊണ്ടാണ് എസ്തപ്പാനോടു കാര്യങ്ങളൊക്കെ നേരിട്ടു സംസാരിക്കാൻ തീരുമാനിച്ചത്. കള്ളടിച്ചാൽ അവൻ ആളിത്തിരി തരികിടയാണെങ്കിലും എന്തെങ്കിലും ഒരു പരിഹാരം കാണാതിരിക്കില്ല.

വീണ്ടും റേഡിയോ ഓൺ ചെയ്തപ്പോൾ ഏതോ പെൺകുട്ടിയുടെ കിന്നാരവർത്തമാനമായിരുന്നു. അത് ഓഫ് ചെയ്ത്, നേരേ ചക്കരക്കടവിലേക്കു ഡ്രൈവ് ചെയ്തു. അപ്പോഴും പക്കാ പക്കായുടെ കാതിൽ ആ ഗാനം അലയടിച്ചുകൊണ്ടിരുന്നു.

“പറയൂ, നിനക്കിഷ്ടമാണെന്നു പറയൂ
പതുക്കെയൻ കാതിൽ ഒന്നു പറയൂ
പറയാതെയറിയുന്ന കാര്യമാണെങ്കിലും നീ
പറയുമ്പോൾ കേൾക്കുവാനെന്തു സുഖം!
പറയൂ, നിനക്കിഷ്ടമാണെന്നു പറയൂ...”

ഫ്രീഡം അറ്റ് മിഡ്നൈറ്റ്

We don t meet people by accident.
They are meant to cross our path for a reason.
-Kathryn Perez

ശിശിരകാലത്തിലെ കുളിരുള്ള സായാഹ്നം. മങ്ങിനിന്ന പൊക്കുവെയിൽ, കറുത്ത മേഘങ്ങൾക്കു മുകളിൽ അങ്ങിങ്ങായി ചിതറിക്കിടന്നു. ദൂരെ, മലനിരകളിൽനിന്ന് എത്തിനോക്കുന്ന സൂര്യൻ പതിവിലും വേഗത്തിൽ താഴുന്നതുപോലെ തോന്നി. ഇരുട്ട് എവിടെയൊക്കെയോ പാത്തും പതുങ്ങിയും പച്ചിലപ്പടർപ്പുകളിലും പൂച്ചെടികളിലും പടരാൻ തുടങ്ങിയിരുന്നു.

പൊക്കം കുറഞ്ഞ മേപ്പിൾ മരങ്ങൾ തലയാട്ടി നിൽക്കുന്ന ഗ്രീൻവാലി പാർക്കിലൂടെ അന്നവർ ഒന്നിച്ചാണു നടക്കാനിറങ്ങിയത്. കുറേ നടന്നപ്പോൾ ഒഴിഞ്ഞുകിടന്ന ഒരു ചാരുബെഞ്ചിലിരിക്കാമെന്ന് അയാൾ പറഞ്ഞു. അവൾ എതിരൊന്നും പറഞ്ഞില്ല.

അവളിപ്പോൾ അങ്ങനെയാണ്. ഒന്നിനും പ്രതികരിക്കാതെ, പറയുന്നതെന്തും കേൾക്കും.

നടപ്പാതകളിൽ അത്രയ്ക്കു തിരക്കൊന്നുമില്ലായിരുന്നു. ഒരു തടിച്ച സ്ത്രീ, അനുസരണയില്ലാത്ത രണ്ടു പട്ടിക്കുട്ടികളേയുംകൊണ്ട് തിടുക്കത്തിൽ നടന്നുപോകുന്നു. ഇടയ്ക്കിടെ പുല്ലു തിന്നാൻ നിൽക്കുന്ന അവറ്റകളെ അവർ ശകാരിക്കുന്നുണ്ട്. പിന്നെയുള്ളത്, മൂന്നു കുട്ടികളേയുംകൊണ്ടു നടക്കാനിറങ്ങിയ ഒരു വെള്ളക്കാരനും കുടുംബവുമാണ്.

നടപ്പാതയ്ക്കരികിൽ, ദീർഘവൃത്താകൃതിയുള്ള തടാകത്തിലൂടെ താറാവിൻകൂട്ടങ്ങൾ നീന്തുന്നുണ്ട്. സന്ധ്യയ്ക്ക്, കരപറ്റാനുള്ള തിടുക്കത്തിലായിരിക്കണം. പതിവായി കാണാറുള്ള വൃദ്ധന് ഒറ്റയ്ക്ക് അങ്ങേക്കരയിലിരുന്നു ചൂണ്ടയിടുന്നത് അവ്യക്തമായി കാണാം. മരങ്ങൾ പൊഴിച്ചിട്ട, വ്യത്യസ്തവർണങ്ങളിലുള്ള ഇലകൾ ഇളംകാറ്റിൽ അവരുടെ മനസ്സുകൾപോലെ ലക്ഷ്യമില്ലാതെ അങ്ങോട്ടുമിങ്ങോട്ടും പറന്നുകൊണ്ടിരുന്നു. അല്പനേരത്തേക്ക് ഇരുവരും ഒന്നും മിണ്ടിയില്ല. കൂടുതൽ

ഇരുണ്ടുതുടങ്ങിയപ്പോൾ, അയാളാണ് ആദ്യം സംസാരിച്ചുതുടങ്ങിയത്:

"ഡോക്ടർ പറഞ്ഞതനുസരിച്ച് എനിക്കിനി ഏതാനും മാസങ്ങളേയുള്ളൂ. ഇനിയിപ്പോൾ നീ പറയുന്നതു മാത്രമനുസരിച്ചു ജീവിച്ചാലും എന്റെ ജീവിതസൂചികയ്ക്ക് വലിയ മാറ്റമൊന്നും ഉണ്ടാകാൻ പോകുന്നില്ല. എല്ലാവരുടെയും ജീവിതം അങ്ങനെത്തന്നെയല്ലേ? ചിലർക്ക് ജീവിക്കാൻ കൂടുതൽ സമയം കിട്ടുന്നു. എനിക്കതില്ല എന്നു ഞാൻ അംഗീകരിച്ചുകഴിഞ്ഞു. അപകടകരമായ ലംഗ് ക്യാൻസറിന്റെ മൂന്നാമത്തെ സ്റ്റേജല്ലേ? ഒരു ഡോക്ടറായ നിനക്കറിയാമല്ലോ, അവൻ കയറിപ്പിടിച്ചാൽപ്പിന്നെ വിടില്ലെന്ന്? ഇനിയിപ്പം എത്ര കർക്കശമായ നിയന്ത്രണങ്ങൾ കൊണ്ടുവന്നാലും എന്റെ ശീലങ്ങളൊന്നും ഉപേക്ഷിക്കാൻ ഞാനൊരുക്കമല്ല. ഇനിയുള്ള കാലം പ്രണയോപനിഷത്തനുസരിച്ചുള്ള ജീവിതമാണ്. പരസ്പരം ഹൃദയം തുറക്കാം. പ്രണയിക്കാം. ഞാനും നീയും നമ്മുടെ അടുത്ത സുഹൃത്തുക്കളുമുള്ള ആ പഴയ ലോകത്തേക്കു തിരിച്ചുപോകാം. നീ ഓർക്കുന്നില്ലേ, നമ്മുടെ ആദ്യകാലങ്ങൾ? നമ്മളും നമ്മുടെ കൂട്ടുകാരും ചേർന്നുള്ള ആ മാരീഡ് ബട്ട് സിംഗിൾ ലൈഫ്? ആ ദിവസങ്ങളിലെ ചീട്ടുകളി, മിതമായ മദ്യപാനം, തമാശകൾ ഡിന്നർ ക്രൂസ്, ക്ലബ്ബ് ഡാൻസ്. ഒക്കെ എങ്ങനെ മറക്കും? ഇപ്പോൾ കുട്ടികളുണ്ടെങ്കിലും ആരും കൂടെയില്ലല്ലോ. സിംഗിൾ എഗെയ്ൻ എന്നല്ലേ ഇതിനെ അമേരിക്കക്കാർ പറയുന്നത്? അപ്പോൾപ്പിന്നെ നമ്മുടെ ക്ലോക്ക് ഒന്നുകൂടി പിന്നിലേക്കു തിരിച്ചുവയ്ക്കാൻ സമയമായി. നമുക്കാ മധുരമുള്ള മധുവിധുകാലത്തിരക്കുകൾ വീണ്ടുമൊന്നെത്തിപ്പിടിക്കാം. അങ്ങനെ രോഗവും ആകുലതകളും മറന്ന് ഒന്നടിച്ചുപൊളിക്കാം. ഇടയ്ക്കിടെ മരുന്നു കഴിക്കുന്ന കാര്യം മാത്രം നീ ഓർമ്മിപ്പിച്ചാൽ മതി. എന്നാലും നാളെ കടയിൽ പോകുമ്പോൾ സിഗരറ്റിന്റെയും വിസ്കിയുടെയും കാര്യം മറക്കണ്ട. എനിക്കറിയാം, അതു മാത്രം നീ മറക്കുമെന്ന്. പിന്നെ നിനക്കിഷ്ടമുള്ള, മധുരമുള്ള വൈനില്ലേ, മസ്കാറ്റ്? അതുകൂടിയാവാം."

ഒരു ഡോക്ടറേറ്റുള്ളതിന്റെ അഹങ്കാരമാവാം, ടോം റോബർട്ട് കൂടുതൽ വാചാലനായതുപോലെ. ഈയിടെയായി അയാൾ അങ്ങനെയാണ്. പ്രിയ ശ്രദ്ധിച്ചാലും ഇല്ലെങ്കിലും അറിയാവുന്ന തത്ത്വശാസ്ത്രമെല്ലാം ചുമ്മാതെ തട്ടിവിടും. അവൾ പ്രതികരിക്കാതെ നിശ്ശബ്ദത പാലിക്കും. അല്ലെങ്കിലും ഇനിയിപ്പോൾ എന്തുപദേശം? അതു വിവരമുള്ളവർക്ക് ആവശ്യമില്ലാത്ത കാര്യമാണല്ലോ.

കൃഷ്ണപ്രിയ കുറേനേരം മൗനം പാലിച്ചു. അപ്പോൾ അയാൾ പ്രധാനപ്പെട്ട ഒരു കാര്യം പറഞ്ഞു:

“നിനക്കറിയാമല്ലോ, കുട്ടികളുണ്ടായ ശേഷം ഒന്നിച്ചുകഴിഞ്ഞ കാലങ്ങളിൽ നമ്മൾ ഒരിക്കലും മനസ്സുതുറന്ന് ഒന്നു സംസാരിച്ചിട്ടുപോലുമില്ല. ജോലി, ഗവേഷണം, ജെയ്മിയുടെയും ജാസ്മിന്റെയും പഠിത്തം... അങ്ങനെ തിരക്കുകളിൽപ്പെട്ട് എല്ലാവരേയുംപോലെ നമ്മളും എല്ലാം മറന്നു. കുട്ടികൾക്കുവേണ്ടിയും പണത്തിനുവേണ്ടിയും മറ്റുള്ളവർക്കുവേണ്ടിയുമാണ് ജീവിച്ചതു മുഴുവനും. തിരക്കുകൾ കഴിയുമ്പോഴേക്കും ആരോഗ്യത്തോടെ ജീവിക്കാൻ സമയമില്ലാത്ത അവസ്ഥ. ആ ദുരവസ്ഥയിലാണു ഞാനിപ്പോൾ. ഇനിയെനിക്ക് ഒരപേക്ഷയേയുള്ളൂ. വർഷങ്ങൾക്കുമുമ്പ് ഞാൻ നിനക്കായി വെറുതെ കുത്തിക്കുറിച്ച ഒരു കത്തുണ്ട്. നമ്മുടെ ലൈബ്രറിയിലെ താഴത്തെ ഷെൽഫിലിരിക്കുന്ന ‘ഫ്രീഡം അറ്റ് മിഡ്നൈറ്റ്’ എന്ന പുസ്തകത്തിൽ ഭദ്രമായി വച്ചിട്ടുണ്ട്. ഹിസ്റ്ററിയിൽ ഒട്ടും താൽപ്പര്യമില്ലാത്ത നീ ഒരിക്കലും അതു തുറന്നു നോക്കുകയില്ലെന്ന് എനിക്കുറപ്പായിരുന്നു. ആ ഷെൽഫിന്റെ താക്കോലെവിടെയാണെന്ന് ഞാൻ കൃത്യമായി പറയാം. എന്റെ മരണശേഷം മാത്രമേ വായിക്കൂ എന്നു നീ എന്റെ കൈയിൽപ്പിടിച്ചു സത്യം ചെയ്യണം. ഒരർദ്ധരാത്രിയിൽ എനിക്കും അങ്ങനെ ഫ്രീഡം കിട്ടുമെന്ന് ഞാൻ വിശ്വസിക്കുന്നു.”

പ്രിയ അയാളുടെ കൈയിൽ പിടിച്ചമർത്തി. അവളൊന്നു വിതുമ്പിയെങ്കിലും കണ്ണുനീർ താഴേക്കു പതിച്ചത് അയാൾ കണ്ടില്ലെന്നു നടിച്ചു. ആ കത്തു വായിക്കുന്നതിലേക്കുള്ള ദൂരം; അതാണല്ലോ അയാളുടെ ആയുസ്സിന്റെ അളവ് എന്നവളോർത്തു. ആ ദൂരം കുറയ്ക്കുന്നതിനുള്ള തത്രപ്പാടിലാണ് ടോമിപ്പോൾ. മരണത്തോടുകൂടി ഒരു സ്വാതന്ത്ര്യമാണ് ടോം ആഗ്രഹിക്കുന്നത്. തന്നിൽനിന്നു മാത്രമല്ല, ലോകത്തുനിന്നുതന്നെ. എത്ര ആവേശത്തോടെയാണ് മരണത്തെ പുണരാനൊരുങ്ങുന്നത്!

ഏതോ ബ്രിട്ടീഷ് സായിപ്പിന്റെ നാലാമത്തെ തലമുറയായി കൊല്ലത്ത് തങ്കശ്ശേരിയിലാണു ജനിച്ചതെങ്കിലും ഒരു ക്രിസ്തീയവിശ്വാസിയായിട്ടല്ല വളർന്നതും പഠിച്ചതും. പഠിത്തത്തിലും ഡി എൻ എ ഗവേഷണത്തിലുമുള്ള താൽപ്പര്യംകൊണ്ടാണ് അമേരിക്കയിലേക്കു ചേക്കേറിയത്. മനുഷ്യശരീരത്തെയും ജീനുകളേയും പറ്റി നന്നായി മനസ്സിലാക്കുന്നവർ മരണത്തെയും മനസ്സിലാക്കുന്നുണ്ടാകും. ജീവനുള്ള ജീനുകൾ ജീവനില്ലാത്തവയാകുന്നു എന്നതിൽക്കൂടുതൽ എന്തിരിക്കുന്നു എന്ന് എത്രയോ തവണ പ്രിയയോടുതന്നെ പറഞ്ഞിരിക്കുന്നു! ഒന്നുമറിയാത്ത ആ അവസ്ഥയെക്കുറിച്ചോർത്തു വ്യാകുലപ്പെടേണ്ട ആവശ്യമില്ലെന്നറിയാം. അല്ലെങ്കിൽ ഇത്ര സന്തോഷത്തോടെ മരണത്തെ നേരിടാൻ കഴിയുമോ?

ഒരു ദിവസം മക്കളെ വിളിച്ച് ഒരുപാടുനേരം കളിതമാശകൾ പറഞ്ഞു. ഇളയ മകൾ ജാസ്മിനോടാണ് അച്ഛനു കൂടുതലടുപ്പമെന്നാണ്

പ്രിയയ്ക്കു തോന്നിയിട്ടുള്ളത്. അവളെ കൂടുതൽ കൊഞ്ചിച്ചതും ടോം തന്നെ. ജോലിത്തിരക്കുകൾക്കിടയിലും പെൺകുട്ടികൾ വിളിക്കാത്ത ദിവസങ്ങൾ വിരളമാണ്.

ആ രാത്രി, ഉറങ്ങുന്നതിനുമുമ്പ് ഇടതുകവിളിൽ മൃദുവായി ചുംബിച്ചു. പതിവുപോലെ ശുഭരാത്രി പറഞ്ഞാണ് ഉറങ്ങാൻ കിടന്നത്. അത് ഒരിക്കലുമുണരാത്ത ഉറക്കമാണെന്ന് ഒട്ടും കരുതിയില്ല. ടോമിന്റെ പ്രിയപ്പെട്ട 'ഫ്രീഡം അറ്റ് മിഡ്നൈറ്റ്' എന്ന പുസ്തകത്തിന്റെ പേരുപോലെ അർദ്ധരാത്രിയിൽ, ഈ ലോകത്തുനിന്നു സ്വതന്ത്രനായി. കരയരുതെന്നു ടോം പറഞ്ഞിരുന്നെങ്കിലും പ്രിയയ്ക്കതിനു കഴിഞ്ഞില്ല.

ഡാളസിലെ സ്കൈലൈൻ സെമിത്തേരിയിൽ, ഫ്യൂണറലിന് വളരെക്കുറച്ചാളുകളേ ഉണ്ടായിരുന്നുള്ളൂ. മക്കളും അടുത്ത സുഹൃത്തുക്കളും മാത്രം. അച്ഛന്റെ പുന്നാരമോൾ ജാസ്മിൻ വിതുമ്പിക്കരയുന്നതു കണ്ടുനിൽക്കാൻ ത്രാണിയില്ലാതെ, പ്രിയ തളർന്നുവീണു.

ദിവസങ്ങൾ കഴിഞ്ഞിട്ടും ടോം റോബർട്ട് ഇല്ലാത്ത അവസ്ഥ അവൾക്കു വിശ്വസിക്കാൻ കഴിഞ്ഞില്ല. മാസങ്ങൾ കഴിഞ്ഞാണ് കൃഷ്ണപ്രിയ ലൈബ്രറിയിൽ സൂക്ഷിച്ചുവച്ച കത്തു കണ്ടെടുത്തത്. അത് അയാൾ പറഞ്ഞതുപോലെ, സ്വാതന്ത്ര്യത്തിന്റെ പുസ്തകത്തിൽ ഭദ്രമായി സൂക്ഷിച്ചിരുന്നു. വിറകൈകളോടെയാണ് അവൾ ആ കത്തെടുത്തതും വായിച്ചതും.

"പ്രിയ കൃഷ്ണപ്രിയ,

നമ്മുടെ ചില ദിവസങ്ങളിൽ, വിരസത ഒരു മൂടൽമഞ്ഞുപോലെ നമുക്കു മുകളിൽ മൂടിക്കെട്ടി നിൽക്കുന്നതുപോലെ തോന്നിയിരുന്നു. അന്നു നീ എന്നോട് കാര്യമായി ഒന്നും സംസാരിക്കാറുപോലുമില്ല. അതൊക്കെ എല്ലാവരുടെയും സഹവാസത്തിൽ ഉണ്ടാകാറുള്ളതാണെന്നറിയാം. എന്നാലും നിനക്ക് ആ ദിവസം വർഷത്തിലൊരിക്കലേയുള്ളൂ. ഒന്നും മിണ്ടാതെ, ഒരുങ്ങാതെ അലസമായി വീടിനുള്ളിൽ അലഞ്ഞുനടക്കും. ആദ്യമൊക്കെ ഞാനതത്ര കാര്യമായി കരുതിയില്ല. പിന്നെപ്പിന്നെയാണ് നീ എപ്പോഴും പറയാറുള്ള സന്തോഷിനെപ്പറ്റി ഞാനോർത്തത്. കോളേജിൽ പഠിക്കുന്ന കാലത്ത് നിനക്കയാൾ ഒരുപാടു കത്തുകളെഴുതിയിരുന്നു. ഒക്കെ വെറും സൗഹൃദം മാത്രമായിരുന്നു എന്നറിയാം. എന്നാലും നിങ്ങൾ ഒരിക്കൽപ്പോലും കണ്ടിരുന്നില്ല എന്നു പറഞ്ഞത് അവിശ്വസനീയമായി തോന്നിയിരുന്നു. പലകുറി ചോദിച്ചിട്ടും നീ ഒന്നും പറയാതെ ഒഴിഞ്ഞുമാറിയതു ഞാനോർക്കുന്നു.

ഒരു ദിവസം, ചണ്ഡിഗഢിൽക്കൂടി സിംലയ്ക്കു പോകുന്ന ട്രെയിനിൽ സന്തോഷ് ഉണ്ടെന്നും കാണണമെന്നും നിനക്കെഴുതിയതനുസരിച്ച് നീ കാണാൻ പോയിരുന്നു. പക്ഷേ എന്തുകൊണ്ടോ നീ അല്പം

താമസിച്ചാണ് സ്റ്റേഷനിലെത്തിയത്. ലെയ്റ്റാകുമെന്നു നമ്മളൊക്കെ പ്രതീക്ഷിക്കുന്ന ഇന്ത്യൻ റെയിൽവേ അന്നു മാത്രം ലെയ്റ്റായില്ല.

എനിക്കിപ്പോൾ നിന്നെ നന്നായി അറിയാം. നീ ഒരിക്കലും ഒരിടത്തും സമയത്തെത്താറില്ലല്ലോ. നിന്നെപ്പോലെയുള്ള ലെയ്റ്റ് കമേഴ്സ്, സെൽഫിഷായിരിക്കില്ല, നല്ല മനസ്സിന്റെ ഉടമകളായിരിക്കുമെന്ന് ഏതോ മനശ്ശാസ്ത്രജ്ഞന്റെ പുസ്തകത്തിൽ വായിച്ചിട്ടുണ്ട്. നീ താമസിച്ചെത്തിയതുകൊണ്ട് ഞാനും അങ്ങനെതന്നെ വിചാരിച്ചു. അതുകൊണ്ടു മാത്രമാണ് നമ്മൾ അതേ സ്റ്റേഷനിൽവച്ചു പരിചയപ്പെട്ടത്.

അന്നു നീ വെറുതെ ഒരു കള്ളം പറഞ്ഞു, സിംലയ്ക്കു പോകുന്ന ഒരു കൂട്ടുകാരിയെ കാണാൻ ഓടിവന്നതാണെന്ന്. ആദ്യമായി കാണുന്ന ഒരപരിചിതനോടു സത്യം പറയണമെന്നൊന്നുമല്ല ഞാനുദ്ദേശിച്ചത്. എന്തെങ്കിലും പറയാൻവേണ്ടിയോ അല്ലെങ്കിൽ ഒരുപക്ഷേ ആദ്യകാഴ്ചയിൽത്തന്നെ എന്നോട് ഒരിഷ്ടമോ അടുപ്പമോ തോന്നിയതുകൊണ്ടോ ആയിരിക്കാം അങ്ങനെ പറഞ്ഞത്. അത് എന്റെയൊരൂഹം മാത്രമാണ്. നീ സമയം പാലിച്ചിരുന്നെങ്കിൽ നമ്മളൊരിക്കലും കണ്ടുമുട്ടുമായിരുന്നില്ല. തീർച്ചയായും നിന്നോടൊപ്പം ഇപ്പോൾ ഞാനുണ്ടാകുമായിരുന്നില്ല. നമ്മൾ ഒരിക്കലും കാണാത്തവരായി ഈ ഭൂഗോളത്തിൽ മറ്റെവിടെയെങ്കിലും ജീവിക്കുമായിരുന്നു. അന്ന് നിങ്ങൾ തമ്മിൽ കണ്ടിരുന്നെങ്കിൽ ആ സുഹൃത്ത് അങ്ങനെയൊരപകടത്തിൽ മരിക്കില്ലായിരുന്നു എന്നാണ് എനിക്കിപ്പോൾ തോന്നുന്നത്. അതുകൊണ്ടുതന്നെ അയാളുടെ അപകടമരണത്തിൽ, പരോക്ഷമായ ഉത്തരവാദിത്തം നിനക്കാണ്. കാരണം, നീ എല്ലാ കത്തുകളിലും അയാളുടെ ബൈക്ക് യാത്രകളോട് ഒരു സന്ധിയില്ലാസമരംതന്നെ പ്രഖ്യാപിച്ചിരുന്നല്ലോ. അതിന്റെ പേരിലാണ് നിങ്ങൾ ആദ്യമായി പിണങ്ങുന്നതും കുറേക്കാലം മിണ്ടാതിരുന്നതും.

ഇതൊക്കെയിപ്പോൾ ഞാനെങ്ങനെയറിഞ്ഞു എന്നായിരിക്കും നീ ചിന്തിക്കുന്നത്. നിന്നെ ആകാംക്ഷയുടെ മുൾമുനയിൽ നിർത്താതെ, സംഭവിച്ചതെന്താണെന്നു പറയാം. നീ മുമ്പൊരിക്കൽ. ഡോക്ടർമാരുടെ സമ്മേളനത്തിൽ പങ്കെടുക്കാൻ ഷിക്കാഗോയിൽ പോയതോർമയുണ്ടോ? അന്നു ഞാനും കുട്ടികളും ഡാളസിലെ പുതിയ വീട്ടിൽ തനിച്ചായിരുന്നല്ലോ. അവരുറങ്ങിയപ്പോൾ ഞാൻ എന്റെ മുറിയിൽക്കയറി എഴുതാനുള്ള തയ്യാറെടുപ്പിലായിരുന്നു. എന്റെ ഗവേഷണത്തിന്റെ ഭാഗമായി എഴുതിക്കൊണ്ടിരുന്ന, 'സ്വപ്നവും ജീവിതവും' എന്ന പുസ്തകത്തിന്റെ പണിപ്പുരയിലായിരുന്നു ഞാൻ. എന്തോ ഒരു റഫറൻസിനുവേണ്ടി, നമ്മുടെ ഹോം ലൈബ്രറിയിലെ ഷെൽഫിലിരുന്ന ഫ്രീമാന്റെ 'വേൾഡ് ഈസ് ഫ്ളാറ്റ്' എന്ന പുസ്തകം തിരയുകയായിരുന്നു. അപ്പോഴാണ്, ഞാൻ വീഴാൻ പോയതും ഷെൽഫിൽ കയറിപ്പിടിച്ചതും. മുകളിലത്തെ

TIME
WORLD*

തട്ടിലുണ്ടായിരുന്ന ബൈബിൾ താഴേക്കു വീണു. അതിൽനിന്ന് ബ്ലാക്ക് ആൻഡ് വൈറ്റ് ഫോട്ടോകളും കത്തുകളും തെറിച്ചുവീണു.

ആദ്യം കണ്ടത്, നീ അയച്ച കാക്കയുടെ വലിയ ഫോട്ടോയാണ്. ഏതോ സുഹൃത്ത് ഫോട്ടോ ചോദിച്ചപ്പോൾ ഒരു കാക്കയുടെ പടമയച്ച കാര്യം നീ പറഞ്ഞിരുന്നതോർത്തു. ചണ്ഡീഗഢിൽവച്ചുള്ള ആദ്യസമാഗമത്തിനുശേഷം ഞാനൊരു ഫോട്ടോ ചോദിച്ചപ്പോൾ നീ അയച്ചത് ഒരു കുറുക്കന്റെ പടമായിരുന്നല്ലോ! നിന്റെ അങ്ങനെയുള്ള കൊച്ചുകൊച്ചു കുസൃതികൾ എനിക്കിഷ്ടമായിരുന്നു.

അതുകഴിഞ്ഞാണ്, സന്തോഷ് ജോസ് എന്നെഴുതിയ കത്തുകൾ കണ്ടത്. അതിൽനിന്നാണ് ആ ബൈബിൾ എങ്ങനെ നിന്റെ ബുക്ക് ഷെൽഫിലെത്തിയെന്നു മനസ്സിലായത്. മരിക്കുംമുമ്പ് നിന്നെ കാണണമെന്ന് ഇളയ സഹോദരി ജിൻസിയോടു സന്തോഷ് പറഞ്ഞെങ്കിലും ആ ആഗ്രഹം സാധിക്കാതെയാണ് അയാൾ കണ്ണടച്ചത്. നിനക്കു പരീക്ഷയായിരുന്നതുകൊണ്ട് സന്തോഷ് അത്ര അപകടകരമായ നിലയിലാണെന്നു നിന്നോടാരും പറഞ്ഞിരുന്നുമില്ല.

കോളേജിൽവച്ച് നീ ടേബിൾ ടെന്നീസ് ചാമ്പ്യനായിരുന്നെന്നു നീ എന്നോടു പറഞ്ഞിരുന്നു. പക്ഷേ, നിന്നെ പ്രേമിക്കാനും കല്ല്യാണം കഴിക്കാനും പിറകേ നടന്ന പഞ്ചാബി ഡോക്ടറുടെ കാര്യം നീ പറഞ്ഞില്ല. ജിൻസി എന്നൊരു കൂട്ടുകാരിയുടെ കാര്യം മാത്രം എപ്പോഴോ പറഞ്ഞിരുന്നതോർക്കുന്നു. ഈ ബൈബിളും അവസാനത്തെ കത്തും അയാൾ സഹോദരിയായ ജിൻസിയുടെ കൈയിൽ കൊടുത്തുവിട്ടതായിരിക്കുമെന്നു ഞാനൂഹിക്കുന്നു. കത്തിന്റെ അവസാനം, 'നിന്റേതു മാത്രമാകുമായിരുന്ന സന്തോഷ്' എന്നെഴുതിയിരുന്നു.

ഇനി ഞാൻ പറയാതെതന്നെ ബാക്കിക്കാര്യങ്ങൾ നിനക്കു മനസ്സിലായിക്കാണും. നീയെന്തിനാണ് ബൈബിളിൽത്തന്നെ കത്തുകളും ഫോട്ടോയും സൂക്ഷിച്ചതെന്ന് എനിക്കറിയാം. അവിശ്വാസിയായ ഞാൻ ബൈബിൾ തുറന്നുനോക്കാനുള്ള സാധ്യത ഒരിക്കലും നീ പ്രതീക്ഷിച്ചുകാണില്ല. സത്യത്തിൽ ഞാൻ തുറന്നുനോക്കിയതല്ല, എന്റെ മുമ്പിലേക്ക് അതു തുറക്കപ്പെടുകയാണു ചെയ്തത്. സന്തോഷിന്റെ അപകടമരണവും നിനക്കു ട്രെയിൻ മിസ്സായതും എന്നെക്കണ്ടതുമൊക്കെ നിമിത്തങ്ങളാണെന്നാണല്ലോ നീ ഇപ്പോഴും വിശ്വസിക്കുന്നത്? അങ്ങനെയെങ്കിൽ ഈ ബൈബിൾ എന്റെ മുമ്പിലേക്കു മലർക്കെ തുറന്നുവീണതും ഒരു നിമിത്തമായിക്കൂടെന്നില്ലല്ലോ. ഒന്നാലോചിച്ചാൽ, നിന്റെ പ്രിയപ്പെട്ട സന്തോഷല്ലേ, നമ്മുടെ സംഗമത്തിനു നിമിത്തമായത്! ഒന്നും യാദൃച്ഛികമല്ലെന്നും ഓരോ സംഭവത്തിനു പിന്നിലും ഓരോ കാരണമുണ്ടാവുമെന്നും ഇപ്പോൾ ഞാനും വിശ്വസിക്കുന്നു.

അപകടത്തിൽപ്പെട്ട സന്തോഷ് ഒരാഴ്ചയോളം മരണത്തോടു മല്ലടിച്ചു കിടന്നു എന്നാണ് കത്തിൽനിന്നു മനസ്സിലാകുന്നത്. അബോധാവസ്ഥയിൽനിന്ന് ഇടയ്ക്കിടെ ഉണരുമ്പോഴൊക്കെ നിന്നെ കാണണമെന്നു പറയുകയും അവസാനത്തെ കത്തെഴുതുകയും ചെയ്തു. അതറിഞ്ഞപ്പോൾ മാത്രമാണ്, സൗഹൃദത്തിനപ്പുറത്തേക്കു നിങ്ങളുടെ ബന്ധം വളർന്നിരുന്നതായി നീയറിഞ്ഞത്. അതുകൊണ്ടാണ് നീ മരണശേഷം സെമിത്തേരിയിൽ അയാളുടെ കല്ലറയ്ക്കു മുമ്പിൽച്ചെന്നു പ്രാർത്ഥിക്കുകയും അന്നാട്ടിലെ കുരിശുപള്ളിയിൽ മെഴുകുതിരി കത്തിക്കുകയും ചെയ്തത്. വർഷത്തിൽ ഒരു ദിവസം നീ ഉപവസിക്കുന്നതും എന്നോടു മിണ്ടാത്തതും സന്തോഷിന്റെ മരണദിവസമായിരുന്നെന്ന് എനിക്കു മനസ്സിലായി. ഇപ്പോൾ എല്ലാത്തിനും ഒരു വ്യക്തത വന്നു. എന്നാലും ഒരിക്കലും തിരിച്ചുവരാത്ത ഒരാൾക്കുവേണ്ടി, ഒരു ദിവസമാണെങ്കിൽപ്പോലും എന്നിൽനിന്നു നീ എങ്ങോട്ടോ പറന്നുപോകുന്നതുപോലെ തോന്നിയിരുന്നു. ആ അകൽച്ച നിനക്കു നൽകുന്ന ഓർമകളും സാന്ത്വനങ്ങളുമെല്ലാം നമുക്കുവേണ്ടിയായിരുന്നെന്ന് ഇപ്പോൾ ഞാൻ കരുതുന്നു. നിങ്ങളുടെ പ്രണയം എനിക്കൊരു മാനസികാഘാതമായിത്തോന്നുന്നില്ല. അതുകൊണ്ട് നിനക്കു കുറ്റബോധമൊന്നും തോന്നേണ്ട കാര്യമില്ല. അതൊക്കെ, നമ്മൾ ഒന്നിക്കുന്നതിനുമുമ്പു കഴിഞ്ഞ സംഭവങ്ങളല്ലേ? ബിഫോർ ക്രൈസ്റ്റ് എന്നു പറയുന്നതുപോലെ, ബിഫോർ ടോം റോബർട്ട്.

നമ്മൾ സുഖമായും സന്തോഷമായും എത്രനാൾ ജീവിച്ചു. എനിക്കറിയാം, നമ്മുടെ ജെയ്മിയും ജാസ്മിനും ആദ്യം എന്റെ ഫോട്ടോ ഫ്രെയിം ചെയ്തു വയ്ക്കും. പിന്നെയൊരു ദിവസം നിന്റേതും. അതുകഴിഞ്ഞ്, മക്കളും കൊച്ചുമക്കളുമെല്ലാം തിരക്കുകളിൽപ്പെട്ട് എല്ലാം മറക്കും. അതല്ലേ ജീവിതം. എല്ലാവർക്കും അവരവരുടേതായ സമയവും സ്ഥലവും കുറച്ചുനാളത്തേക്കു മാത്രമേയുണ്ടാകൂ. നീ സമ്മതിച്ചാലും ഇല്ലെങ്കിലും നിനക്കു വേണ്ടതെല്ലാം ഞാൻ തന്നിട്ടുണ്ടെന്നാണ് ഞാൻ വിശ്വസിക്കുന്നത്; നമ്മളെന്നല്ല, ആരും പിടിച്ചാൽക്കിട്ടാത്ത സമയമൊഴിച്ച്.

നിനക്കറിയാമോ, മരണത്തിന് ഒരു പ്രത്യേകമണമുണ്ട്. ജീവിതത്തിലാദ്യമായി, ഞാൻ ആ മണത്തെ വളരെയടുത്തറിയുന്നതുപോലെ. എന്റെ, ഇത്തരം ഭ്രാന്തൻചിന്തകളൊക്കെ നിനക്കിപ്പോൾ പരിചയമായിരിക്കണം. ഞാനിപ്പോൾ ആ പ്രത്യേകമണത്തെപ്പറ്റി മാത്രമാണു ചിന്തിക്കുന്നത്. ഡോക്ടർ ടോം റോബർട്ട് എന്ന എന്റെ എല്ലാ ഗവേഷണങ്ങളും ഇനി മറ്റൊരു വിശാലമായ ലോകത്തായിരിക്കും. ആ ലോകം ആരുടേതുമല്ലാത്ത, കുറേ അശരീരികളുടേതായിരിക്കും. ശരീരമില്ലാത്തതുകൊണ്ട് സ്ഥലപരിധിയൊന്നുമില്ല. ലോകത്തിലെ സകലചരാചരങ്ങൾ വന്നാലും വിശാലമായ സ്ഥലം പിന്നെയും ബാക്കിയാകും. നീയും ജെയ്മിയും ജാസ്മിനും, ഞാൻ കാണാൻ സാധ്യതയില്ലാത്ത പേരക്കുട്ടികളുമൊക്കെ

ഒരിക്കൽ ആ വലിയ ലോകത്തിൽത്തന്നെയെത്തുമെന്ന് എനിക്കറിയാം. അങ്ങനെ നമ്മളെല്ലാം അശരീരികളായി വീണ്ടുമൊന്നിക്കും എന്നാഗ്രഹിക്കുന്നതിൽ എന്താണു തെറ്റ്? അതല്ലേ ദൈവങ്ങളും മതങ്ങളുമൊക്കെ പഠിപ്പിക്കുന്നത്? അതു തെറ്റാണെങ്കിലും ശരിയാണെങ്കിലും അങ്ങനെ വിശ്വസിക്കുന്നതിൽ ഒരു സുഖമൊക്കെയില്ലേ? സുഖമുള്ള ആ വിശ്വാസത്തോടെ, ഞാൻ യാത്ര പറയുന്നു. സ്നേഹത്തിനും പരിചരണങ്ങൾക്കും തീരാത്ത നന്ദിയും സ്നേഹവുമുണ്ട്.

സ്നേഹപൂർവ്വം,

എന്നുമെന്നും നിന്റേതു മാത്രമായിരുന്ന

ടോം റോബർട്ട്."

ശരിയാണ്. ആരൊക്കെയായാലും എന്തൊക്കെ ചെയ്താലും എല്ലാവരും അവസാനം എവിടെയോ കണ്ടുമുട്ടുമെന്നു വിശ്വസിക്കുന്നതിൽ ഒരു സുഖമുണ്ട്. അതോർത്തുകൊണ്ടാണ്, അന്നു രാത്രി കൃഷ്ണപ്രിയ ഉറങ്ങാൻ കിടന്നത്.

■

ബുദ്ധം ശരണം

ഇടവപ്പാതിയിലെ ശക്തമായ മഴ, എന്നും എന്റെ ഗൃഹാതുരത്വസ്മൃതികളെയുണർത്തും. ഉള്ളിൽ ഉറങ്ങിക്കിടക്കുന്ന ആ ഓർമകളെയുണർത്താനാണ്, ഒരു പെരുമഴക്കാലത്ത് നാട്ടിലേക്കു പറന്നത്; എന്റെ മലയോര ഗ്രാമത്തിൽ, മഴയെയും പുഴയെയും പ്രണയിച്ച്, പ്രകൃതിയോടു സല്ലപിച്ച്, അവളുടെ വികൃതികൾ കണ്ടിരിക്കാൻ.

ആ ദിവസങ്ങളിലെ ഒരു ഞായറാഴ്ച പുലർച്ച. രാത്രി മുഴുവൻ തകർത്തു പെയ്ത പെരുമഴ ചാറ്റൽമഴയായി, ശക്തി കുറഞ്ഞുവന്ന കാറ്റിൽ ചെരിഞ്ഞു വീഴുന്നുണ്ടായിരുന്നു. മഞ്ഞുണ്ടായിരുന്നെങ്കിലും, മഴത്തുള്ളികൾ ജനൽച്ചില്ലുകളിൽ വീണ് ചെറുചാലുകളായി ലക്ഷ്യമില്ലാതെയൊഴുകുന്നത് അവ്യക്തമായി കാണാമായിരുന്നു.

മഴ കണ്ടുണർന്നപ്പോൾ, വെറുതേ ടി വി ഓൺ ചെയ്തു. പതിവുപോലെ, റിമോട്ടിൽ ചാനലുകൾ മാറ്റിക്കൊണ്ടിരുന്നപ്പോൾ തികച്ചും യാദൃച്ഛികമായി, ഞെട്ടിക്കുന്ന ഒരു വാർത്ത ശ്രദ്ധയിൽപ്പെട്ടു:

"ഇന്ത്യ സന്ദർശിക്കാനെത്തിയ തെരേസ ട്രീസൽ എന്ന അമേരിക്കൻ വനിതയെ ഛത്തീസ്ഗഢിൽവച്ച് അജ്ഞാതർ കൂട്ടബലാത്സംഗം ചെയ്തു."

അന്നത്തെ പ്രധാനവാർത്തയായി, എല്ലാ ന്യൂസ് ചാനലുകളിലും അതു സ്ക്രോൾ ചെയ്യുന്നുണ്ടായിരുന്നു.

അടുത്ത ബന്ധമുള്ളവർക്ക് അപ്രതീക്ഷിതമായി എന്തെങ്കിലും സംഭവിക്കുമ്പോഴുണ്ടാകുന്നതുപോലെ ഒരു ഷോക്കിലായി ഞാൻ. കൊല്ലാൻ ശ്രമിച്ചപ്പോൾ ശക്തമായി എതിർത്തിരുന്നെന്ന് അവളുടെ മൊഴിയിൽ പറഞ്ഞിരുന്നെന്നും അവശനിലയിലായ അവരെ എംബസി ഇടപെട്ട് ഡൽഹിയിലെ ഓൾ ഇന്ത്യാ ഇൻസ്റ്റിറ്റ്യൂട്ട് ഓഫ് മെഡിക്കൽ സയൻസസിൽ പ്രവേശിപ്പിച്ചെന്നും ചാനലുകൾ അറിയിച്ചു.

പല പ്രാവശ്യം ഫോണിൽ ബന്ധപ്പെടാൻ നോക്കിയെങ്കിലും അതെല്ലാം വിഫലമായി. എന്റെ അറിവിൽ, ഒരു ഹിന്ദുമതവിശ്വാസിയായ

തെരേസയുടെ സ്വപ്നഭൂമിയായിരുന്നു ഇന്ത്യ. എന്താണ് ഈ പുതിയ 'മദർ തെരേസ'യ്ക്കു സംഭവിച്ചത്? 'മദർ തെരേസ' എന്നത് ഞാൻ മാത്രം അവളെ വിളിക്കാറുള്ള പേരാണ്. ഒരുപക്ഷേ ക്രിസ്ത്യൻ മതപ്രചാരക യാണെന്ന സംശയത്തിൽ അക്രമികൾ അവളെ പിച്ചിച്ചീന്തിയതാകാം. അപകടനില തരണം ചെയ്തിട്ടില്ലെന്നാണ് വാർത്തയിൽ പറഞ്ഞത്.

അന്നാണ് ആദ്യമായി ഞാൻ എന്റെ പ്രിയപ്പെട്ട മഴയെ 'ഈ നശിച്ച മഴ' എന്നു മനസാ ശപിച്ചത്.

എനിക്കറിയാവുന്ന തെരേസയെ ഞാൻ ഓർക്കാൻ ശ്രമിച്ചു.

തെരേസാ ട്രീസൽ എന്ന സ്ത്രീയെ അമേരിക്കൻ സംസ്ഥാനമായ കൊളാറാഡോയിലെ ഡെൻവർ എയർപോർട്ടിൽവച്ചായിരുന്നു ആദ്യമായി കാണുന്നത്. എന്റെ കണക്ടിംഗ് ഫ്ളൈറ്റ് ഡെൻവറിൽനിന്നായതു കൊണ്ടു മാത്രമാണ് അതിനിടയായത്. അവിടത്തെ പതിവു തിരക്കുകൾ ക്കിടയിൽ, പ്രത്യേകിച്ച് ഒരു കാരണവുമില്ലാതെ അവളെത്തന്നെ ഞാൻ സാകൂതം വീക്ഷിച്ചു. വെറുതെയാണെങ്കിലും എന്തെങ്കിലും സവിശേ ഷതയുള്ളവരെയോ സൗന്ദര്യമുള്ളവരെയോ ആണല്ലോ സാധാരണയായി ആളുകൾ ശ്രദ്ധിക്കുക. ഒരു സംഘം കോളേജ് പെൺകുട്ടികളും അവിടെ യുണ്ടായിരുന്നു എന്നാണ് എന്റെയോർമ്മ. എങ്കിലും എന്റെ ശ്രദ്ധ മുഴുവൻ പിടിച്ചുപറ്റിയത് അവളും അവളുടെ വേഷവും പാതി ചുവപ്പിച്ച ചുരുണ്ട മുടിയുമായിരുന്നു. അലസമായി, അനുസരണയില്ലാതെ കിടക്കുന്ന ആ മുടി വളരെ പാടുപെട്ടു ചുരുട്ടിയതാകാനാണു സാധ്യത യെന്നു തോന്നി. പല നിറങ്ങളിലുള്ള പൂക്കളും ചെടികളും അടുക്കിവച്ചതു പോലെയുള്ള ഡിസൈനുള്ള ടോപ്പും അവിടവിടെ കീറിപ്പറിഞ്ഞ ന്യൂജെൻ ജീൻസും. ഒറ്റനോട്ടത്തിൽ ഒരു കോമാളി സ്റ്റൈൽ എന്ന് ആർക്കും തോന്നും. ആ വിചിത്രജീവിയെപ്പറ്റി അറിയാനുള്ള ആകാംക്ഷ യുണ്ടായിരുന്നെങ്കിലും എന്തുകൊണ്ടോ, പരിചയപ്പെടാനുള്ള ആഗ്രഹം ഉപേക്ഷിച്ചു.

അങ്ങനെ എത്രയോ യാത്രകളിൽ ആരെയെല്ലാം പരിചയപ്പെടുന്നു! ആ പരിചയങ്ങളൊക്കെ ശാശ്വതമാകാതെ അന്ത്യശ്വാസം വലിക്കുക യാണു പതിവ്. അതുകൊണ്ടുകൂടിയാണ് ദുരാഗ്രഹത്തെ കൈവെടി ഞ്ഞത്. ഞാൻ അൽപ്പം മാറി, വിമാനങ്ങളുടെ പറക്കലുകളും നീക്കങ്ങളും കാണാവുന്നതുപോലെ, വലിയ ഗ്ലാസ് ഡോറിനഭിമുഖമായി ഒരു ചാരു ബെഞ്ചിലിരുന്നു. അവളെ മറക്കാനായി, ഫോൺ ഓൺ ചെയ്ത് മുഖ പുസ്തകത്തിലേക്കു ശ്രദ്ധ തിരിച്ചു. മറ്റുള്ള യാത്രക്കാരിൽ മിക്കവരും അങ്ങനെ ഫോണുകളിലേക്കു കുമ്പിട്ടിരിക്കുകയാണ്. അവൾ മാത്രം ഏതോ പുസ്തകം തുറന്ന് അവളുടേതായ ലോകത്തിൽ മുഴുകിയിരുന്നു.

ന്യൂ മെക്സിക്കോയിലെ ആൽബുക്കർക്കിയിലേക്കുള്ള പ്ലെയിൻ അന്ന് ഒരു മണിക്കൂർ ലേറ്റായിരുന്നു. കുറേനേരം സുഹൃത്തുക്കളുമായി

ചാറ്റ് ചെയ്യാൻ ശ്രമിച്ചെങ്കിലും മനസ്സ് വീണ്ടും അവളിലേക്കുതന്നെ സഞ്ചരിച്ചു. അവളിൽനിന്ന് സാംസ്ക്കാരികമായും ശാരീരികമായും വളരെ ദൂരെ നിൽക്കുന്ന എനിക്ക് അവളെ പരിചയപ്പെടാനുള്ള സാധ്യതയോ അതിന്റെ ആവശ്യകതയോ ഉണ്ടെന്നു തോന്നിയില്ലെങ്കിലും എന്തുകൊണ്ടോ ആ വർണപ്രപഞ്ചത്തെ അറിയാനുള്ള ഒരാകാംക്ഷ. ആരുടെയും ശ്രദ്ധയാകർഷിക്കത്തക്കവിധം കുറേ നിറങ്ങൾ ദേഹത്തും മുടിയിലുമൊക്കെ ഒരടുക്കും ചിട്ടയുമില്ലാതെ വാരി വിതറിയിരിക്കുന്നു. ഇങ്ങനെ കളർഫുള്ളായ വസ്ത്രങ്ങൾ പ്രദർശനവസ്തുക്കളെപ്പോലെ അണിയുന്നവർ അതീവദുഃഖത്തിനടിമകളായിരിക്കുമെന്ന് ഏതോ മനശ്ശാസ്ത്രജ്ഞന്റെ പുസ്തകത്തിൽ വായിച്ചതോർത്തു. ഏതോ ഫാഷൻ ഷോയിൽ പങ്കെടുക്കുന്ന മോഡലാണെന്നേ ഒറ്റനോട്ടത്തിൽ തോന്നൂ. കുപ്പയിൽ കിടക്കുന്ന മാണിക്യക്കല്ലുപോലെ അവൾ വെട്ടിത്തിളങ്ങി.

"കൊന്നമരം പൂത്തുലഞ്ഞതാണോ

മാനത്തൂന്നെങ്ങാനും വന്നതാണോ" എന്ന വടക്കൻപാട്ട് അറിയാതെ ചുണ്ടത്തു വന്നു. ഒരു മുപ്പതു മുപ്പത്തിരണ്ടു വയസ്സുണ്ടെന്നു കാഴ്ചയിൽനിന്നൂഹിച്ചു. ഇടയ്ക്കിടെ അവളെയങ്ങനെ ശ്രദ്ധിച്ചിരിക്കുമ്പോൾ എയർപോർട്ട് അനൗൺസ്മെന്റ് വന്നു. ആൽബുക്കർക്കിയിലേക്കുള്ള ഫ്ളൈറ്റ് ബോർഡ് ചെയ്യാനുള്ളതാണ്. അതു കേട്ടപ്പോഴേ ആരെയും ഗൗനിക്കാതെ പുസ്തകം മടക്കി, ലഗേജുമുരുട്ടിക്കൊണ്ട് അവൾ ക്യൂവിലേക്കു നടന്നു. ഞാൻ മനസ്സിൽ ഒരു ഗുഡ്ബൈ പറഞ്ഞു. അല്പനേരം കൂടി അവിടെയിരുന്നിട്ടാണ് ഞാൻ കയറിയത്. പിന്നീടാണ് അപ്രതീക്ഷിതമായി പലതും സംഭവിച്ചത്. ജിവിതത്തിൽ എല്ലാം സംഭവിക്കുന്നത് തീർത്തും യാദൃച്ഛികമായാണ് എന്നാണ് അപ്പോഴും ഞാൻ വിശ്വസിച്ചത്. ഫ്ളൈറ്റിനുള്ളിൽ കയറിയപ്പോൾ, അവൾ എന്റെ തൊട്ടടുത്ത സീറ്റിൽ. ലഗേജ് മുകളിൽ വയ്ക്കാൻ ഞാൻ മനഃപൂർവ്വം സഹായിച്ചു. അവൾ നന്ദി പറഞ്ഞു. ഇരിക്കാൻ തുടങ്ങിയപ്പോൾ പുഞ്ചിരിച്ചുകൊണ്ട് 'ഹായ്' എന്നും പറഞ്ഞു. ഫ്രണ്ട്ലിയാണെന്നും സംസാരിക്കാൻ ഇഷ്ടപ്പെടുന്നവളുമാണെന്ന് അപ്പോഴാണു തോന്നിയത്. അവസരോചിതമായി ഞാനൊരു സ്വയംപരിചയപ്പെടുത്തൽ നടത്തി:

"ഹായ്, ഐ ആം മധു നായർ മുളകുപാടം. യൂ കാൻ കാൾ മീ മധു."

"ഐ ആം തെരേസാ ട്രീസൽ. നൈസ് റ്റു മീറ്റ് യു. വാട്ട് എ നൈസ് ലാസ്റ്റ് നെയിം. മുളകും പാടും." അവൾ ഒരു പ്രത്യേക ഈണത്തിൽ മുറിച്ചുമുറിച്ചു പറഞ്ഞു. അതു കേട്ടപ്പോഴേ ആ വിഷയം അവഗണിക്കാൻ ഞാൻ ശ്രമിച്ചെങ്കിലും അവൾക്കു വിടാൻ പ്ലാനില്ല. ഉടൻതന്നെ ചോദ്യം വന്നു:

"വാട്ട് ഈസ് ദ മീനിംഗ്?"

അവൾ പറയുന്നതു കേട്ടപ്പോൾ ഉള്ളിൽ പൊട്ടിച്ചിരിച്ചെങ്കിലും പുറത്തു വരാതെ ശ്രദ്ധിച്ചിരുന്നു. അമേരിക്കയിൽ വരുമ്പോൾ ഒരു ലാസ്റ്റ് നെയിം ആവശ്യമാണ്. അച്ഛൻ പറഞ്ഞിട്ടാണ് നായരുടെ കൂടെ വീട്ടു പേരു ചേർത്തത്. സായിപ്പ് 'നായർ' എന്നു പറയുമ്പോൾ 'ആർ' അങ്ങു വിഴുങ്ങും. അങ്ങനെ ഒന്നാന്തരം നായരെ പട്ടിയാക്കും. ഇവളും അതു തന്നെയായിരിക്കും ചെയ്യാൻ പോകുന്നതെന്നു പേടിച്ച്, പുലിവാലു പിടിച്ച നായരെ ഞാനുമങ്ങു വിഴുങ്ങി. മുളകിനെക്കൊണ്ടുപോലും പാട്ടു പാടിച്ച വെളുമ്പത്തിയോട് പറഞ്ഞിട്ടു കാര്യമില്ല. നായരെ മറന്ന്, വ്യക്തമായി പറഞ്ഞു:

“ചില്ലി ഫീൽഡ്സ്”

“വൗ! നൈസ്! വാട്ട് എ ഫന്റാസ്റ്റിക് മീനിംഗ്!”

ഈ പുകഴ്ത്തലുകളൊക്കെ സായിപ്പൻമാരുടെ സ്ഥിരം നമ്പറാണെന്നറിയാം. ഭാര്യമാർ ഏതു രൂപത്തിലിരുന്നാലും 'ഷീ ഈസ് ബ്യൂട്ടിഫുൾ' എന്നേ അവർ പറയൂ. അതുകേട്ടു കോൾമയിർക്കൊള്ളുന്ന എത്ര ഭർത്താക്കന്മാരെയും ഭാര്യമാരെയും കണ്ടിരിക്കുന്നു. അങ്ങനെ പറയുന്ന സായിപ്പിനോട് ഒരിക്കലും 'താങ്ക്സ്' എന്നു പറയാൻ പാടില്ലെന്നാണ് എന്റെ നിയമം. കാരണം നമ്മളല്ലല്ലോ ഭാര്യമാരെ സുന്ദരിമാരാക്കുന്നത്.

വിമാനത്തിന് ഇടയ്ക്കെവിടെയും സ്റ്റോപ്പില്ലാത്തതുകൊണ്ട് അവളും ആൽബുക്കർക്കിയിലാണെന്നു ഞാനൂഹിച്ചു. എങ്കിലും എങ്ങനെ തുടങ്ങണം, എന്തു പറയണം എന്നാലോചിച്ചു. അപ്രതീക്ഷിതമായി അടുത്തു കിട്ടിയ സഹയാത്രികയായതിനാൽ കാര്യങ്ങളൊക്കെ സാവകാശം വേണം ചോദിച്ചു മനസ്സിലാക്കാൻ. അൽബുക്കർക്കിയിലേക്ക് രണ്ടു മണിക്കൂറിലധികമുണ്ട്. പരിചയമില്ലാത്ത സ്ത്രീകളോട് ആവശ്യമില്ലാത്ത ചോദ്യങ്ങളൊക്കെ ചാടിക്കയറി ചോദിച്ചാൽ ചിലപ്പോൾ പെട്ടുപോകും. അവൾ വല്ല പരാതിയും കൊടുത്താൽ പീഡനക്കുറ്റംവരെ ചുമത്താം. അത്തരം വാർത്തകൾ സ്ഥിരമായി വായിക്കാറുള്ളതാണ്. അമേരിക്ക 'ഫ്രീ കൺട്രി' യാണെന്നു പറയുന്നതു നുണക്കഥയാണെന്ന് ഇവിടെ വന്നപ്പോഴാണു മനസ്സിലായത്. അതുകൊണ്ട് ഒന്നും മിണ്ടാതെ സീറ്റ് പോക്കറ്റിൽനിന്ന് ഒരു ട്രാവൽ മാഗസിനെടുത്തു വായിക്കുകയാണെന്ന വ്യാജേന വെറുതേ മറിച്ചുനോക്കിക്കൊണ്ടിരുന്നു. അൽപ്പസമയത്തിനുള്ളിൽ, പ്ലെയിൻ ടേക്ക് ഓഫ് ചെയ്തു. അവൾ മുടി പിന്നിലേക്കു കെട്ടിവച്ച് ഉറങ്ങാനുള്ള പുറപ്പാടിലാണ്. അത് എങ്ങനെയെങ്കിലും തടയാതെ പറ്റില്ല. ആ സമയത്താണ് ഒരു രക്ഷകയെപ്പോലെ, ബിവറേജ് കാർട്ടുമായി എയർ ഹോസ്റ്റസ് വന്നത്. ആ അവസരം മുതലാക്കി ഞാനൊരു റെഡ് വൈൻ ഓർഡർ ചെയ്തു. അവൾക്കും ഓഫർ ചെയ്തു. അവൾ സന്തോഷപൂർവ്വം 'യെസ്, ഒഫ്കോഴ്സ്' എന്നു പറഞ്ഞു. വെളുത്ത വർഗ്ഗമല്ലേ, വൈൻ വേണോ എന്നു ചോദിച്ചാൽ വേണ്ടെന്നു പറയില്ലല്ലോ! ഞാൻതന്നെ ക്രെഡിറ്റ് കാർഡ് കൊടുത്തു. അവൾ അത്ഭുതപരതന്ത്രയായി നന്ദി പറഞ്ഞു.

അവൾതന്നെ ആദ്യം കുപ്പിയിൽനിന്നു വൈൻ മെല്ലെ ഗ്ലാസ്സിലേക്കു പകർന്നശേഷം എനിക്കായി കാത്തിരുന്നു. അപ്പോഴേ മനസ്സിൽ രണ്ടാമത്തെ ലഡു പൊട്ടി. വൈൻ ഞാൻ ഗ്ലാസ്സിലേക്കൊഴിച്ചപ്പോൾ അവളാണ് ആദ്യം ചിയേഴ്സ് പറഞ്ഞത്.

"ആർ യൂ ഫ്രം ഇന്ത്യ?"

"യെസ്, ഐ ആം. ഫ്രം എ സ്മോൾ സതേൺ സ്റ്റേറ്റ്... കേരളാ."

"ഓ, കേരളാ, മലയാളം" എന്നു നീട്ടിപ്പറഞ്ഞിട്ട് എന്നോടു വീണ്ടുമൊരു ചോദ്യം:

"യു നോ ആമ?"

ഞാനൊന്നു പകച്ചു. അപ്പോൾ അവൾ കൈ കൂപ്പിക്കൊണ്ട് 'ആമ, ആമാ' എന്നു രണ്ടുതവണ പറഞ്ഞു. അപ്പോഴാണ് കാര്യം മനസ്സിലായത്. ഉടനെ ഞാൻ വ്യക്തമാക്കി:

"ആമയല്ല, അമ്മ. അമൃതാനന്ദമയി." അവളിനി 'അമൃതാനന്ദമയി' എന്നു പറയാൻ ശ്രമിക്കുമോ എന്നു ഞാൻ പേടിച്ചു. ഭാഗ്യം, അവൾ തലകുലുക്കി ഒന്നിളകിച്ചിരിച്ചു. ഉടനെത്തന്നെ, ഞാൻ കിട്ടിയ തുറുപ്പുചീട്ടിൽ കയറിപ്പിടിച്ചു:

"യൂ നോ, ഐ ആം ഫ്രം ദ സെയിം പ്ലേസ് ഇൻ ഇന്ത്യ. സ്പീക് സെയിം ലാംഗ്വേജ്."

അതു കേട്ടപാടേ, തല കുനിച്ചുകൊണ്ട് അവളെന്റെ കൈയിൽ അമർത്തിപ്പിടിച്ചു. പിന്നെ, 'ഓ, മൈ ഗോഡ്!' എന്ന് ഉച്ചത്തിൽ ഒരലർച്ച! അടുത്തിരുന്ന, പൊക്കമുള്ള തടിയൻസായിപ്പുപോലും ഞെട്ടിപ്പോയി. അവൾ അവളുടെ ദൈവത്തിന്റെ നാട്ടുകാരനെ കണ്ടിട്ടാണെന്ന കാര്യം അയാൾക്കറിയില്ലല്ലോ. ഒന്നല്ല, ഒരുപാടു ദൈവങ്ങളുള്ള, ശരിക്കും 'ഗോഡ്സ് ഓൺ കൺട്രി'യാണെന്നുകൂടി പറയണമെന്നുണ്ടായിരുന്നു. അതൊക്കെ വിസ്തരിച്ച് വെറുതെയെന്തിന് അവളെ അസ്വസ്ഥയാക്കണം? സത്യത്തിൽ ഞാൻ അമ്മയെപ്പറ്റി കേട്ടിട്ടേയുള്ളൂ. അതൊന്നും അവളോടു പറയേണ്ട കാര്യമില്ലല്ലോ.

ഏതായാലും വീണുകിട്ടിയ സുവർണാവസരമല്ലേ? അവിടെത്തന്നെ കിടന്നുരുളാൻ തീരുമാനിച്ചു. അമ്മയുടെ ഏറ്റവുമടുത്ത സ്വന്തക്കാരനായി അങ്ങഭിനയിച്ചു. അവൾ തല കുനിച്ചപ്പോൾ ആദരപൂർവ്വം തലയിൽ കൈ വച്ചു. ആ ചുരുണ്ട മുടികളിൽ സ്പർശിച്ചപ്പോൾ കോരിത്തരിച്ചു. അവൾ ഒന്നുമറിയാതെ കണ്ണടച്ചു കുനിഞ്ഞിരുന്നു. ഏതാനും നിമിഷങ്ങൾ അവളങ്ങനെയിരുന്നപ്പോൾ അവളുടെ ചുവന്നുതുടുത്ത കവിളിൽ സ്പർശിച്ചതുപോലും അവളറിഞ്ഞില്ല. കണ്ണു തുറന്നപ്പോൾ ഞാൻ വേറൊരു നമ്പറിട്ടു:

"ഐ നോ യൂ ഹാവ് എ ലോട്ട് ഓഫ് പ്രോബ്ലംസ് ഇൻ യുവർ ലൈഫ്, തെരേസാ. സം ട്രാജഡി ഇൻ ദ പാസ്റ്റ്..."

"ഹൗ ഡു യു നോ?"

"ടെലിപ്പതി... മൈൻഡ് റീഡിംഗ്..."

അങ്ങനെ വായിൽ വന്നതൊക്കെ പറഞ്ഞു.

സത്യത്തിൽ ഞാൻ വെറുതേ ഒന്നു പ്രവചിച്ചുനോക്കിയതാണ്. ഒരു മലയാളി ബുദ്ധി എന്നോ കുബുദ്ധി എന്നോ പറയാം. ജീവിതത്തിൽ പ്രശ്നങ്ങളില്ലാത്ത ആരെങ്കിലുമുണ്ടോ? സംഗതി ഏറ്റു. പെട്ടെന്നുവന്ന കണ്ണുനീർ തുടച്ച് അവൾ പൊട്ടിക്കരയാൻ തുടങ്ങി. ഞാൻ ഗൗരവം വിടാതെ പിടിച്ചുനിന്നു. അപ്പോൾ അവൾ അവളുടെ കഥ പറയാൻ തുടങ്ങി. അഞ്ചു വർഷങ്ങൾക്കുമുമ്പ്, അവളുടെ രണ്ടര വയസ്സുള്ള പെൺകുട്ടി ഒരപകടത്തിൽ മരിച്ചു. വാലറ്റിൽനിന്ന് ഒരു കൊച്ചു കുട്ടിയുടെ ഫോട്ടോ എടുത്തു കാണിച്ചു. ജെസ്സീക്ക എന്ന ആ സുന്ദരിക്കുട്ടി മരിച്ചത് ഭർത്താവിന്റെ അശ്രദ്ധ മൂലമായിരുന്നത്രേ. ഭർത്താവ് അബി ട്രീസൽ ഒരു കൺസ്ട്രക്ഷൻ കോൺട്രാക്ടറായിരുന്നു. ഒരിക്കൽ മോളെയുംകൊണ്ട് വർക്ക് സൈറ്റിൽ പോയപ്പോഴായിരുന്നു അപകടമുണ്ടായത്. കുട്ടി പുറത്തിറങ്ങി അവിടെയെല്ലാം ഓടിക്കളിക്കുകയായിരുന്നു. അയാൾ ഫോണിൽ സംസാരിച്ചുകൊണ്ട് പിക്കപ്പ് ട്രക്ക് പിന്നിലേക്കെടുത്തപ്പോൾ ടയർ അവളുടെ ശരീരത്തിലൂടെ കയറിയിറങ്ങുകയായിരുന്നു. അതു കേട്ടപ്പോൾ എനിക്കും വിഷമം തോന്നി. ലോകത്തിൽ ഒരമ്മപോലും അതു സഹിക്കുമെന്നു തോന്നുന്നില്ല. അവൾ അയാളിൽനിന്നു വിവാഹമോചനം നേടി, ആറു വയസ്സുള്ള ആൺകുട്ടിയുമായി പടിയിറങ്ങി. ഇപ്പോൾ ബേർക്കലി യൂണിവേഴ്സിറ്റിയിൽ ജോലിയുള്ള ബോയ് ഫ്രണ്ടിനെ കാണാൻ വന്നതാണുപോലും.

അതു കേട്ടപ്പോൾ ഞാൻ ചെറുതായി ഞെട്ടി. അവൾ ഫ്രീയല്ല. പുതിയ ബോയ് ഫ്രണ്ടിനെ കാണാൻ ഇത്ര ദൂരം വരണമെങ്കിൽ അവൻ ഒരൊന്നൊന്നര ഫ്രണ്ടായിരിക്കണം. അതൊക്കെയാണല്ലോ അമേരിക്കൻ സംസ്കാരം. ഒന്നു പോയാൽ അടുത്തത്! അതിൽ ആശ്ചര്യപ്പെടാൻ ഒന്നുമില്ല. എങ്കിലും ജെസ്സീക്കമോളുടെ ദാരുണമായ അന്ത്യം മനസ്സിനെ വല്ലാതെ മുറിപ്പെടുത്തി.

ആ സംഗമത്തിനുശേഷം മാസങ്ങളോളം ഇടയ്ക്ക് ഫെയ്സ്ബുക്കിൽ ബന്ധപ്പെടാറുണ്ടായിരുന്നു. ഒരിക്കൽ ആൽബുക്കർക്കിയിൽ അവളുടെ വീട്ടിലും പോയിരുന്നു. അന്നാണ് അവളൊരു കൗൺസലറാണെന്നും സൈക്യാട്രിയിൽ മാസ്റ്റേഴ്സ് ഡിഗ്രിയുണ്ടെന്നും പറഞ്ഞത്. അമ്മയോടും ഇന്ത്യക്കാരോടുമുള്ള പ്രത്യേക ഇഷ്ടംകൊണ്ടാണ് പ്ലെയിനിൽവച്ച് കൂടുതൽ ഫ്രണ്ട്ലിയായതെന്നു പറഞ്ഞപ്പോൾ സന്തോഷം തോന്നി. അമൃതാനന്ദമയി ലോകമെമ്പാടും നടത്തുന്ന മഹത്തായ സേവനങ്ങൾകൊണ്ട മലയാളികൾക്ക് ഇങ്ങനെയുള്ള ചില ഗുണങ്ങളുണ്ടെന്ന് അവരറിയുന്നില്ല.

ഡിന്നറിനു മുമ്പ് ഏതോ മുന്തിയ ഇനം കോണിയാക്കായിരുന്നു അന്നത്തെ ലഹരി. അന്നാണ് അവളെ കൂടുതൽ അടുത്തറിയാൻ കഴിഞ്ഞത്. ബേർക്കിലിയിലെ ബോയ് ഫ്രണ്ടുമായി അടിച്ചുപിരിഞ്ഞെന്ന് അവൾ പറഞ്ഞു. അന്നത്തെ സ്നേഹസംഗമത്തിനിടെ, അരണ്ട വെളിച്ചത്തിൽ ചുടുചുംബനങ്ങൾ കൈമാറി. ലഹരിയുടെ മൂർദ്ധന്യാവസ്ഥയിൽ, മുകളിലെ മുറിയിൽനിന്ന് മകൻ മാറ്റ് വിളിച്ചു. അവൻ മുറിയില് ഒറ്റയ്ക്കാണെന്ന് അപ്പോഴാണ് ഓർത്തത്. പെട്ടെന്ന് എഴുന്നേറ്റ് ഉടുതുണി വാരിയണിഞ്ഞ് ഒരോട്ടമായിരുന്നു. വല്ലാത്തൊരു നഷ്ടബോധം തോന്നി. അവൾക്കിനി മകന്റെ ആവശ്യങ്ങൾക്കപ്പുറത്ത് മറ്റൊന്നുമില്ല. ഇനിയുള്ള ജീവിതം മകൻ മാറ്റ് ട്രീസലിനുവേണ്ടി മാത്രമാണെന്ന് അവൾ പറഞ്ഞിരുന്നു. ഇന്ത്യയിലേക്കു പോകുന്ന കാര്യമൊന്നും അന്നു പറഞ്ഞിരുന്നില്ല.

നേപ്പാളിൽ മഴയും വെള്ളപ്പൊക്കദുരന്തങ്ങളുമുണ്ടായ ശേഷമാണ് നേപ്പാളും ബുദ്ധമതവും അവളുടെ തലയ്ക്കു പിടിച്ചത്. അതിൽപ്പിന്നെ ലഹരിസാധനങ്ങളൊന്നും ഉപയോഗിച്ചിട്ടില്ലെന്നു പറഞ്ഞിരുന്നു. അവിടെപ്പോയി ബുദ്ധഭിക്ഷുവായി സേവനം ചെയ്യണമെന്ന ആഗ്രഹം പ്രകടിപ്പിച്ചു.

കേരളത്തിൽ, അമ്മയുടെ ആശ്രമത്തിൽവച്ചുണ്ടായ തിക്താനുഭവങ്ങളെക്കുറിച്ച് ഗെയിൽ ട്രെഡ്വെൽ എഴുതിയ പുസ്തകം വായിച്ചതായി എപ്പോഴോ സൂചിപ്പിച്ചിരുന്നു. അതുകൊണ്ടാവാം, അവൾക്ക് അമ്മയെ കാണാനുള്ള ഉത്സാഹം കുറഞ്ഞിരുന്നു. അമ്മയുടെ കാലിഫോർണിയയിലെ ആശ്രമത്തിൽനിന്നാണ് ഗെയിൽ രക്ഷപ്പെട്ടതെന്ന് അവളാണ് എന്നോട് ആദ്യം പറഞ്ഞത്. നേപ്പാളിൽ പോയി ബുദ്ധമതം സ്വീകരിച്ചെന്ന് ഒരു ഫെയ്സ്ബുക്ക് മെസ്സേജിലൂടെയാണറിഞ്ഞത്. തിരിച്ച് അമേരിക്കയിൽ വരുമ്പോൾ കാണണമെന്നും പറഞ്ഞിരുന്നു.

വർഷങ്ങൾ കഴിഞ്ഞു. അപ്രതീക്ഷിതമായാണ് ഞെട്ടിക്കുന്ന ഈ വാർത്ത കണ്ടത്. ആദ്യം അത് അവിശ്വസനീയമായിത്തോന്നി. ആ പഴയ യാത്രയിൽ ജെസ്സീക്കയെന്ന സുന്ദരിക്കുട്ടിയുടെ മരണത്തെക്കുറിച്ചു കേട്ടതു ഒരു മാനസികാഘാതമായിരുന്നു. അത് ഇനിയുള്ള ജീവിതം മുഴുവൻ എന്നെയും വേട്ടയാടിക്കൊണ്ടിരിക്കും. എല്ലാം അന്നത്തെ യാദൃച്ഛികമായ പരിചയപ്പെടലിൽ സംഭവിച്ചതാണ്. പരിചയങ്ങൾ കൂടുന്തോറും പ്രശ്നങ്ങളും കൂടും. പരിചയപ്പെടുന്നവരുടെ പ്രശ്നങ്ങൾ നമ്മുടേതും കൂടിയാകും.

കാലം ആർക്കുവേണ്ടിയും കാത്തുനിൽക്കാതെ കുറേദൂരംകൂടി കടന്നുപോയി. അന്നത്തെ ആകാശസംഗമത്തിനുശേഷം ഒന്നുരണ്ടു തവണയേ കണ്ടിരുന്നുള്ളു. ഒരു തവണ ലോസ് വേഗാസിൽവച്ചാണു കണ്ടത്. അന്നവൾ ഒരു കോൺഫറൻസിനു വന്നതായിരുന്നു. ഞാനും യാദൃച്ഛികമായി ഒരു മീറ്റിംഗിനായി അവിടെപ്പോയതാണ്. അങ്ങനെ ആദ്യസംഗമംപോലെ ഒരു യാദൃച്ഛികത ഞങ്ങൾക്കിടയിൽ ഒളിച്ചുകളിക്കുന്നുണ്ടായിരുന്നു. കണ്ടിരുന്നില്ലെങ്കിലും അവൾ ന്യൂ മെക്സിക്കോയിൽനിന്ന്

മിക്കപ്പോഴും വിളിക്കാറുണ്ടായിരുന്നു. ബുദ്ധമതം സ്വീകരിച്ചപ്പോൾ ജീവിതത്തിന് ഒരു ലക്ഷ്യമുണ്ടായതായി തോന്നുന്നു എന്നു പറഞ്ഞിരുന്നു.

അപ്പോൾ അവൾ ഒറ്റയ്ക്കായിരുന്നു. മകൻ പഠിത്തം കഴിഞ്ഞ് ഷിക്കാഗോയിലെവിടെയോ ജോലി ചെയ്യുകയായിരുന്നു. എല്ലാ ബന്ധങ്ങളുമുപേക്ഷിച്ച്, പാവങ്ങളുടെയിടയിൽ കർമനിരതയായിരുന്നു അവൾ. ചോദിച്ചില്ലെങ്കിലും കൊച്ചുകൊച്ചു സംഭാവനകൾ ഞാനും കൊടുക്കാറുണ്ടായിരുന്നു. മകൻ കൂടെയില്ലാത്തതുകൊണ്ട് ഏകാകിനിയായിരുന്നു. മദ്ധ്യവയസ്സു കഴിഞ്ഞ എല്ലാ സിംഗിൾ മദേഴ്സിനെയുംപോലെ തേരേസയും മിക്കവാറും ഒറ്റയ്ക്കായിരുന്നു ജീവിതവും യാത്രയുമൊക്കെ. നേപ്പാളിലും ബർമയിലും പാവങ്ങൾക്കുവേണ്ടി സേവനമനുഷ്ഠിക്കുക എന്നതായിരുന്നു അവളുടെ ജീവിതലക്ഷ്യംതന്നെ. പൊന്നുമകളുടെ അകാലമരണത്തിന്റെ ഓർമകളാകാം അവളിൽ ആ മാറ്റങ്ങളുടെ വിത്തു വിതച്ചത്.

ഇത്രയുമാണ് എന്റെയറിവിലുള്ള തേരേസയുടെ ജീവിതം.

പിന്നീട് ഇന്ത്യയിലേക്കു പോയ വിവരം മാത്രം എന്നോടു പറഞ്ഞിരുന്നില്ല. ഒറ്റയ്ക്കു പോകരുതെന്ന് ഒരിക്കൽ ഞാൻ താക്കീതു കൊടുത്തതാവാം കാരണമെന്നു ഞാനൂഹിച്ചു. എല്ലാം ശരിയായി അവൾ വരുമെന്ന പ്രതീക്ഷയിലായിരുന്നു ഞാൻ. ദിവസങ്ങൾക്കു ശേഷം മാറ്റിനെ വിളിച്ചു. അപ്പോഴാണ് കാര്യങ്ങൾക്കു വ്യക്തത വന്നത്.

"അമ്മ വന്നില്ല. അമ്മയുടെ ആഗ്രഹപ്രകാരം നേപ്പാളിലെവിടെയോ ശവസംസ്ക്കാരം നടത്തി. അവിടെ, ശവകുടീരത്തിൽ മാർബിൾക്കല്ലിൽ 'ബുദ്ധം ശരണം ഗച്ഛാമി' എന്നെഴുതി വയ്ക്കണമെന്നായിരുന്നു അന്ത്യാഭിലാഷം."

അമ്മ വന്നാൽ ഇനിയൊരിക്കലും വിടില്ലെന്ന് അവൻ മുമ്പു പല തവണ പറഞ്ഞിരുന്നു. പക്ഷേ ആ അമ്മ ഒരിക്കലും തിരിച്ചുവന്നില്ല. അങ്ങനെ ജെസ്സീക്കയുടെ മരണം മാത്രമല്ല, ഏതോ യാദൃച്ഛികതയിൽ എയർപോർട്ടിൽവച്ചു കണ്ടുമുട്ടിയ തെരേസാ ട്രീസ്സൽ എന്ന അമ്മയുടെ വേർപാടിന്റെ ദുഃഖവും എന്റേതുകൂടിയാവുകയായിരുന്നു. അന്ന് ടി വി സ്ക്രീനിൽ വന്ന വാർത്ത ഇപ്പോഴും മനസ്സിൽക്കൂടി സ്ക്രോൾ ചെയ്തു പോകുന്നതുപോലെ തോന്നുന്നു: "ഇന്ത്യ കാണാനെത്തിയ തെരേസ ട്രീസ്സൽ എന്ന അമേരിക്കൻ വനിതയെ ഛത്തീസ്ഗഢിൽവച്ച് ആരോ കൂട്ടബലാത്സംഗം ചെയ്തു."

ജീവിതം മുഴുവനും കൂടിച്ചേരലുകളും പിരിഞ്ഞുപോകലുകളുമാണെന്ന് ഷേക്സ്പിയർ എഴുതി. എല്ലാ കണ്ടുമുട്ടലുകൾക്കും കൂടിച്ചേരലുകൾക്കും നമുക്കജ്ഞാതമായ കാരണങ്ങളുണ്ടാകും.

■

മരക്കിഴവൻ

പൂമലക്കുന്നു പഞ്ചായത്തിന്റെ ഒത്ത നടുക്കുകൂടിയൊഴുന്ന പുഴയാണ് പൂമലപ്പുഴ. പുഴയോരത്തുകൂടി ദൂരേയ്ക്കു വളഞ്ഞുപോകുന്ന ടാറിട്ട വഴി. വല്ലപ്പോഴുമുണ്ടാകുന്ന വെള്ളപ്പൊക്കത്തെ പേടിച്ച് ആ പൊതുവഴി അല്പം പൊക്കിക്കെട്ടിയിട്ടുണ്ട്. എങ്കിലും റോഡ് മുങ്ങിപ്പോകാൻ സാധ്യതയുണ്ട് എന്നെഴുതിയ മഞ്ഞബോർഡുകൾ പുഴയോടു ചേർന്നുള്ള പല ഭാഗങ്ങളിലും സ്ഥാപിച്ചിട്ടുണ്ട്. റോഡിൽനിന്ന് ഉള്ളിലേക്കു കയറി, പാടങ്ങൾക്കു നടുവിൽ അൽപ്പം ഉയർന്ന്, പച്ചപ്പുള്ള മരങ്ങൾ കൊണ്ടു സമൃദ്ധമായ പുരയിടം. അവിടെയാണ് പ്രസിദ്ധമായ ആനന്ദമഠത്തിൽ തറവാട്. പണ്ട്, ഒരു കൊമ്പനാനയുണ്ടായിരുന്നതുകൊണ്ടാണോ എന്നറിയില്ല, ഇപ്പോൾ ആനമഠം എന്ന ചുരുക്കപ്പേരിലാണ് അറിയപ്പെടുന്നത്.

പൊതുനിരത്തിൽനിന്ന് ആർക്കും പെട്ടെന്നു കാണാവുന്ന നാലുകെട്ട് ഇപ്പോൾ ദുരവസ്ഥയിലാണ്. നടുമുറ്റത്തു തലയുയർത്തി നിൽക്കുന്ന ഒരു വൻമരം 'ഞാനൊന്നുമറിഞ്ഞില്ലേ രാമനാരായണാ' എന്ന മട്ടിൽ കാറ്റിലാടി നിൽക്കുന്നു. അതുവഴി പോകുന്നവരൊക്കെ നിസ്സഹായരായി പറയും:

"ഈശ്വരാ! നല്ല തലയെടുപ്പുള്ള കൊമ്പനാന വരെയുണ്ടായിരുന്ന തറവാടാ... എല്ലാം ഒരു മരക്കിഴവൻ മുടിപ്പിച്ചില്ലേ?"

അതുതന്നെയാണ് പൂമലക്കുന്നിലെ ഇപ്പോഴത്തെ പ്രധാനചർച്ചാവിഷയവും. അതുകൊണ്ടാണ് ആ മരത്തിന്റെ ചരിത്രം പറയാമെന്നു കരുതിയത്.

ഷഷ്ടിപൂർത്തി കഴിഞ്ഞും പതിറ്റാണ്ടുകൾ പിന്നിട്ട വൻമരം നമുക്കു ചിലപ്പോൾ പടർന്നു പന്തലിച്ച ഒരു വയസ്സൻമരമാകാം. അധികം പടരാത്ത, പൊക്കമുള്ള വേരുകൾ പുറത്തേക്കുന്തിനിൽക്കുന്ന തടിയൻ മരമാകാം. എന്തായാലും പഴക്കമേറിയ മരമെന്നു കേൾക്കുമ്പോൾ നമ്മുടെ മനസ്സിലേക്ക് ഒരു ചിത്രം, കാലങ്ങളുടെ വേരുകൾപോലെ ആഴ്ന്നിറങ്ങുന്നു. പക്ഷേ, ഈ മരത്തിന്റെ വേരുകൾ തറവാടിന്റെ നടുമുറ്റത്താണ്.

ഒറ്റത്തടിയും കൊച്ചുകൊച്ചു ശിഖരങ്ങളുമായി മണ്ണിൽപ്പൂണ്ടു നിൽക്കുന്നു. വെറും വേരുകളും കുറ്റിയുമാണെന്നേ ഒറ്റനോട്ടത്തിൽ തോന്നൂ. മേൽക്കൂരയ്ക്കു മുകളിൽ, പ്രപഞ്ചത്തിലേക്ക് എത്തിനോക്കി നിൽക്കുകയാണ്. മരത്തെയും ശിഖരങ്ങളെയും നിധികൾപോലെ കാക്കാൻ വിധിക്കപ്പെട്ടവയാണ് ആ ഭീമൻവേരുകൾ. അതാണ് തറവാടിനുതന്നെ ആപൽക്കരമായത്. നാലുകെട്ടിന്റെ മുറ്റത്തുകൂടി ഒരു മടിയുമില്ലാതെ, കാലങ്ങളായി അവ ഇഴഞ്ഞുനടക്കാൻ തുടങ്ങി.

ഏതിനത്തിൽപ്പെട്ട മരമാണതെന്നറിയാൻ തലമുറകളായി പല മരക്കച്ചവടക്കാരും ശ്രമം നടത്തിയിട്ടുണ്ടെന്നാണറിവ്. പക്ഷേ, അതുകൊണ്ടൊന്നും പ്രയോജനമുണ്ടായില്ല. അതങ്ങനെ നാളറിയാത്ത, പേരറിയാത്ത, വയസ്സറിയാത്ത മരമായി കാലങ്ങൾ പിന്നിട്ടു.

ആനമഠത്തിൽ ശങ്കരൻ നമ്പൂതിരിയുടെ ഈ പുരാവസ്തുവിനു നൂറു വർഷമെങ്കിലും പഴക്കമുണ്ടാകുമെന്നാണ് കരുതപ്പെടുന്നത്. അന്നുണ്ടായിരുന്ന വലിയൊരു മരം മുറിച്ചാണു തറവാടു പണിതിരിക്കുന്നത്. എന്നിട്ടും ഈ മരം നടുമുറ്റത്തു നിലനിർത്തി. മരത്തിന്റെ ശാഖകൾ ഓരോന്നായി വെട്ടി വീടുപണി തീർന്നപ്പോൾ ഒരു ശിഖരം മാത്രം ബാക്കിയായി. 'അതവിടെ നിൽക്കട്ടെ, വെട്ടണ്ട' എന്നു നമ്പൂതിരി മക്കളോടും മരപ്പണിക്കാരോടും പറഞ്ഞത്രേ. ആ കുഞ്ഞു ശിഖരമാണ് ഇപ്പോൾ ഒരൊറ്റത്തടിയായി ആകാശത്തേക്കുയർന്നു നിൽക്കുന്നത്. വലിയ നമ്പൂതിരിയുടെ മുത്തശ്ശി നട്ട മരമാകാനുള്ള സാധ്യതയും തള്ളിക്കളയാനാവില്ല. അതൊക്കെ അന്നത്തെ നാട്ടുനടപ്പായിരുന്നു.

പലപ്പോഴായി, പല മരവിദഗ്ദ്ധരും വന്നു നോക്കിയെങ്കിലും ഇങ്ങനെ പ്രത്യേകതയുള്ള മരം ആ പ്രദേശങ്ങളിലെവിടെയും വേറേ കണ്ടതായി അവർക്കാർക്കും ഓർക്കാൻ കഴിഞ്ഞില്ല. അതുകൊണ്ട്, ചില വന്യമൃഗങ്ങളെപ്പോലെ വംശനാശം സംഭവിക്കാതെ സംരക്ഷിക്കേണ്ടതാണെന്നു മനസ്സിലായി. അതുകൊണ്ട് ആ മരം, വേഴാമ്പലിനെപ്പോലെ, ആകാശം നോക്കി വർഷങ്ങളായി നിൽക്കുന്നു.

നമ്പൂതിരിയുടെ മകൻ ജയദേവൻ പറഞ്ഞിട്ടുള്ള ചരിത്രമാണിത്. ആ മരം അച്ഛന്റെ ആത്മാവാണെന്നാണ് അയാളുടെ വിശ്വാസം. അതുകൊണ്ട് അതിനി മുറിക്കുന്ന കാര്യം ആലോചിക്കാൻപോലും കഴിയുന്നില്ല. പ്രശ്നം ഗുരുതരമാക്കുന്നത്, അതൊന്നുമല്ല, ഒരിക്കലും മരിക്കാത്ത ആ ഭീമൻവേരുകളാണ്. അവ അടിത്തറയിലൂടെ നീന്തിനീന്തി തറവാടിളക്കിത്തുടങ്ങി. അവ തറവാടു കുളംതോണ്ടിയിട്ടേ മരിക്കൂ എന്നു ഭാര്യ ദേവകിയുടെ പിറുപിറുക്കലുകളും അയാൾ നിത്യവും കേൾക്കുന്നു. ഒരു മകനുള്ളതു വളർന്നാൽപ്പിന്നെ എന്താണു സംഭവിക്കുക എന്നു പ്രവചിക്കാൻ കഴിയില്ല. അവനെ അമേരിക്കയിൽ വിട്ടു പഠിപ്പിക്കണമെന്നാണ് ദേവകിയുടെ ആഗ്രഹം. ഇപ്പോൾ അതൊക്കെയല്ലേ ന്യൂജെൻ സംസ്കാരം! മക്കളെ വിദൂരദേശത്തു വിട്ടു പഠിപ്പിച്ചാൽ, അവർ മടങ്ങിവന്നു തറവാടു

പൊളിക്കുമെന്ന കാര്യത്തിൽ ആർക്കും സംശയമില്ല! അതുതന്നെയാണു ദേവകി ആഗ്രഹിക്കുന്നതും.

ഭൂമിയിൽ അങ്ങനെ പലതും നടക്കുന്നു. 'ആനമഠംകാരേ, എല്ലാം അനുഭവിച്ചോളൂ' എന്ന മട്ടിൽ മരം അഹങ്കാരത്തോടെ തലയുയർത്തി നിൽക്കുകയാണ്! മരക്കുറ്റി ജെ സി ബിയോ മറ്റോ കൊണ്ടുവന്നു പിഴുതു മാറ്റാമെന്നു വച്ചാൽ അച്ഛന്റെ ആത്മാവിനു നിത്യശാന്തി ലഭിക്കില്ലെന്നാണ് ഏകമകനായ ജയദേവന്റെ പക്ഷം. അങ്ങനെ ചെയ്താൽ ആനമഠത്തിൽ ശങ്കരൻ നമ്പൂതിരിക്ക് അടുത്ത ജൻമത്തിൽ വെറും ഇഴജന്തുവായി നടക്കേണ്ടിവരും! അങ്ങനെ ജ്യോതിഷി ആവർത്തിച്ചു പറഞ്ഞിട്ടുണ്ട്.

എല്ലാംകൂടി ഓർക്കുമ്പോൾ ജയദേവന് ഒരു മനഃസമാധാനവുമില്ല. വലിയ കെണിയായത്, വനംവകുപ്പിനെ കാണിച്ചതാണ്. അവരിനി റിസേർച്ച് നടത്തിയിട്ടു വേണം, ഇതു വെട്ടാൻ അനുമതിയുള്ള മരമാണോ എന്നൊക്കെയറിയാൻ. വനംവകുപ്പിലെ പുതിയ ഉദ്യോഗസ്ഥനായ വഞ്ചിക്കര വാസു ഒരൊന്നാന്തരം താമരയാണ്. മിക്ക സമയങ്ങളിലും വെള്ളത്തിലാണ്! അയാളെ അറിയിച്ചത് ആനമണ്ടത്തരമായെന്നു മനസ്സിലാക്കാൻ കുറച്ചു സമയമെടുത്തു. വനംവകുപ്പായതുകൊണ്ട് പൊതുവിജ്ഞാനം ഇത്തിരി കമ്മിയാണെന്നറിയാം. പോരാത്തതിന് അറുത്ത കൈയ്ക്ക് ഉപ്പു തേയ്ക്കാത്ത വർഗമാണ്. ആനമുതലാളിമാരെക്കണ്ടാൽ ഓച്ഛാനിച്ചു നിൽക്കും. ആനക്കൊമ്പു പിഴുതെടുത്താലും ഒരക്ഷരം പറയില്ല. എന്നാൽ വല്ല പട്ടിണിപ്പാവങ്ങളും കാട്ടിൽക്കയറി, തീ കത്തിക്കാൻ രണ്ടു മരക്കഷണമെടുത്താൽ കേസായി, ജെയിലായി. വാസുവിന്റെ ആടിയാടിയുള്ള വരവും പത്രാസുമൊക്കെ കാണേണ്ടതുതന്നെ. ചോദ്യംചെയ്യലും നിൽപ്പും നോട്ടവുമൊക്കെക്കണ്ടാൽ, അയാളുടെ അപ്പൂപ്പന്റെ തറവാട്ടു സ്വത്താണെന്നു തോന്നും. അയാളുടെ മട്ടും ഭാവവും ദേവകിക്കും ഒട്ടും പിടിച്ചിട്ടില്ല.

'അല്പന് അർത്ഥം കിട്ടിയാൽ അർദ്ധരാത്രിക്കും കുട പിടിക്കും' എന്ന് അവൾ സ്വയം പറയാറുണ്ട്. വാസുവിന്റെ അപ്പൻ തങ്കപ്പൻപിള്ള പണ്ടു കടത്തുവള്ളമൂന്നുന്ന ആളായിരുന്നെന്ന് നാട്ടുകാർക്കെല്ലാമറിയാം. പൂമലയാറിൽ പുതിയ പാലം വന്നപ്പോൾ നാട്ടുകാർ അക്കാര്യമൊക്കെ മറന്നുവെന്നാണ് വഞ്ചിക്കരയുടെ വിചാരം. തലമുറകളായി വള്ളമൂന്നുകാരായതുകൊണ്ടു കിട്ടിയ കുടുംബപ്പേരാണ് വഞ്ചിക്കര എന്ന് ആർക്കാണറിയാത്തത്? ഈ പഴംപുരാണങ്ങളെല്ലാം, ഒരു പരദൂഷണവും പറയാത്ത ഭാര്യ പറഞ്ഞപ്പോൾ ജയദേവന് അത്ഭുതമായിരുന്നു. എന്തു പറഞ്ഞാലും നഖശിഖാന്തമെതിർക്കുന്ന അവൾക്കിപ്പോൾ വനംവകുപ്പിലെ ഈ താമരയെ കാണുന്നതുതന്നെ കലിയാണ്. മരത്തിന്റെ കാര്യത്തിൽ കാര്യമായി എന്തെങ്കിലും ചെയ്തില്ലെങ്കിൽ തറവാടു മുടിയുമെന്നുറപ്പാണെന്നു പറഞ്ഞു ബഹളം വച്ചതും വനംവകുപ്പിനെ അറിയിച്ചതും അവളാണ്. ഇപ്പോൾ, കയ്ച്ചിട്ട് ഇറക്കാനും വയ്യ, മധുരിച്ചിട്ടു തുപ്പാനും വയ്യ എന്ന

അവസ്ഥയിലായി. ഒരു മുറിയിൽ മാത്രമല്ല, ഏതാണ്ട് എല്ലാ മുറികളിലും വേരുകൾ വന്ന് എത്തിനോക്കാൻ തുടങ്ങി.

"നമ്മുടെ മുറിയിൽ ഒരു മുഴുത്ത വേരാ. അതിപ്പം അച്ഛൻ അച്യുതൻ നമ്പൂതിരിയാണെന്നുപറഞ്ഞു മിണ്ടാതിരുന്നോ. അവരുടെ കാലത്തു ഭാര്യാഭർത്താക്കന്മാർ ഒരു കട്ടിലിൽ ഒന്നിച്ചു കിടന്നുറങ്ങിയിട്ടുപോലുമില്ലെന്നോർക്കണം. ഇതിപ്പം ഒരു പുതപ്പിന്റെ കീഴിലാ. അതോർത്തിട്ടുതന്നെ നാണം വരുന്നു."

അതു പറഞ്ഞ്, ശൃംഗാരഭാവത്തിൽ ദേവകി ഒരു ചിരി ചിരിച്ചു. അത് അവൾ പരിഹസിച്ചതല്ലേ എന്നു സംശയിക്കേണ്ടിയിരിക്കുന്നു. ഏഴു വയസ്സുള്ള മകൻ കുട്ടിക്കൃഷ്ണൻ ഒന്നുമറിയാതെ സുഖമായി കിടന്നുറങ്ങുന്നുണ്ട്. ജയദേവനും ഇങ്ങനെ ബോധംകെട്ട് കുറേക്കാലം കിടന്നുറങ്ങിയതിന്റെ ഫലമല്ലേ ഇപ്പോഴനുഭവിക്കുന്ന പെടാപ്പാടെല്ലാമെന്ന് അയാൾ ഇടയ്ക്കിടെ ഓർത്തുപോകാറുണ്ട്.

വൈകാതെ ബ്രേക്കിംഗ് ന്യൂസുമായി വനംവകുപ്പിന്റെ ഉത്തരവു വന്നു. മരം ഏതോ മുന്തിയ ഇനം ഈട്ടിത്തടിയുടെ ഇനമാണെന്നും ആർക്കും വെട്ടാനുള്ള അവകാശമില്ലെന്നുമൊക്കെയായിരുന്നു അതിൽ. ദേവകിക്കു പ്രഷറും തലവേദനയും ഇടയ്ക്കിടെ നെഞ്ചുവേദനയും തുടങ്ങിയത് അന്നാണെന്നാണ് അവൾ പറയുന്നത്. മരം മാത്രമല്ല, മരത്തിന്റെ ഒരു ഭാഗവും വെട്ടിമാറ്റാൻ പാടില്ലത്രേ. അതോടുകൂടി, താമസിയാതെ തറവാടു മുഴുവനും ആ പുരാതനവേരിന്റെ കൈപ്പിടിയിലൊതുങ്ങി ഞെരിഞ്ഞുഞെരിഞ്ഞു തകരുന്നതു കാണേണ്ടിവരുമെന്നുറപ്പായി. അച്ഛന്റെ ആത്മാവ്, ആനമഠം തറവാട് ഇനിയാർക്കും വിട്ടുകൊടുക്കുമെന്നു തോന്നുന്നില്ല.

ജയദേവൻ, ജ്യോതിഷിയെ ഒന്നുകൂടി കാണാൻ തീരുമാനിച്ചു. അയാൾ എന്തെങ്കിലും പരിഹാരം കാണാതിരിക്കില്ല. ജ്യോതിഷി അൽപ്പമൊന്നാലോചിച്ചശേഷം വളച്ചുകെട്ടില്ലാതെ പറഞ്ഞു കൈയൊഴിഞ്ഞു!

"മരം തറവാടിനെ തിന്നുകൊണ്ട് അങ്ങനെ നിൽക്കട്ടെ. നമുക്ക് മറ്റൊരു കൊച്ചു വീട് അതിനടുത്തായി പണിതാൽപ്പോരേ?"

കേട്ടപ്പോൾ ആശയം കൊള്ളാമെന്നു തോന്നി. അല്ലെങ്കിലും ഇന്നത്തെക്കാലത്ത് വലിയ മാളികയൊന്നും പണിതിട്ട് ഒരു കാര്യവുമില്ല. എത്രയോ വലിയ വലിയ വീടുകളാണ് നാടുനീളെ ആളും അനക്കവുമില്ലാതെ കിടക്കുന്നത്! പഠിച്ച കുട്ടികളാരും കൂടെ നിൽക്കില്ല. കുട്ടിക്കൃഷ്ണനും അങ്ങനെയൊക്കെത്തന്നെയായിരിക്കും എന്നതിനു സംശയമില്ല. അതുകൊണ്ട് ദേവകിയും എതിരൊന്നും പറഞ്ഞില്ല.

ഇനിയിപ്പോൾ എന്തുവന്നാലും വേരുകൾ സ്ഥാനത്തും അസ്ഥാനത്തും എത്തിനോക്കുന്ന പുരാതനവസ്തുവിൽ കിടക്കുന്ന പ്രശ്നമില്ലെന്ന് ദേവകി തറപ്പിച്ചുപറഞ്ഞു. അവസാനം എൻജിനീയറും ജ്യോതിഷിയും

കൂടി ഒന്നിച്ചൊരു തീരുമാനമെടുത്തു: അൽപ്പം അകലെ മാറി പുതിയ ഒരു തറ കെട്ടുക. പണി തുടങ്ങിയപ്പോൾത്തൊട്ട് നാട്ടുകാർ പരദൂഷണം പറയാനും തുടങ്ങി:

"ആനമഠംകാരുടെ അഹങ്കാരം കണ്ടില്ലേ? ഒന്നാന്തരം തറവാടുണ്ടായിട്ടും പുതിയ പുര പണിയുന്നു. പണക്കൊഴുപ്പ്, അല്ലാതെന്താ?"

അമ്മ ചത്താലും രണ്ടു പക്ഷമുണ്ടല്ലോ. അച്ഛന്റെ വേരു വന്നെത്തിനോക്കുന്ന കാര്യം മാത്രം അവർ ആരോടും പറഞ്ഞില്ല. എന്തുവന്നാലും തുടങ്ങിയതു തീർക്കണമല്ലോ. അല്ലെങ്കിൽ ഇതേ ജനം വീണ്ടും കുറ്റപ്പെടുത്തും. മുന്നോട്ടു വച്ചാ കാൽ പിന്നോട്ടില്ല എന്ന തീരുമാനത്തിൽത്തന്നെ ജയദേവനും ദേവകിയും ഉറച്ചുനിന്നു.

പണിയുടെ മൂർദ്ധന്യാവസ്ഥയിൽ, ചുറ്റമ്പലത്തിന്റെ തെക്കേയറ്റത്തുള്ള പുരയിടം ഒരേക്കർ വിൽക്കേണ്ടിവന്നു. എന്നാലെന്ത്? സമാധാനമായി കിടന്നൊന്നുറങ്ങാമല്ലോ എന്നോർത്ത് അവരാശ്വസിച്ചു. ഇപ്പോൾ കിടക്കമുറിയിൽ വന്ന് എത്തിനോക്കുന്ന വേരുകൾ കാണുമ്പോൾ വല്ലാത്ത അസ്വസ്ഥതയാണ്.

"അത് അച്ഛൻ നമ്പൂതിരിതന്നെ. പരമസ്വാർത്ഥൻ. സ്വന്തം തറവാട് മക്കൾപോലും അനുഭവിക്കരുതെന്നു കരുതുന്ന കഠിനഹൃദയൻ."

ദേവകിയുടെ ഇത്തരം കുത്തുവാക്കുകൾ കേൾക്കുമ്പോൾ ജയദേവന് സങ്കടമാണ്.

കഷ്ടപ്പെട്ടാണെങ്കിലും പണികൾ ഭംഗിയായി മുമ്പോട്ടു പോയി. ഉദ്ദേശിച്ച സമയത്തുതന്നെ കോൺട്രാക്ടർ പണി തീർത്തുകൊടുത്തു. എങ്കിലും പഴയ തറവാട് ഇട്ടിട്ടുപോരാൻ ജയദേവന്റെ മനസ്സനുവദിച്ചില്ല. അച്ഛന്റെ ആത്മാവ് എല്ലാം കാണുന്നുണ്ടാവുമെന്ന് ഇടയ്ക്കിടെ പറഞ്ഞു തുടങ്ങി.

"ആത്മാവ്! മണ്ണാങ്കട്ട! ഒന്നു മിണ്ടാതിരി ജയേട്ടാ..." എന്ന് ദേവകി മുറുമുറുപ്പും തുടങ്ങി.

ജ്യോതിഷിയോട് നല്ലൊരു സമയം നിശ്ചയിക്കാൻ പറഞ്ഞു. അങ്ങനെ നാട്ടുകാരെക്കൂട്ടി ഗൃഹപ്രവേശം നടത്തി. ആനമഠം എന്നൊക്കെ ഇപ്പോൾ പറയുന്നെങ്കിലും പഴയ ആനന്ദമഠം തറവാട്ടുകാരാണ്. ഒന്നിനും കുറവുപാടില്ലല്ലോ! ഒരുകാലത്ത് രണ്ടു കൊമ്പനാനകളെ മുറ്റത്തു തളച്ചിരുന്നു എന്നാണു കേൾവി. അത്താഴമുണ്ടില്ലെങ്കിലും എന്തെങ്കിലും പുരപ്പുറത്തു കിടക്കണമെന്നല്ലേ? ഈ മരമുത്തച്ഛന്റെ അഹങ്കാരം ഇതോടെ അവസാനിക്കണം. ഇനിയുള്ള കാലമെങ്കിലും എല്ലാം മറന്ന് സമാധാനമായി ജീവിക്കാമല്ലോ.

പുതിയ വീടിന്റെ മോടിയിൽ ദേവകിയും മോനും അതിയായി സന്തോഷിച്ചു. വലിപ്പം കുറവാണെങ്കിലും നല്ല വിസ്താരമുള്ള അടുക്കളയും

മാസ്റ്റർ ബെഡ്റൂമും. 'ലക്ഷണമൊത്ത വീട്' എന്നു ജ്യോതിഷി പറഞ്ഞപ്പോൾ ജയദേവൻ നല്ലൊരു തുകയെടുത്തു കൊടുത്തു. തുക ഇത്തിരി കൂടിപ്പോയെങ്കിലും നല്ലൊരു തുടക്കത്തിനായതുകൊണ്ട് ദേവകി സമാധാനിച്ചു.

അങ്ങനെ സുഖവും സന്തോഷവുമായി വർഷങ്ങൾ കഴിഞ്ഞു. കുട്ടിക്കൃഷ്ണൻ കോളേജിൽ പോയി. പ്രതീക്ഷിച്ചതുപോലെ ഉപരിപഠനത്തിനായി അമേരിക്കയിലേക്കു ചേക്കേറി. അവന് അമ്മയുടെ ഊരാണ്. പഠിത്തം കഴിഞ്ഞു വന്നാൽ രണ്ടുമൂന്നു ജെ സി ബി കോൺട്രാക്ടർമാരെ വിളിച്ചു തറവാട് നിലംപരിശാക്കുമെന്ന് ഉറപ്പുണ്ട്. അതൊക്കെ വരാനിരിക്കുന്ന പൂരമല്ലേ, തൽക്കാലം സമാധാനമായി കിടന്നുറങ്ങാം. എങ്കിലും അതോർക്കുമ്പോൾ ജയദേവന് അടിതൊട്ടു മുടിവരെ ഒരു പെരുപ്പാണ്. അയാൾ അതു പറയുമ്പോഴൊക്കെ ദേവകി പറയും:

“അത് അപ്പോഴല്ലേ? വെള്ളപ്പൊക്കം വരുന്നതിനുമുമ്പ് ആരെങ്കിലും തോണിയിറക്കുമോ ജയേട്ടാ...”

തൽക്കാലം ജയദേവനും ദേവകിക്കും പരമസുഖമാണെന്നു പറയാം. അങ്ങനെ എല്ലാം ശുഭമായാൽ അശുഭമായതെന്തെങ്കിലും സംഭവിക്കുമെന്നാണല്ലോ! അതുതന്നെ സംഭവിച്ചു. ഒരു ദിവസം, കിടക്കമുറിയുടെ തറയിലെ കോൺക്രീറ്റിന് ഒരു പൊട്ടൽ. ആദ്യം അത്ര കാര്യമാക്കിയില്ല. ആരെയെങ്കിലും വിളിച്ചു ശരിയാക്കാമെന്നു വിചാരിച്ചു. ദിവസങ്ങൾ മുമ്പോട്ടു പോകുന്തോറും പൊട്ടൽ കൂടിക്കൂടി വന്നു. അവസാനം ദേവകിയാണ് ആ രഹസ്യം കണ്ടുപിടിച്ചത്: മരക്കിഴവന്റെ ഒരു മുഴുത്ത വേര് തറവാട്ടുവീട്ടിൽനിന്നു നീന്തിനീന്തി അവിടംവരെയെത്തിയിരിക്കുന്നു. ഉടനെ ജയദേവൻ പറഞ്ഞു:

“എനിക്കറിയാം... അച്ഛൻ നമ്മളെ കാണാഞ്ഞിട്ട് കഷ്ടപ്പെട്ടു നീന്തിനീന്തി ഇവിടംവരെയെത്തിയതാ...”

ദേവകിക്ക് ദേഷ്യവും സങ്കടവും ഒന്നിച്ചായിരുന്നു:

“ഇത് അച്ഛനൊന്നുമല്ല. ആനന്ദമഠം തറവാട്ടിലെ ആ കൊലകൊമ്പനില്ലേ? അവൻതന്നെ. അല്ലെങ്കിൽ ഈ പുത്തൻ കോൺക്രീറ്റ് തറ ഇങ്ങനെ പുഷ്പംപോലെ കുത്തിപ്പൊട്ടിക്കുമോ?”

ദേവകിയുടെ ഇത്തരം പരിഹാസങ്ങൾ ഇതാദ്യമായല്ല. ജയദേവൻ ആത്മസംയമനം പാലിച്ചു.

“അല്ലെങ്കിലും നിനക്ക് ഒന്നിലും ഒരു വിശ്വാസവുമില്ല. കണ്ടില്ലേ, അച്ഛന്റെ ഒരു സ്നേഹം? ഇനിയിപ്പം കുട്ടിക്കൃഷ്ണന്റെ മുറിയിലുമെത്തും. അതെനിക്കുറപ്പാ. അവനെന്നുവച്ചാൽ അച്ഛനു ജീവനായിരുന്നു.”

“അതു നേരാ. അങ്ങനെ എല്ലാ മുറിയിലും അടുക്കളയിലും കുളിമുറിയിലുംകൂടിയെത്തട്ടെ. അങ്ങനെ ഈ പുതിയ വീടുകൂടി ആ മരക്കിഴവൻ

കാർന്നുതിന്നും. അതിന് ഒരു സംശയവും വേണ്ട. ഞാൻ അന്നേ പറഞ്ഞതല്ലേ ആരുമറിയാതെ ആ മരക്കുറ്റി വല്ല ജെ സി ബിക്കാരെയും കൊണ്ടു പിഴുതുമാറ്റിക്കാമെന്ന്..."

കുട്ടിക്കൃഷ്ണൻ അമേരിക്കയിലെ പഠിത്തം കഴിഞ്ഞ് ഉടനേയെത്തും. 'നമ്മുടെ കാലത്തെങ്കിലും അച്ഛന്റെയാത്മാവിനു ശാന്തി കിട്ടട്ടെ' എന്നൊക്കെ ജയദേവൻ ഇടയ്ക്കിടെ പറയാറുണ്ട്. അതു കേൾക്കുമ്പോൾ ദേവകിക്കു ദേഷ്യം വരും.

"ഒക്കെ ജയേട്ടന്റെ അന്ധവിശ്വാസം. അല്ലാതെന്താ? പാവം, അന്തരിച്ച ആനമഠം ശങ്കരൻ നമ്പൂതിരിപോലും ഇതൊന്നും അറിയുമെന്നു തോന്നുന്നില്ല. ഇന്നലെ മോൻ വിളിച്ചപ്പം അവനും ഈ വേരുകളുടെ കാര്യം തന്നെയാ പറഞ്ഞത്. ഇനിയിപ്പം അവൻ വരട്ടെ. എല്ലാത്തിനും ഒരു തീരുമാനമുണ്ടാക്കണം."

വേവലാതിയോടെ പിറുപിറുത്തുകൊണ്ട് ദേവകി അടുക്കളയിലേക്കു നടന്നു.

പൂമലക്കുന്നിൽ, പുഴയോരത്തുനിന്ന് നെൽപ്പാടങ്ങൾക്കു മുകളിലൂടെ ശക്തിയായ കാറ്റടിച്ചു. ഠന്നംപിന്നം പെയ്യുന്ന മഴയുടെ ചെറുകഷണങ്ങൾ കാറ്റിലൂടെ മുറ്റത്താകെ ചിതറിവീണുകൊണ്ടിരുന്നു. അകത്തുനിന്ന് ദേവകിയുടെ ജൽപ്പനങ്ങൾ അവ്യക്തമായി കേൾക്കാമായിരുന്നു. ജയദേവൻ വരാന്തയിലേക്കിറങ്ങി, കാലംതെറ്റിപ്പെയ്യുന്ന മഴയിലേക്കും ഇരുണ്ട കാർമേഘങ്ങളിലേക്കും നോക്കിയിരുന്നു. അപ്പോൾ ദേവകി വീണ്ടും ശബ്ദമുയർത്തി:

"നിങ്ങളിങ്ങനെ ആകാശത്തു നോക്കി ആ മരമുത്തച്ഛനേയും സ്വപ്നം കണ്ടോണ്ടു നിന്നോ. ഒന്നുകിൽ ഞാൻ, അല്ലെങ്കിൽ ആ പുരാവസ്തു. രണ്ടിലൊന്ന് ഇന്നെനിക്കറിയണം."

ജയദേവൻ ഒന്നും മിണ്ടാതെ അകത്തുകയറി, പുത്തൻവീടിന്റെ കിടപ്പുമുറിയിൽക്കയറി വാതിലടച്ചു. ജനാലയിലൂടെ, കുളിരുള്ള തെക്കൻ കാറ്റിൽ തലയാട്ടി നിൽക്കുന്ന വയസ്സൻമരത്തിന്റെ ശിഖരങ്ങളിലേക്കു വീണ്ടും നോക്കി, കുറേനേരം അനങ്ങാതെ നിന്നു. ഇനിയിപ്പോൾ കുട്ടിക്കൃഷ്ണൻ അമേരിക്കയിൽനിന്നു വന്നാൽ എന്തൊക്കെയാണോ സംഭവിക്കാൻ പോകുന്നത്? അല്ലെങ്കിലും ഇപ്പോൾ കുട്ടികളല്ലേ എല്ലാം തീരുമാനിക്കുന്നത്?

അച്ഛനും മുത്തച്ഛനുമൊക്കെ എല്ലാം കാണുകയും കേൾക്കുകയും ചെയ്യുന്നുണ്ടല്ലോ. അവർ കൊച്ചുമക്കളോടു ക്ഷമിക്കാതിരിക്കില്ല എന്നൊരു സമാധാനം മാത്രമാണിപ്പോൾ ജയദേവന്. 'സംഭവാമി യുഗേ യുഗേ' എന്നു സമാധാനിക്കുകയല്ലാതെ മറ്റു മാർഗങ്ങളൊന്നുമില്ല.

അപ്പോഴേക്കും മുറ്റത്തും പുഴയോരത്തും കാറ്റും മഴയും കൂടുതൽ ശക്തിയാർജ്ജിച്ചിരുന്നു.

■

വിട്ടാൽ പോകും പട്ടം

നടൻ അയൂബ് അത്താണിയുടെ മരണവാർത്തയറിഞ്ഞപ്പോൾ അക്ഷരാർത്ഥത്തിൽ ഒന്നു ഞെട്ടി. മണിമുത്തിന്റെ, 'വിട്ടാൽ പോകും പട്ടം' എന്ന ചിത്രത്തിലാണ് അവസാനമായി അഭിനയിച്ചത് എന്ന് ടി വിയിൽ, മരണവാർത്തയോടൊപ്പം സ്ക്രോൾ ചെയ്യുന്നുണ്ടായിരുന്നു.

സത്യത്തിൽ ആരാണ് അയൂബ് എന്നോ, ഏതാണ് ഈ സിനിമ എന്നോ വാർത്ത കേട്ടവർക്കൊന്നും മനസ്സിലായിക്കാണില്ല. എന്നാൽ, 'അയൂബ് അത്താണിപ്പാടം' എന്നു പറഞ്ഞാൽ സിനിമാലോകത്തുള്ളവർക്കറിയാം. കുറേനാൾ ആക്ടറും പ്രൊഡക്ഷൻ അസിസ്റ്റന്റും ലോക്കേഷൻ മാനേജരുമൊക്കെയായി അവരുടെകൂടെ ഉണ്ടായിരുന്നതാണ്. അയൂബ് അത്താണിപ്പാടത്തെക്കുറിച്ച് മുമ്പൊരിക്കൽ ഞാൻ അറിയാൻ ശ്രമിച്ചിരുന്നു.

മനസ്സ് വർഷങ്ങൾ പിന്നിലേക്കു പറന്നു. സിനിമാറ്റിക് ആയിപ്പറഞ്ഞാൽ ഒരു ഫ്ളാഷ് ബാക്ക്.

അന്ന്, മണിമുത്ത് എന്ന സംവിധായകന്റെ ആദ്യസിനിമയായ 'വിട്ടാൽ പോകും പട്ടം' എന്ന ചിത്രത്തിന്റെ പ്രഥമപ്രദർശനം എറണാകുളം കവിതയിൽ നടക്കാൻ പോവുകയാണ്. മോണിംഗ് ഷോയ്ക്ക് കൊട്ടും കുരവയുമൊക്കെയുണ്ടെന്നു സംവിധായകൻ നേരത്തേ പറഞ്ഞിരുന്നു. അയൂബ് ആദ്യമായി നല്ലൊരു വേഷം ചെയ്ത സിനിമയാണ്. ആവേശം പുറത്തു കാണിക്കാതെ, ആരവങ്ങൾക്കിടയിലൂടെ അയാൾ തിയേറ്ററിലേക്കൂളിയിട്ടു. തൊട്ടടുത്ത സ്ക്രീനിൽ, തമിഴിലെ മക്കൾതിലകം അമൃതരാജിന്റെ പടത്തിന്റെ റിലീസുമുണ്ട്. അമൃതരാജ് വന്നിട്ടുണ്ടെന്നു പറഞ്ഞുകേട്ടു. അതുകൊണ്ട്, ചെണ്ടമേളവും ആൾക്കൂട്ടവും ആരുടേതാണെന്നു തിരിച്ചറിയാൻ കഴിയില്ല. ആരുടേതാണെങ്കിലും ഏതാനും സിനിമകളിൽ മാത്രം മുഖം കാണിച്ചിട്ടുള്ള അയൂബിനെ ആരും തിരിച്ചറിയില്ല എന്ന് ഉറപ്പുണ്ടായിരുന്നു. എന്തായാലും ഈ സിനിമയോടുകൂടി അറിയപ്പെടുന്ന താരമാകും എന്ന ആത്മവിശ്വാസത്തിലാണയാൾ. 'എനി ഡോഗ് ഹാസ് എ ഡേ'

എന്നാണല്ലോ! പക്ഷേ ഒട്ടിച്ചിരുന്ന പോസ്റ്ററിലൊന്നും അയാളുടെ പട മൊന്നും കണ്ടില്ല. അതിനെപ്പറ്റി അയാൾ മണിമുത്തിനോടു ചോദിച്ചിരുന്നതാണ്. അപ്പോൾ ഒരു 'വെടലച്ചിരി'യോടെ അയാൾ പറഞ്ഞു:

"എന്തിനാടോ പോസ്റ്ററിൽ പടം? നായിക സൃഗാരിയും കുടിൽ കുമാറും മനോജ് മേനോനുമൊക്കെയേ പോസ്റ്ററിലുള്ളു. പടം കണ്ടു കഴിയുമ്പോൾ ആരാധകർ തീരുമാനിച്ചോളും, ആരാ നായകനെന്ന്."

അതോർത്തപ്പോൾ അയാൾ പുളകിതനായി. ഒരു താരമായി, ഷോ കഴിഞ്ഞിറങ്ങുമ്പോൾ സംഭവിക്കുന്നതൊക്കെ സ്വപ്നം കണ്ടു. ആരാധകർ തിരിച്ചറിയുമ്പോഴുണ്ടാകുന്ന സന്തോഷം. വലിയ താരങ്ങളുടെ ചുറ്റും മണ്ടന്മാരായ ആരാധകർ കൂടുന്നതും തൊട്ടുനോക്കുന്നതും കണ്ടിട്ടുണ്ട്. അവർ പാലഭിഷേകം ചെയ്യുന്നതും മാലപ്പടക്കം പൊട്ടിക്കുന്നതും സംഘം ചേർന്നു പാടി സുഖിപ്പിക്കുന്നതും പതിവു കാഴ്ചകളാണ്. അതൊക്കെ പണ്ടു മദിരാശിയിലെ കോടമ്പാക്കത്ത് സിനിമാമോഹവുമായി തെണ്ടി നടന്ന കാലത്താണ് ആദ്യമായി കാണുന്നത്. അന്നൊക്കെ 'പാണ്ടി ക്കാരുടെ വട്ട്' എന്നുപറഞ്ഞു പരിഹസിച്ചിരുന്ന നമ്മളും അവരെ അനു കരിച്ച് അതേ മണ്ടത്തരങ്ങൾ തുടങ്ങിയിട്ടുണ്ട്. ഫാൻസ് അസോസി യേഷൻ എന്ന പേരിൽ ഓരോ താരത്തിനുമുണ്ട്, കോമാളി സംഘടനകൾ. അവരെയൊക്കെ ചൊല്ലും ചോറും കൊടുത്തു വളർത്തുന്നത് അവരുടെ താരരാജാക്കന്മാർ തന്നെ.

സ്വപ്നലോകത്തുനിന്നുണർന്ന് ചുറ്റിലും കണ്ണോടിച്ചപ്പോൾ തിയേ റ്ററിലാകെ ശൂന്യത. മണിമുത്തും സംഘവും ഒന്നുമറിയാതെ ആഘോഷ ത്തിമിർപ്പിലാണ്. എങ്ങനെ അറിയാനാണ്? മനോജ് മേനോന്റെ കാരവാ നിലിരുന്നു സിംഗിൾ മാൾട്ടല്ലേ വീശുന്നത്. സൃഗാരിയുമുണ്ടെന്നു കേട്ടു. സിനിമയൊന്നു ഹിറ്റായിക്കോട്ടെ. കാരവാനൊന്നും വാങ്ങിയില്ലെങ്കിലും ഒരു പഴയ മാരുതി കാറെങ്കിലും തരപ്പെടുത്തണമെന്ന് അയൂബ് തീരു മാനിച്ചു. ചാൻസു ചോദിച്ചുനടന്നു ചാൻസലറായ അയാൾക്ക് ഈ പടം ഒരു ബ്രേക്കാകുമെന്ന് അയാൾക്കു തീർച്ചയായിരുന്നു. അപ്പോൾപ്പിന്നെ ജാഡ കാണിക്കാനെങ്കിലും ഒരു കൊച്ചു കാറില്ലാതെ പറ്റില്ലല്ലോ. ഇത്ര യധികം സീനുകളിൽ അഭിനയിച്ചതും ആദ്യമായി ശബ്ദം കൊടുത്തതും ഈ സിനിമയിലാണ്. അതു ഡബ്ബിംഗ് തിയേറ്ററിൽ കണ്ടപ്പോൾ നല്ലൊരു കഥാപാത്രം ചെയ്തതിന്റെ സംതൃപ്തി തോന്നുകയും ചെയ്തു. പല പടങ്ങളിലും പ്രവർത്തിച്ചിട്ടുള്ള മണിമുത്തിന്റെ ആദ്യത്തെ പടമായതു കൊണ്ട് മോശമാകാൻ വഴിയില്ല. ഒരു പടം ചെയ്യണമെന്ന സ്വപ്നവു മായി അയാൾ ആദ്യം സമീപിച്ചതും അയൂബ് അത്താണിപ്പാടത്തെയാണ്. സിനിമാമേഖലയിലെ അയൂബിന്റെ പത്തിരുപതു വർഷത്തെ പരിചയം മുതലെടുക്കുകയാണ് അയാളുടെ ഉദ്ദേശ്യമെന്നറിയാം. എല്ലാ സിനിമക്കാ രെയുംപോലെ, അപ്പോൾ കാണുന്നവനെ അപ്പാ എന്നു വിളിക്കുന്നതാണ്

അയാളുടെ സ്വഭാവം അയാൾക്കുമുണ്ടെന്നുമറിയാം. പക്ഷേ അയാൾ രക്ഷപ്പെട്ടാൽ അയൂബും രക്ഷപ്പെടുമെന്ന സ്വാർത്ഥത ഉള്ളിലുണ്ടായിരുന്നു. നമ്മുടെ നാട്ടിൽ സംവിധായകനാകാനെന്തിനാണ് പഠിത്തവും പത്രാസുമൊക്കെ? ഒരു ചെറുകഥപോലും വായിക്കാതെ ചുമ്മാ സിനിമയും കണ്ടു തെക്കുവടക്കു നടക്കുന്ന എത്രയോ ന്യൂ ജെൻ പിള്ളേരുടെ പടങ്ങൾ സൂപ്പർ ഹിറ്റായിരിക്കുന്നു! ഒക്കെ ഒരു ചങ്കൂറ്റമാണ്. ചങ്കൂറ്റമുണ്ടെങ്കിൽ ആയുർരേഖ തീർന്നുപോയാലും ജീവിച്ചിരിക്കുമെന്നല്ലേ കൈനോട്ടക്കാർപോലും പറയുന്നത്? വ്യക്തമായിപ്പറഞ്ഞാൽ, ബോധവും വിവരവും കുറയുമ്പോഴുണ്ടാകുന്ന ധൈര്യം വേണം. വലിയ ലോകപരിചയവും വിദ്യാഭ്യാസവുമില്ലാത്ത മണിമുത്തിന് അതുണ്ടുതാനും. അതുകൊണ്ടാണ്, അത്താണിപ്പാടം പരിചയത്തിലുള്ള പല നിർമ്മാതാക്കളെയും കണ്ട്, യെവൻ പുലിയാണെന്നും നാളെ മലയാളത്തിന്റെ സ്പീൽബർഗ്ഗാകും എന്നൊക്കെ വച്ചു കാച്ചിയത്. അയാളുടെ വർത്തമാനം കേട്ടാലും ആർക്കും അങ്ങനെ തോന്നും. എങ്കിലും കുറേ പാടുപെട്ടാണ്, പള്ളിപ്പുറംകാരൻ ബസ്സുടമയായ ഈശോ ഇഞ്ചക്കാടനെ കഥ പറഞ്ഞു വീഴിച്ചത്.

അഭിനയമോഹമുള്ള ഈശോയെ കുടിൽകുമാർ എന്നു പറഞ്ഞാലേ നാട്ടുകാർ പോലും ഇപ്പോൾ അറിയുകയുള്ളു. അതു നാട്ടിലുള്ള പള്ളിക്കൂടംപിള്ളേർ വിളിക്കുന്ന പേരാണ്. ചാൻസൊന്നും കിട്ടാതിരുന്നപ്പോൾ ആ പേരു ലോപിച്ച്, വെറും 'കുടിൽ' ആയി. അതയാൾക്കിഷ്ടമല്ലെങ്കിലും അടുത്ത കൂട്ടുകാർപോലും രഹസ്യമായി കുടിൽ എന്നാണു പറയുക.

സംവിധായകൻ ആരാ മോൻ! അയാൾ അവസരോചിതമായി ഒരു കളി കളിച്ചു. കഥ പറയുന്നതിനിടെ, കുടിലിന് ഉഗ്രനൊരു വേഷവും കൊടുക്കാമെന്നേറ്റു. അതോടെ കുടിൽ നിലംപറ്റി വീണു. സിനിമയ്ക്കുള്ളിലാണ് ആളുകളെ അടിച്ചും ഇടിച്ചുമൊക്കെ വീഴ്ത്തുന്നത്. പുറത്ത് സൂപ്പർസ്റ്റാറുൾപ്പെടെ ഏതു കൊലകൊമ്പനേയും സംവിധായകർ വീഴ്ത്തുന്നതു കഥ പറഞ്ഞാണ്. അങ്ങനെ ഈശോ ഇഞ്ചക്കാടനും വീണു, അത്രേയുള്ളൂ.

കാര്യങ്ങൾക്കു തീരുമാനമായതിനുള്ള കാരണക്കാർ രണ്ടുപേരാണ്. ഒന്ന് അയൂബ് അത്താണിപ്പാടം. അടുത്തത്, ഒറ്റ സിനിമകൊണ്ട് മലയാള സിനിമയെ അപ്പാടെ വിഴുങ്ങാമെന്നു വിചാരിക്കുന്ന നവാഗതസംവിധായകൻ മണിമുത്ത്.

മണിമുത്തിന്റെ ശരിയായ പേര് മത്തായിക്കുട്ടി എന്നായിരുന്നു. സംവിധായകനായപ്പോൾ 'കുട്ടി'യെ അങ്ങു തട്ടി, മണിമത്തായി എന്നാക്കി. അതൊരുമാതിരി ചന്തയിൽക്കൂടി നടക്കുന്ന വട്ടിപ്പലിശക്കാരന്റെ പേരുപോലെയുണ്ടെന്ന് ആരോ പറഞ്ഞപ്പോൾ മണിമുത്ത് എന്നാക്കി. 'വിട്ടാൽ പോകും പട്ടം' ഹിറ്റായാൽ, 'മലയാളത്തിന്റെ മണിമുത്ത്' എന്നൊക്കെ

വാർത്ത കൊടുക്കാനുള്ള സാധ്യതയും മനസ്സിൽ കണ്ടു. സോഷ്യൽ മീഡിയയിലും മറ്റു മാധ്യമങ്ങളിലും അതിനുള്ള ഏർപ്പാടുകൾ, ഷൂട്ടിംഗ് തുടങ്ങുന്നതിനു മുമ്പുതന്നെ ചെയ്തിരുന്നു. പി ആർ വർക്ക് എന്നൊക്കെപ്പറഞ്ഞ് ന്യൂ ജെൻ കുഞ്ഞുങ്ങളും ഇറങ്ങിയിട്ടുണ്ടല്ലോ.

പറയാൻ മറന്നുപോയ ഒരു രഹസ്യമുണ്ട്: അയൂബ് അത്താണിക്ക് ചെറിയ മുടന്തുണ്ട്. ചെറുപ്പത്തിലേ കോച്ചുവാതം വന്നതിന്റെ ആഘാതമാവാം. കുറച്ചു വേഗത്തിൽ നടന്നാൽ മുടന്ത് കൂടുതലറിയാനുണ്ട്. എങ്കിലും ആക്ഷൻ സീനാണെന്നുപറഞ്ഞ്, നായികയുടെ പിറകേ, കാട്ടിലൂടെ തോക്കുംപിടിപ്പിച്ച് കുറേ ഓടിച്ചു, സംവിധായകൻ. അന്നുതൊട്ട് മുടന്തുകാലിനു വേദന തുടങ്ങിയതാണ്. കഥാപാത്രത്തിനുവേണ്ടി അതല്ല, അതിലുമപ്പുറം സഹിക്കാൻ അയൂബിനു മടിയില്ലായിരുന്നു.

അവസരം തേടി നടന്നുനടന്ന് ചട്ടായതാണെന്നു പരദൂഷണക്കാർ പറഞ്ഞു നടന്നു. അതിലത്ര കാര്യമില്ലെന്നാണ് അയൂബിന്റെ പക്ഷം. മമ്മൂട്ടിക്ക് ഇത്തിരി മുടന്തില്ലേ? മോഹൻലാലിന് നടക്കുമ്പോൾ ഒരു ചെരിവില്ലേ? എന്നിട്ടും അവരൊക്കെ സൂപ്പർസ്റ്റാറും മെഗാസ്റ്റാറുമൊക്കെയായില്ലേ?

"നീ ശ്രീനിവാസനെയും ഇന്നസെന്റിനെയുമൊക്കെ കണ്ടു പഠിക്കണം. ലുക്കിലൊന്നും ഒരു കാര്യവുമില്ല. ബുദ്ധി വേണം. ആളുകളോട് ഇടപെടാനറിഞ്ഞിരിക്കണം."

ഇങ്ങനെയൊക്കെയുള്ള യുക്തികൾ പറഞ്ഞാണ് മണിമുത്ത് അത്താണിയെ ആവേശഭരിതനാക്കുന്നത്. 'വിട്ടാൽ പോകും പട്ടം' എന്ന സിനിമയ്ക്കുവേണ്ടി മണിമുത്താണ്, അയൂബിന്റെ മുഴുവൻ പേരു പരിഷ്കരിച്ച് അയൂബ് അത്താണി എന്നാക്കിയത്. പേരിന്റെ വാൽ മുറിഞ്ഞുപോയതിൽ അപാകത തോന്നിയെങ്കിലും, താരമാകാൻ പോകുന്നതുകൊണ്ട് ഒരു ചെയ്ഞ്ചിരിക്കട്ടെ എന്നു കരുതി അയൂബ് എതിരൊന്നും പറഞ്ഞില്ല.

അഞ്ചു പൈസ മുടക്കേണ്ടെന്ന് അയൂബിനോട് ആദ്യമേ പറഞ്ഞിരുന്നതാണ്. പക്ഷേ, ഷൂട്ടിംഗിന്റെ അന്ത്യഘട്ടത്തിൽ ഈശോ ഇഞ്ചക്കാടൻ മലക്കംമറിഞ്ഞു. അതോടെ അയൂബിന്റെ വീതത്തിലെ അൻപതു സെന്റ് വിൽക്കേണ്ടിവന്നു. എങ്ങനെയെങ്കിലും പടമിറങ്ങിയാൽപ്പിന്നെ തിരിഞ്ഞു നോക്കേണ്ടിവരില്ലല്ലോ എന്നാണ് അയാൾ വിചാരിച്ചത്. അതു കഴിഞ്ഞാൽ അൻപതല്ല, അഞ്ചേക്കർ വേണമെങ്കിലും ടൗണിൽ വാങ്ങാം. വേണ്ടിവന്നാൽ ഒരു മൾട്ടിപ്ലക്സ് തന്നെ തുടങ്ങാം. ഇതൊക്കെ മണിമുത്താണ് അയൂബിനെ പറഞ്ഞു വിശ്വസിപ്പിച്ചത്. മലർപ്പൊടിക്കാരന്റെ സ്വപ്നംപോലെ അയൂബും സ്വപ്നം കണ്ടു.

നായികയുടെ കാര്യത്തിൽ, നിർമ്മാതാവ് ഈശോ പോലും ഇടപെടാൻ പാടില്ലെന്ന് മണിമുത്ത് നേരത്തേ പറഞ്ഞിരുന്നു. അവൾ സംവിധായകന്റെ ഒരു 'സെറ്റപ്പാ'ണെന്ന് ഇത്തിരി താമസിച്ചാണു മനസ്സിലായത്.

പുതുപ്പള്ളിക്കാരി ഒരു ഡാൻസ് ടീച്ചറായ സൃഗാരി രാഗം. ആദ്യം കേട്ട പ്പോൾ ഏതോ തിയേറ്ററിന്റെ പേരാണ് അയൂബിന് ഓർമ്മ വന്നത്.

സൃഗാരിയുടെ ശൃംഗാരം സംവിധായകനോടു മാത്രമേ പാടുണ്ടായി രുന്നുള്ളൂ. കാരണം, പേരിൽ ഈശോ ഉണ്ടെങ്കിലും പെൺവിഷയത്തിൽ നിർമ്മാതാവായ ഈശോ ഇഞ്ചക്കാടനെ അയാൾക്കു പേടിയായിരുന്നു. മാത്രമല്ല, മണിമുത്ത് ഓടുന്ന പട്ടിക്ക് ഒരുമുഴം മുമ്പേ എന്ന മട്ടിൽ, ഈശോ എന്ന കുടിൽകുമാറിന് അവളുടെ നായകനു തുല്യമായ വേഷ മാണെന്ന് വാഗ്ദാനമെറിഞ്ഞു. അതോടെ കുടിൽ നിശ്ശബ്ദനായി.

“നീയൊക്കെ നോക്കിക്കോ, നമ്മുടെ ഈ പട്ടം വിട്ടാൽ ആകാശം മുട്ടെ പറക്കും. പിന്നെ നമ്മളൊന്നു തിമർക്കും, പൊളിക്കും, തകർക്കും” എന്നൊക്കെ ന്യൂ ജെൻ ഭാഷയിൽ ഷൂട്ടിംഗിന്റെ ഓരോ ഘട്ടത്തിലും മാത്ര മല്ല, വൈകുന്നേരത്തെ കള്ളുപാർട്ടിയിലും മണിമുത്ത് ഉരുവിട്ടുകൊണ്ടി രുന്നു.

കൂടെക്കൂടിയ, മണിമുത്തിന്റെ വകയിൽ ഒരളിയനായ കുഞ്ഞച്ചൻ പറഞ്ഞു:

“മത്തായിയളിയോ, മുറുക്കെ പിടിച്ചോണം. പട്ടമല്ലേ, ചരടു പൊട്ടി യാൽപ്പിന്നെ പിടിച്ചാൽ കിട്ടുകേല. കുടുംബത്തിനുതന്നെ നാണക്കേടാ.”

വകയിലുള്ള അളിയനാണെങ്കിലും ആ ‘പരട്ട’യുടെ തമാശ മണി മുത്തിനിഷ്ടപ്പെട്ടില്ല. അത്താണി, രണ്ടെണ്ണം വീശി ഒന്നും മിണ്ടാതെ എല്ലാം കേട്ടിരിക്കും.

അതൊക്കെ ഷൂട്ടിംഗ് ലൊക്കേഷനിലെ കഥകൾ. ഇന്നിപ്പോൾ പ്രദർശനത്തിന്റെ ആദ്യദിവസമായിട്ടും, പഴയ ഓലത്തിയേറ്ററിൽ സെക്കൻഡ് ഷോയ്ക്ക് ആളു കയറുന്നതുപോലെ അവിടെയും ഇവിടെയും വിരലിലെണ്ണാവുന്നവർ മാത്രം.

പാട്ടും മേളവും കഴിഞ്ഞപ്പോൾ, സംവിധായകനും കൂട്ടരും സൃഗാരി രാഗവുമായി സിംഗിൾ മാൾട്ടിന്റെ ലഹരിയിൽ പുറത്തേക്കിറങ്ങി, മൊത്ത ത്തിൽ ഒരു സൂക്ഷ്മനിരീക്ഷണം നടത്തി. കൊട്ടും കുരവയും കഴിഞ്ഞ പ്പോഴേ ജനം പമ്പ കടന്നിരുന്നു. എങ്കിലും പ്രത്യാശ കൈവിടാതെ, കാരവാനിലിരുന്നു കയറ്റിയ കള്ളിന്റെ ധൈര്യത്തിൽ തിയേറ്ററിലേക്കു കയറി. ഉള്ളിലെ അവസ്ഥ കണ്ടപ്പോൾ മുത്ത് നിരാശനായി.

പടം തുടങ്ങി. നായകൻ മനോജ് വരുന്നിടത്തു മാത്രമല്ല, നായിക സൃഗാരി വരുന്നിടത്തും ഉള്ള ആളുകൾ കസേരയിൽ കയറിനിന്നു കൂവാൻ തുടങ്ങി. അവസാനം, സൃഗാരിയുടെ കൈയിൽനിന്ന്, ചരടു പൊട്ടിയ പട്ടം ആകാശത്തുകൂടി ലക്ഷ്യമില്ലാതെ പറക്കുന്നു. അവിടെ ശുഭം എന്നെഴുതിക്കാണിക്കുന്നിടത്തു പടം തീരുകയാണ്. അപ്പോഴേക്കും അവിടെയിരുന്നു കൂവിയവരും സ്ഥലം കാലിയാക്കിയിരുന്നു. കൈവിട്ടു പോയ ആ പട്ടം സ്ക്രീനിൽ കണ്ടപ്പോൾ, അറംപറ്റിയ പേരാണല്ലോ

എന്നൊരു സംശയം സ്തുതിപാഠകർക്കും തോന്നി. ഒന്നുമറിയാത്ത മട്ടിൽ, ഒരു സിംഗിൾ മാൾട്ട് ചിരി ചിരിച്ച്, മണിമുത്ത് ഒരു പ്രഖ്യാപനം നടത്തി:

“ആദ്യത്തെ ഷോയല്ലേ, ഒന്നും പേടിക്കാനില്ല. മൗത്ത് പബ്ലിസിറ്റി കൂടിയാകുമ്പോൾ ആളുകളുടെ ചാകരയായിരിക്കും. പിന്നെ ഈ പട്ടം പിടിച്ചാൽ കിട്ടുകേല.”

“അതുതന്നാ ഞാനും നേരത്തേ പറഞ്ഞത്. എത്ര പിടിച്ചാലും കിട്ടു കേല.”

അതു പറഞ്ഞ്, വകയിലുള്ള കുഞ്ഞച്ചനളിയൻ അവിടെത്തന്നെ വാളു വച്ചു. പിന്നെ, എല്ലാവരുംകൂടി വാരിയെടുത്തുകൊണ്ടാണ് പുറത്തിറങ്ങി യത്. ഭാഗ്യത്തിനു പുറത്താരുമില്ലായിരുന്നു.

തിരുവായ്ക്കെതിർവായില്ലാത്തതുകൊണ്ട്, മണിമുത്തിനെ എതിർത്ത് ആരും ഒന്നും പറഞ്ഞില്ല. പക്ഷേ, അതൊക്കെ സംവിധായകരുടെ സ്ഥിരം നമ്പറാണെന്ന കാര്യം അത്താണിപ്പാടത്തിനറിയാമായിരുന്നു.

പടം കഴിഞ്ഞപ്പോൾ അയൂബ് അത്താണി എന്ന നടനെ കാണാനില്ല! പടത്തിലും കാര്യമായിട്ടൊന്നും കാണാനില്ലാഞ്ഞതുകൊണ്ട് നിരാശനായി മുങ്ങിയതാണെന്നു ചിലർ പറഞ്ഞു. അഭിനയിച്ച സീൻ മുഴുവൻ എഡിറ്റർ കൂടിയായ മണിമുത്ത് വെട്ടിമാറ്റിയിരുന്നു. കഥാപാത്രത്തിന്റെ പേരു പോലും പരാമർശിക്കപ്പെടാതെപോയി. സംവിധായകന്റെ കാണപ്പെട്ട ദൈവമായ ഈശോയ്ക്കും അതിൽ കൈയുണ്ടെന്ന് അയൂബിനു മനസ്സി ലായി. അയാളുടെ പേരിൽ മാത്രമേ ഈശോയുള്ളു. കൈയിലിരിപ്പ് യുദാസിന്റേതാണ്. അത്താണിപ്പാടം, തിയേറ്ററിലെ ഇരുട്ടിലിരുന്ന് ആരും കാണാതെ വിതുമ്പിക്കരയുകയായിരുന്നു.

തെറ്റു ചെയ്താൽ ശിക്ഷിക്കപ്പെടും. അതിനാണല്ലോ കർമ്മഫലമനു ഭവിക്കുക എന്നു പറയുന്നത്. സാധാരണ എട്ടു നിലയിലേ പടം പൊട്ടാ റുള്ളൂ. ഇതു പതിനാറു നിലയിൽ പൊട്ടി. സൂപ്പർ ഹിറ്റാകുമ്പോൾ കിട്ടുന്ന ലാഭംകൊണ്ട് പള്ളിപ്പുറം പഞ്ചായത്തിൽ മൾട്ടിപ്ലക്സ് തിയേറ്റർ കെട്ടാ മെന്നു പറഞ്ഞായിരുന്നല്ലോ അയൂബിനെ പ്രലോഭിപ്പിച്ചിരുന്നത്. കുരിശു ചുമക്കാതെയാണെങ്കിലും ഈ രണ്ടാംവീഴ്ചയോടെ ഈശോയും ഞെട്ടി.

ചട്ടനെ പൊട്ടൻ ചതിച്ചാൽ പൊട്ടനെ ദൈവം ചതിക്കും എന്ന ചൊല്ല് മണിമുത്തിന്റെ കാര്യത്തിൽ അച്ചട്ടായി. അതിൽപ്പിന്നെ ആരു വിളിച്ചാലും ഫോണെടുക്കാതെ അയാൾ കുറേ നാൾ മുങ്ങിനടന്നു. പിന്നെ പൊങ്ങി യത് പ്രൊഡക്ഷൻ മാനേജർ മത്തായിക്കുട്ടിയായിട്ടാണ്. ചെയ്ത തെറ്റിനു പ്രായശ്ചിത്തമെന്നോണം കൂടെ സൃഗാരിയെയും കൂട്ടിയിരുന്നു. കല്ല്യാണം പരമരഹസ്യമായിട്ടായിരുന്നത്രേ.

സൃഗാരിയെ മലയാളസിനിമയിലെ നായികനിരയിലേക്കുയർത്താമെ ന്നുള്ള മോഹനവാഗ്ദാനം കൊടുത്തത് ഒരു പാക്കേജ് ഡീലായിരുന്നു.

ആ ദുരുദ്ദേശ്യത്തോടെ സംവിധായകൻ മണിമുത്ത്, സൃഗാരിയുമൊത്ത് ഒരു ദുബായ് സന്ദർശനം നടത്തി. അവിടെവച്ച് അഭിനയമോഹമുള്ള കുറേ എൻ ആർ ഐക്കാരെ കറക്കിയെടുത്ത്, സൃഗാരിയെ നായികയാക്കി 'പാതിരാക്കോഴി' എന്നൊരു പടംകൂടി തട്ടിക്കൂട്ടിയെങ്കിലും ഇറങ്ങുന്നതിനു മുമ്പുതന്നെ കോഴി പെട്ടിയിൽനിന്നു പറന്നുപോയി. ആദ്യം അവസരം കൊടുത്ത അത്താണിപ്പാടത്തിനെ പാടേ മറന്നുള്ള കളിയായിരുന്നു അത്. അതോടെ ഡാൻസ് ടീച്ചർ സൃഗാരി രാഗം പുതുപ്പള്ളിയിലേക്കു പറന്നു. മൂഷികസ്ത്രീ പിന്നെയും മൂഷികസ്ത്രീയായെന്നു പറഞ്ഞതുപോലെ, മത്തായിക്കുട്ടി വീണ്ടും പഴയ പ്രൊഡക്ഷൻ മാനേജരുടെ പണിയുമായി കഴിഞ്ഞുകൂടുന്നു.

ഈശോ ഇഞ്ചക്കാടന്റെ അഭിനയമോഹം അസ്തമിച്ചിരുന്നു. കഴിഞ്ഞ തെരഞ്ഞെടുപ്പിൽ പള്ളിപ്പുറം മൂന്നാം വാർഡിൽ മത്സരിച്ചു പഞ്ചായത്തു മെമ്പറായി രാഷ്ട്രീയത്തിലേക്കിറങ്ങി. പണക്കാരനായതുകൊണ്ട് താമസി യാതെ പഞ്ചായത്തു പ്രസിഡന്റായേക്കാമെന്നായിരുന്നു വിചാരം. എല്ലാം ഒത്തുവന്നാൽ ഭാവിയിൽ ഒരു മന്ത്രിയാകാനും മതി. 'വിവരദോഷികളായ സിനിമാത്തെണ്ടികളുടെ പിറകേ നടന്നിട്ടെന്തു കാര്യം' എന്നൊക്കെ, കിട്ടുന്ന മദ്യപാനസദസ്സുകളിൽ കൂട്ടുകാരോടും നാട്ടുകാരോടും പര ദൂഷണം പറഞ്ഞു. എങ്കിലും പഞ്ചായത്തിൽ നടക്കുന്ന കർമ്മപദ്ധതി കളും മീറ്റിംഗുകളുമൊക്കെ ലൈവായി ഫെയ്സ് ബുക്കിൽ പതിവായി പോസ്റ്റ് ചെയ്യാൻ തുടങ്ങി. അങ്ങനെയെങ്കിലും ഒരു താരമാകാനുള്ള ആഗ്രഹം നിറവേറ്റുകയായിരുന്നു ലക്ഷ്യം. എങ്കിലും എത്ര ശ്രമിച്ചിട്ടും കുടിൽ എന്ന പേരിനു മാത്രം കാര്യമായ ഒരു തേയ്മാനവും സംഭവി ച്ചില്ല. പള്ളിക്കൂടംപിള്ളേർ ഒളിച്ചും പാത്തുമിരുന്ന് പഴയപടി വിളിച്ചു കൊണ്ടിരുന്നു. അതൊന്നു മാറ്റിയെടുക്കാൻ പഞ്ചായത്താകെ പണം വാരി യെറിഞ്ഞു. പക്ഷേ, രഞ്ജിത്തിന്റെ പ്രാഞ്ചിയേട്ടനെപ്പോലെ പ്രസിഡന്റു സ്ഥാനത്തിനു നിന്നു തോറ്റു തൊപ്പിയിട്ടു. സിനിമക്കാരുടെ ഭാഷയിൽ, എട്ടുനിലയിൽ പൊട്ടി! അങ്ങനെ മൂന്നാംപ്രാവശ്യവും ആ ഈശോമിശിഹാ കുരിശു ചുമക്കാതെ വീണു.

മത്തായിക്കുട്ടി പറഞ്ഞിട്ട് കിടക്കാടംപോലും നഷ്ടപ്പെടുത്തിയ അത്താണിപ്പാടം ലക്ഷ്യമില്ലാതെ അലഞ്ഞുനടന്നു. അയാളുടെ അമ്പതു സെന്റിൽ പകുതി വിറ്റിട്ട് ബാക്കിയുള്ളിടത്തു വീടു വയ്ക്കണമെന്നും കല്ല്യാണം കഴിക്കണമെന്നുമൊക്കെയായിരുന്നു ആദ്യകാല സ്വപ്നങ്ങൾ. അവയെല്ലാം ചീട്ടുകൊട്ടാരംപോലെ തകർന്നു. നാട്ടുകാരിൽ നിന്നും സിനിമക്കാരുടെ ഇടയിൽനിന്നും മാത്രമല്ല, സ്വന്തം വീട്ടുകാരുടെ ഇടയിൽ നിന്നുപോലും ദുരനുഭവങ്ങളുണ്ടായി. എങ്കിലും അരോടും പറയാതെ, അയാളുടെ സ്വപ്നലോകമായിരുന്ന സിനിമാലോകത്തുനിന്ന് അപ്രത്യക്ഷ നായി. ജീവിക്കാൻ മാർഗ്ഗങ്ങളൊന്നുമില്ലാതെ കഷ്ടപ്പെട്ടു. വിശന്നു വലഞ്ഞപ്പോൾ, ആരോ പറഞ്ഞതനുസരിച്ച്, ശാന്തൻപാറയിലുള്ള ശാന്തി

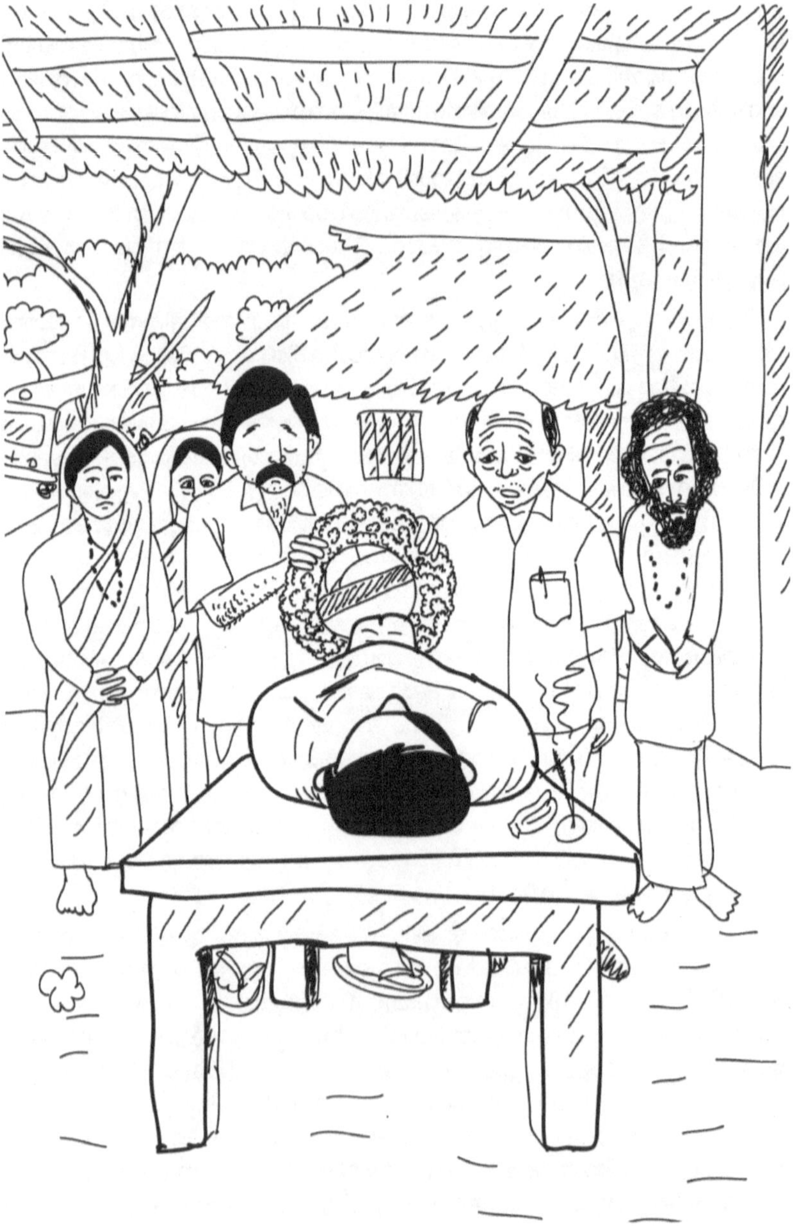

തീരം എന്ന ആശ്രമത്തിലെത്തി. അവിടെവച്ചു മതം മാറി, അജയൻ എന്ന പുതിയ പേരു സ്വീകരിച്ചെന്ന് ആരൊക്കെയോ പറഞ്ഞുപരത്തിയിരുന്നു. ഏതായാലും ആശ്രമക്കാരുടെ കാരുണ്യംകൊണ്ട് അവിടെ കൂലിപ്പണിയൊക്കെച്ചെയ്തു ജീവിച്ചു. സിനിമക്കാരിൽ അറിഞ്ഞവരാരും തിരിഞ്ഞു നോക്കിയില്ല. അപ്പോഴേക്കും മാനസികമായും ശാരീരികമായും ക്ഷീണിതനായിരുന്നു അത്താണിപ്പാടം. അതറിഞ്ഞ് അലിവു തോന്നി അയാളെ വിളിച്ചുകൊണ്ടുപോയത് ടി വി സീരിയൽ ഡയറക്ടറായ പൊന്നമ്പിളിയാണ്. നാട്ടുകാരനായ അയാൾ ചാൻസ് തേടി കോടമ്പാക്കത്തു ചെന്ന കാലത്ത് അഭയം കൊടുത്തത് അയൂബായിരുന്നു. അതിന്റെ പ്രത്യുപകാരമെന്നോണം കുറേ ടി വി പ്രോഗ്രാമുകളിൽ ചാൻസ് കൊടുത്തു. അങ്ങനെ അയൂബ് അത്താണിപ്പാടം എന്ന ആദ്യപേരിൽത്തന്നെ അഭിനയിച്ചുവരികയായിരുന്നു.

ഇത്രയും ഭാഗം എനിക്കറിയാവുന്നതാണ്. ബാക്കിയുള്ളതു ഞാൻ പൊന്നമ്പിളിയോടു ചോദിച്ചറിഞ്ഞു.

വൈകിക്കിട്ടിയ, നടനെന്ന സ്ഥാനം ആസ്വദിച്ചുവരുമ്പോഴാണ്, പെട്ടെന്നുള്ള അറ്റാക്ക് വന്നതും മരണം സംഭവിച്ചതും.

ആശ്രമത്തിൽ നടന്ന സംസ്ക്കാരച്ചടങ്ങിന്, സിനിമാലോകത്തുനിന്ന് വലിയൊരു റീത്തുമായി മണിമുത്ത് എന്ന മത്തായിക്കുട്ടിയെത്തി. കൂടെ ഖദർധാരിയായ പഞ്ചായത്തു മെമ്പർ ഈശോ ഇഞ്ചക്കാടനും. അവരെക്കൂടാതെ പൊന്നമ്പിളിയും കുടുംബവും ശാന്തൻപാറ ആശ്രമത്തിൽനിന്ന് കാവിയിട്ട ഒന്നുരണ്ടു സന്യാസിമാരും മാത്രമാണുണ്ടായിരുന്നത്.

ആരുമില്ലാത്തവന് ഒരിക്കലും ആരുമുണ്ടാവില്ല എന്നതാണു സത്യം. അല്ലെങ്കിലും ആരു വന്നാലും എത്ര ആൾക്കൂട്ടമുണ്ടായാലും മരിക്കുന്നവരുടെയെല്ലാം യാത്ര ഒറ്റയ്ക്കാണല്ലോ. എല്ലാ മരണവും ഒരു ദിവസം ആരുമറിയാതെ കള്ളനെപ്പോലെ കടന്നുവരും. ഒരുകാലത്ത് അഭിനയമോഹവുമായി മദിരാശിയിലേക്കു വണ്ടി കയറിയ അത്താണിപ്പാടം പിന്നീട് പല വഴികൾ താണ്ടി അയൂബ് അത്താണിയായതും അജയനായതും വീണ്ടും അത്താണിപ്പാടമായതുമൊന്നും മരണത്തിനറിയില്ലല്ലോ.

■

ഷിക്കാഗോയിലെ മഞ്ഞ്

ഷിക്കാഗോയിലെ മഞ്ഞുകാലം. ടിക്കാബ് യൂണിവേഴ്സിറ്റിയുടെ പ്രാന്ത പ്രദേശങ്ങളിൽ മഞ്ഞു പെയ്തുകൊണ്ടിരുന്നു. ജനലിനപ്പുറം മഞ്ഞിൻ ചീളുകൾ പാറിപ്പറന്നുകൊണ്ടിരുന്ന പുലർകാലക്കുളിരിൽ ഒന്നുകൂടി മൂടി പ്പുതച്ചു. തൊട്ടടുത്തിരുന്ന ഫോൺ കിടുകിടെ വിറയ്ക്കാൻ തുടങ്ങിയ പ്പോൾ മെല്ലെ പുതപ്പു മാറ്റി ഒന്നെത്തിനോക്കി. 'കുൽവന്ത് കൗർ ഈസ് മിസ്സിംഗ്' എന്ന മെസ്സേജ് തെളിഞ്ഞുവന്നപ്പോൾ ഒന്നു പേടിച്ചു. എന്നോടു ചേർന്നുകിടന്ന പ്രീതിയുടെ കൈ മൃദുലമായി ദേഹത്തുനിന്നു മാറ്റി. അവളുടെ ശ്രദ്ധയിൽപെടുന്നതിനുമുമ്പ് ഫോൺ കൈക്കലാക്കി. പതിഞ്ഞ ശബ്ദത്തിൽ ഒരു 'ഹലോ' പറഞ്ഞപ്പോൾ, കമ്പനി ജീവനക്കാരൻ ടോണി കോവാലയുടെ ശബ്ദമാണു കേട്ടത്. വീണ്ടും മിസ്സിംഗ് എന്ന ശബ്ദം ഒരു ഷോക്ക് വേവായി മനസ്സിനെ വിറപ്പിച്ചു. ഒരു പഞ്ചാബി സുന്ദരിയെ ആരുമറിയാതെ ചിന്നവീട്ടിൽ താമസിപ്പിച്ച കേസാണ്. പ്രീതിയറിഞ്ഞാൽ ആ വിറയൽ ഭൂമികുലുക്കമോ സുനാമിയോ ആകാനുള്ള സാധ്യതയുണ്ട്.

ഒന്നുമറിയാത്ത മട്ടിൽ ഫോൺ ഓഫ് ചെയ്ത്, പതുക്കെ എഴുന്നേറ്റ് പോകാനൊരുങ്ങി. അപ്പോഴേക്കും അവൾ കണ്ണു തുറന്ന് എന്നെ ശ്രദ്ധി ക്കാൻ തുടങ്ങി. 'ഇന്നെന്താ ഇത്ര നേരത്തേ' എന്നൊരു ചോദ്യചിഹ്നം ഉള്ളിലൊളിപ്പിച്ച്, അവൾ എന്നെയൊന്ന് ഉഴിഞ്ഞുനോക്കി. ഞാൻ അതു ശ്രദ്ധിക്കാതെ, വേഗം പടിയിറങ്ങി, കാറിൽ വന്നിരുന്നു. മഞ്ഞു വീഴുന്നതു കൊണ്ട്, ഏകദേശം മുപ്പതു മിനിട്ടെങ്കിലും ഡ്രൈവ് ചെയ്താലേ നേപ്പർ വില്ലിലുള്ള ഓഫീസിലെത്തൂ. ട്രാഫിക്കുണ്ടെങ്കിൽ ചിലപ്പോൾ നാല്പതോ നാൽപ്പത്തഞ്ചോ മിനിട്ടെടുക്കും.

ആ യാത്രയിൽ, നടന്നതെല്ലാം ഒരു സിനിമാക്കഥപോലെ തോന്നി. എവിടെയാണ് എനിക്കും ടോണിക്കും തെറ്റിയത്? എന്റെ മനസ്സുപോലെ, കാറും അപ്രതീക്ഷിതമായുണ്ടായ കാറ്റിലും മഞ്ഞുവീഴ്ചയിലും ഇഴഞ്ഞു നീങ്ങുകയായിരുന്നു.

ഇന്നലെയായിരുന്നു, കുൽവന്ത് കൗറുമായുള്ള ആദ്യസംഗമം. എന്റെ ഉടമസ്ഥതയിലുള്ള 'സൂപ്പർ സോളാർ' എന്ന സോളാർ കമ്പനിയുടെ

സൂപ്പർവൈസറാണ്, മെക്സിക്കോക്കാരൻ ടോണി. ഞാനൊന്നു മലയാളീകരിച്ചു കോവാലൻ എന്നു വിളിക്കുന്ന ടോണി കോവാല ഇന്നലെ നേരത്തേ ഓഫീസിലെത്തിയിരുന്നു. ഡ്രസ്സ് ഡൗൺ ഡേയായ വെള്ളിയാഴ്ചകളിൽ, സ്യൂട്ടും കോട്ടും ടൈയുമൊന്നുമില്ലാതെ വളരെ കാഷ്വലായിട്ടായിരുന്നു ഞങ്ങൾ ഓഫീസിലെത്താറുള്ളത്. ഈ തണുപ്പുകാലത്ത് അതുകൊണ്ടെന്തു പ്രയോജനം? ആപാദചൂഡം മൂടിപ്പൊതിഞ്ഞേ പുറത്തേക്കിറങ്ങാൻ പറ്റുകയുള്ളൂ.

ആണുങ്ങൾ എങ്ങനെ വന്നാലും ടോണിക്കു പരാതിയില്ല. പക്ഷേ പെൺകുട്ടികൾ മൂടിപ്പുതച്ചു നടന്നാൽ ഒരു ശ്വാസംമുട്ടലാണ്. അതിനൊക്കെ ഇവിടുത്തെ വേനൽക്കാലംതന്നെയാണു നല്ലത്. അത്യാവശ്യം വേണ്ടതൊക്കെ പുറത്തു കാണിക്കാൻ മദാമ്മപ്പെണ്ണുങ്ങൾക്ക് ഒരു മടിയുമില്ലെന്നു കോവാലനു നന്നായറിയാം. കോലവാലന്റെ നാട്ടിൽ എന്നും വേനൽക്കാലമാണ്. എന്നിട്ടെന്താ പ്രയോജനം? പെണ്ണുങ്ങളായാൽ കുറച്ചൊക്കെ എക്സ്പോസ് ചെയ്യണമെന്നാണ് അയാളുടെ പക്ഷം. എന്നാലും, എത്ര സ്നേഹം കാണിച്ചാലും ഈ നാട്ടിലെ പെൺകുട്ടികളെ വിശ്വസിക്കരുതെന്ന് കോവാലൻ ഇടയ്ക്കിടെ ഓർമ്മിപ്പിക്കാറുണ്ട്. മലയാളിപ്പെൺകുട്ടികളാണെങ്കിൽ ഉറക്കത്തിൽപ്പോലും വിശ്വസിക്കാൻ പറ്റില്ലെന്ന് ഞാനവനോടു പറഞ്ഞില്ല. എന്തായാലും അവർ മൂടിപ്പൊതിഞ്ഞു നടക്കുന്നത് അവനിഷ്ടമല്ല.

പൂമരങ്ങൾ പൂക്കുന്നതും പൂവുകൾ വിടരുന്നതും ഭൂമിയിലുള്ളവർക്കു വേണ്ടിയല്ലെങ്കിൽപ്പിന്നെ ആർക്കുവേണ്ടി? അതു പറഞ്ഞിട്ട്,

പൂമരങ്ങൾ, കായ്മരങ്ങൾ

പൂക്കുന്നു തളിർക്കുന്നു

ഭൂമിയാകെ കോരിത്തരിക്കുന്നു

എന്നർത്ഥം വരുന്ന ഒരു സ്പാനിഷ് കവിത ചൊല്ലും. ഞാൻ നമ്മുടെ നാടിനെയോർക്കും.

ഒരു കാലത്ത് എത്രയോ സുന്ദരമായിരുന്നു കൊച്ചു കേരളം! ജാതിയുടെ പേരിലുള്ള പ്രശ്നങ്ങളുണ്ടായിരുന്നെങ്കിലും ലോകത്തിൽ ഏറ്റവും കൂടുതൽ ലൈംഗികസ്വാതന്ത്ര്യമുണ്ടായിരുന്ന സ്വർഗ്ഗഭൂമി. അന്നൊന്നും പെൺകുട്ടികൾ മാറുപോലും മറച്ചിരുന്നില്ല എന്നു ഞാൻ പറഞ്ഞപ്പോൾ അയാൾ ഒരു മെക്സിക്കൻ ചിരി ചിരിച്ചു. എന്നിട്ട്, ഏതോ ശ്രീനിവാസൻ സിനിമയിലെ സംഭാഷണംപോലെ 'എത്ര മനോഹരമായ നടക്കാത്ത സ്വപ്നം' എന്ന ഭാവത്തിൽ എന്നെ അന്തംവിട്ടൊരു നോട്ടം. ഉടനെ കേരളത്തിലേക്കു പോയാലോ എന്നൊരാലോചനയിലാണെന്നേ ആ നോട്ടം കണ്ടാൽ തോന്നൂ. അതൊക്കെ ഇപ്പോൾ കുളിരുള്ള ഓർമ്മകൾ മാത്രമാണെന്നു പറഞ്ഞപ്പോൾ അയാൾ വീണ്ടും നിരാശനായി. ആരൊക്കെയോ ആ നിയമങ്ങളൊക്കെ മാറ്റിയെങ്കിലും ക്ഷേത്രങ്ങളിൽ

ആരാധനയ്ക്കു പോകുന്ന ആണുങ്ങളുടെ കാര്യത്തിൽ മാത്രം ഒരു മാറ്റ വുമില്ലെന്നു ഞാൻ പറഞ്ഞു. മാറു മറയ്ക്കാൻ നിയമം അനുവദിക്കുന്നി ല്ലെങ്കിലും അവർക്കൊരു പരാതിയുമില്ല. വേണമെങ്കിൽ പൂർണനഗ്നനാ വാനും മടിയില്ല. അങ്ങനെ നടക്കുന്ന എത്ര സന്ന്യാസിമാരുണ്ട് ഇന്ത്യാ മഹാരാജ്യത്ത്! കൊച്ചിക്കാരുടെ ഭാഷയിൽ പറഞ്ഞാൽ 'അതാണ് നുമ്മ ആണുങ്ങൾ!' അത്രയ്ക്കു വിവേകവും വിവരവുമൊന്നും ഈ പെൺവർഗ്ഗ ത്തിനില്ല എന്നു പറഞ്ഞപ്പോൾ കോവാലൻ എനിക്കൊരു ഷേക്ക് ഹാൻഡ് തന്നു. അവനങ്ങനെയാണ്. ഇഷ്ടമുള്ളതു എന്തു പറഞ്ഞാലും അപ്പോൾ ത്തന്നെ കൈ തരും! എന്നിട്ട് ഉച്ചത്തിലൊരു ചിരിയുണ്ട്. അവളുമാരുടെ വിവരക്കുറവുകൊണ്ടല്ലേ മാറുമറയ്ക്കൽ സമരമൊക്കെ ചെയ്തത്! ഉഷ്ണരാജ്യങ്ങളിൽ മൂടിപ്പുതച്ചു നടക്കേണ്ട കാര്യമുണ്ടോ!

അപ്പോൾ പർദ്ദയിട്ടു നടക്കുന്നവരുടെ കാര്യമോ? അതു പുരുഷമേധാ വിത്വം, അല്ലാതെന്ത്?

ഇപ്പോൾ ഇതൊക്കെ ഓർക്കാൻ കാരണം, ഇന്നലെ ഓഫീസ് ജോബിന് ഇന്റർവ്യൂവിനു വന്ന പഞ്ചാബിപ്പെണ്ണാണ്. സ്വീകരണമുറിയിൽ ക്കൂടി ഓഫീസിലേക്കു കയറിയപ്പോഴാണു ശ്രദ്ധിച്ചത്, ഇളം മഞ്ഞ ചുരിദാർ ധരിച്ച്, ചുവന്ന ഷാൾകൊണ്ട് അലസമായി മാറൊന്നു മറച്ചിട്ടു ണ്ടെന്നതൊഴിച്ചാൽ തീർത്തും അശ്രദ്ധമായ വേഷം. അമേരിക്കയിലാരെ ങ്കിലും ഇത്ര ധൈര്യമായി ഇന്ത്യൻ വേഷമിട്ടു വരുമോ? അതും ഇന്റർവ്യൂ വിന്?

അവളെന്നെ സൂക്ഷിച്ചു നോക്കുന്നുണ്ടായിരുന്നു. കാഴ്ചയിൽ ഉയർന്ന മാറിടവും വിടർന്ന കണ്ണുകളുമുള്ള ആ പഞ്ചാബിപ്പെണ്ണിനെ നോക്കി ഒന്നു ചിരിച്ചെങ്കിലും അവൾ അതത്ര പിടിക്കാത്ത മട്ടിൽ അതിരൂക്ഷമായി എന്നെയൊന്നു വീക്ഷിച്ചു. മാനസികമായി ഒന്നു ചമ്മിയെങ്കിലും അതറി യാത്ത രീതിയിൽ ഒരമേരിക്കൻചിരി ചിരിച്ചു. അതിവിടുത്തെ സംസ്കാര മാണെന്ന് ആദ്യമൊന്നും അറിയില്ലായിരുന്നു. ഏതപരിചിതരെ കണ്ടാലും എത്ര വിദ്വേഷമുണ്ടെങ്കിലും ഒരു ചിരി മുഖത്തങ്ങു ഫിറ്റ് ചെയ്യും. ഒന്നു കൂടെ നോക്കിയാൽ 'ഹൗ ആർ യൂ' എന്നു ചോദിക്കാനും ആർക്കും മടി യില്ല. സത്യത്തിൽ എനിക്കു തേടിയ വള്ളി കാലിൽ ചുറ്റിയ ഫീലായി രുന്നു. എങ്കിലും ആ നോട്ടത്തിൽ എന്തോ ഒരപാകത തോന്നി. ഏതാ യാലും ജോലിതേടി വന്നതായിരിക്കാനാണു സാധ്യത എന്നു മാത്രം മനസ്സിലായി.

"കോവാലാ, പ്ലീസ് ഗിവ് ഹെർ എ ജോബ് ആപ്ലിക്കേഷൻ ഫോം."

തിരക്കിലായിരുന്നെങ്കിലും ഇടയ്ക്കിടെ അവളുടെ തീക്ഷ്ണമായ നോട്ടവും ആ രൂപവും എന്നോ കണ്ടുമറന്ന ഒരു നഗ്നശിൽപ്പംപോലെ മനസ്സിൽ ഘനീഭവിച്ചുകിടന്നു. ഏതാണ്ട് അര മണിക്കൂർ കഴിഞ്ഞപ്പോൾ കോവാലൻ എന്റെ ഓഫീസ് റൂമിലേക്ക് ഓടിക്കിതച്ചു വന്നു.

"മിസ്റ്റർ ബുഷ്, സംതിംഗ് റോംഗ് വിത് ദിസ് ലേഡി."

അവനെന്നെ ബഹുമാനപൂർവ്വം ബുഷ് എന്നേ വിളിക്കൂ. അതാണെ നിക്കിഷ്ടം എന്നവനറിയാം. അമേരിക്കൻ സിറ്റിസൺഷിപ് കിട്ടിയപ്പോൾ ജോർജ്ജുകുട്ടി കുറ്റിക്കാട് എന്ന പേരൊന്നു പരിഷ്ക്കരിച്ചാണ് ഞാൻ ജോർജ്ജ് ബുഷ് എന്നാക്കിയത്. കുനംകുളത്തെ ആക്രിക്കച്ചവടക്കാരൻ അപ്പായിച്ചേട്ടന്റെ മകനാണെന്നും നാട്ടിലുള്ള കൂട്ടുകാരൊക്കെ ആക്രി ക്കുട്ടി എന്നാണു വിളിക്കുന്നതെന്നും അവനറിയാൻ വഴിയില്ലല്ലോ. ആ പാരമ്പര്യം ഒന്നു മാറിക്കിട്ടാനാണു പേരു മാറ്റിയത്. അല്ലെങ്കിലും നമ്പൂരി മഹത്വവും കുടുംബവുമൊക്കെ നാട്ടിലല്ലേ? ഇവിടെയാരുണ്ട് അതൊക്കെ ശ്രദ്ധിക്കാൻ? അതൊക്കെ അമേരിക്കയിൽ ജനിച്ച ഈ സൗത്ത് അമേരി ക്കക്കാരനോടു വിസ്തരിച്ചു പറഞ്ഞിട്ടെന്തു കാര്യം? ഒന്നുമല്ലെങ്കിലും ഒരു പഴയ പ്രസിഡന്റിന്റെ പേരല്ലേ? വെറുതെ കിട്ടുന്ന ഒരു ബഹുമാനം മാത്രമേ ആഗ്രഹിച്ചിട്ടുള്ളൂ. എല്ലാവരും മിസ്റ്റർ ബുഷ് എന്നു സംബോധന ചെയ്യു മ്പോൾ ഇത്തിരി കോൾമയിർ കൊള്ളും. അമേരിക്കയിൽ വന്ന് വെറുതേ യെന്തിന് അരിപ്രാഞ്ചിയാകുന്നു.

"വാട്ട് ഹാപ്പെൻഡ് മിസ്റ്റർ കോവാലാ?"

ഞാൻ ചോദിച്ചു.

"ആ ഇന്ത്യക്കാരി ആപ്ലിക്കേഷൻ കൈവള്ളയിൽ ചുരുട്ടിക്കൂട്ടി ജനാല യ്ക്കടുത്ത് ആകാശത്തേക്കു നോക്കിയിരിക്കുന്നു."

"ഈശ്വരാ! ഇതു വട്ടുകേസു തന്നെ."

എന്നു ഞാൻ അറിയാതെ പറഞ്ഞുപോയി. ഓർക്കാപ്പുറത്തുള്ള എന്റെ മലയാളം കേട്ട്, കോവാലൻ കണ്ണുമിഴിച്ചു. രണ്ടും കൽപ്പിച്ച് ഞാന യാളോടൊപ്പം അങ്ങോട്ടു ചെന്നു. ആ നിൽപ്പു കണ്ട് എനിക്കും ആശയ ക്കുഴപ്പമുണ്ടായി. അടുത്തുചെന്ന് ശാന്തനായി സംസാരിച്ചുതുടങ്ങി. അപ്പോഴേക്കും കൈയിൽ ചുരുട്ടിപ്പിടിച്ചിരുന്ന കടലാസ് അവൾ മേശയ്ക്കടി യിലേക്കിട്ടു. എന്റെ സംശയം തീർന്നു. കാര്യമായ എന്തോ കുഴപ്പമുണ്ട്. എന്നിട്ടും ആത്മസംയമനം പാലിച്ച്, വളരെ സൗമ്യമായി ഞാൻ ചോദിച്ചു:

"പേരെന്താണെന്നാ പറഞ്ഞത്?"

എന്റെ മുഖത്തേക്കു സൂക്ഷിച്ചുനോക്കി, അൽപ്പം ഗൗരവത്തോടെ അവൾ പറഞ്ഞു:

"ഡോക്ടർ കുൽവന്ത് കൗർ."

ഡോക്ടർ എന്നു കേട്ടപ്പോൾ ഒന്നു ഞെട്ടിയെങ്കിലും അതറിയിക്കാതെ വീണ്ടും ചോദിച്ചു:

"എന്താണു പ്രശ്നം മിസ്സ് കൗർ? നിങ്ങൾ ജോലിക്കു വന്നതോ അതോ മറ്റു വല്ല സഹായത്തിനും വന്നതോ?"

ആ ചോദ്യത്തിനുത്തരം പെട്ടെന്നു കണ്ണുനീർത്തുള്ളികളായി അവളുടെ ചുവന്നുതുടുത്ത കവിളുകളിലൂടെ ഒലിച്ചിറങ്ങി. ഒന്നു തൊട്ടാ ശ്വസിപ്പിക്കണമെന്നു തോന്നിയെങ്കിലും ആത്മനിയന്ത്രണം പാലിച്ചു. ആ നാടകം കണ്ടപ്പോഴേ മെക്സിക്കൻ മുങ്ങി. അമേരിക്കയിൽ വന്ന് ജീവി ക്കാൻവേണ്ടി എല്ലു മുറിയെ പണിയെടുക്കുന്ന ഇവൻമാരൊക്കെ ലോല ഹൃദയരാണ്. കരച്ചിൽ കാണുന്നതുപോലും പേടിയാണ്. ചുമ്മാതല്ല, പണ്ടു വിയറ്റ്നാമിൽപ്പോയി തോറ്റു തൊപ്പിയിട്ടത്. ഇവനെയൊക്കെയല്ലാ യിരുന്നോ അമേരിക്ക മുന്നോട്ടു വിട്ടത്!

എന്റെ മനസ്സങ്ങനെ ഒരു കാര്യവുമില്ലാതെ വിയറ്റ്നാം വരെ പറന്നു പോയെങ്കിലും അവളുടെ കരഞ്ഞു വിതുമ്പിക്കൊണ്ടുള്ള കിളിനാദംകേട്ടു വീണ്ടുമുണർന്നു.

“സർ, ഐ ഹാവ് നോ വർക്ക് പെർമിറ്റ്. പ്ലീസ് ഹെൽപ് മീ.”

സ്റ്റുഡന്റ് വിസയിലാണു വന്നത്. പഠിത്തം പൂർത്തിയാക്കാൻ പറ്റിയില്ല. കുറച്ചുനാളായി മൂത്ത സഹോദരിയുടെ വീട്ടിലായിരുന്നു താമസ മെന്നും ബ്രദർ ഇൻ ലോ അവിടെനിന്നിറങ്ങാനുള്ള അന്ത്യശാസനം കൊടുത്തെന്നും ഒറ്റ ശ്വാസത്തിൽ പറഞ്ഞു. ഈ സാധനത്തിനെ ചേച്ചി യാണ് ഇറക്കിവിട്ടതെങ്കിൽ കാര്യങ്ങളൊക്കെ ഏതാണ്ട് ഊഹിക്കാവുന്ന തേയുള്ളൂ. ഇതിപ്പോൾ ചേട്ടനാണെന്നാണു പറഞ്ഞത്. എന്തായാലും ഈ മൊതലിനെയൊക്കെ ഇറക്കിവിടാൻ തോന്നിയെങ്കിൽ, അയാൾക്കോ ഇവൾക്കോ കാര്യമായ എന്തെങ്കിലും തകരാറുണ്ടായിരിക്കണം. ഡോക്ടറാണെന്നൊക്കെപ്പറഞ്ഞാൽ കേൾക്കാൻ സുഖമുണ്ട്. പക്ഷേ ഭ്രാന്തിനതറിയില്ലല്ലോ! ആരെയും എപ്പോൾ വേണമെങ്കിലും ബാധിക്കാം.

ഇവളെ ജോലിക്കു വച്ചാൽ എനിക്കും പണി കിട്ടിയതുതന്നെ. ഓഫീസ് ബിൽഡിംഗിനടുത്തുള്ള കെട്ടിടത്തിൽ ഒരു മുറി അനാഥപ്രേതം പോലെ കിടപ്പുണ്ടെന്നതു നേരാണ്. ഇടയ്ക്കൊക്കെ ഞാനവിടെപ്പോയി ഒന്നു മയങ്ങാറുണ്ടെന്നു മാത്രം. അത് ഇവൾക്കു വേണമെങ്കിൽ കൊടു ക്കാവുന്നതേയുള്ളൂ. പക്ഷേ അതെന്റെ വിശ്രമമുറിയാണെന്നറിയാവുന്ന പ്രീതിയോട് അനുവാദം ചോദിക്കാതെ തീരുമാനമെടുത്താൽ അതു തീക്കളിയാകും. പരസ്ത്രീയെത്തൊട്ടുള്ള കളിയാകുമ്പോൾ ഏതു നാട്ടിലാണെങ്കിലും സൂക്ഷിക്കാതെ പറ്റില്ലല്ലോ.

ഞാനവളെ സാകൂതം ഒന്നുകൂടി വീക്ഷിച്ചു. ഒന്നൊരുങ്ങിയിറങ്ങിയാൽ ആണിനെ മാത്രമല്ല, പെണ്ണിനെപ്പോലും മത്തുപിടിപ്പിക്കുന്ന പെണ്ണുടൽ. കല്ലിൽ കൊത്തിവച്ച ശിൽപ്പംപോലെ. ഒരിടത്തും ഒരു കുറവും കാണു ന്നില്ല. ‘ഉടനെത്തന്നെ ഫോം ഫിൽ ചെയ്തിട്ടു നാളെ വരൂ’ എന്നു പറ ഞ്ഞെങ്കിലും അവൾ കരച്ചിൽ നിർത്തുന്നില്ല. എന്റെ ഹൃദയവും കോവാ ലന്റേതുപോലെ ലോലമാകാൻ തുടങ്ങി. ഇന്നെവിടെപ്പോയി താമ സിക്കും? അതാണവളുടെ പ്രശ്നം.

ഒരു ദിവസത്തേക്കെങ്കിലും അവളെ അവിടെ താമസിപ്പിക്കാമെന്നു വച്ചാൽത്തന്നെ നാളെയെന്തു ചെയ്യും? എന്റെ വിശ്രമമുറിയാണ് അതെന്ന് എല്ലാവർക്കുമറിയാം. ആരെങ്കിലും പറഞ്ഞു പ്രീതി വിവരമറിഞ്ഞാൽ ഈ തീപ്പൊരി ആളിക്കത്തും. അതൊക്കെ കൊളുത്തിക്കൊടുക്കാൻ ഓഫീസ് മാനേജർ അമേരിക്കക്കാരിയായ ഡോക്ടർ ഏയ്ഞ്ചൽ ഗേറ്റ് എന്നൊരു പാരയുണ്ട്. പി എച്ച് ഡിയാണെന്നാണു പറയുന്നത്. പേരിൽ മാത്രമേയുള്ളൂ ഈ മാലാഖയും പത്രാസും. അസ്സൽ ചെകുത്താനാണ്. അതുകൊണ്ട് ഒറ്റത്തടിയായ അവളെ 'ഡെവിൾ ഗേറ്റ്' എന്നാണ് കോവാലൻ ഒതുക്കത്തിൽ വിളിക്കുന്നത്. എന്താണു കല്ല്യാണം കഴിക്കാത്ത തെന്ന് അവളോടു ചോദിച്ചാൽ ചെറുതായി ഒന്നു കണ്ണടച്ചിട്ടു ചിരിച്ചു കാണിക്കും. അവൾ മാലാഖയൊന്നുമല്ല, ലെസ്ബിയനാണെന്നാണ്, അതായത് സ്വവർഗ്ഗാനുരാഗിയാണെന്നാണു കോവാലൻ പറയുന്നത്. പുല്ലു തിന്നാത്ത പട്ടിയുടെ സ്വഭാവമാണ്. പശുവിനെക്കണ്ടാൽ അപ്പോൾ കുരച്ചോടിക്കും. 'എന്തായാലും ഒന്നു സൂക്ഷിച്ചോണം' എന്നു പല തവണ കോവാലൻ എനിക്കു വാണിംഗ് തന്നിട്ടുണ്ട്. തരികിടയ്ക്കു കൈയും കാലും വച്ച വെള്ളക്കാരിയാണെന്ന് എനിക്കും തോന്നിയിട്ടുണ്ട്. അവളെ ങ്ങാനുമറിഞ്ഞാൽ ആദ്യം പ്രീതിയുമായി മെസ്സഞ്ചറിലൂടെ ഒരു രഹസ്യ സംവേദനമുണ്ടാകും.

അവളെന്തിനാണ് പ്രീതിയുമായി ഇത്രയധികം അടുക്കുന്നതെന്ന് ആദ്യമൊന്നും എനിക്കൊരൂഹവും കിട്ടിയില്ല. കോവാലൻ പറഞ്ഞതുവച്ചു നോക്കുമ്പോൾ അതിലും ഇത്തിരി അപാകതയുണ്ടെന്നു തോന്നാറുണ്ട്. ഇന്ത്യൻ സുന്ദരികളെ കാണുമ്പോൾ ഏയ്ഞ്ചലിനും ഉള്ളുകൊണ്ട് ഒരിളക്കമില്ലേ എന്നൊരു സംശയം.

മറ്റു നിവൃത്തിയൊന്നുമില്ലാത്തതുകൊണ്ട്, ഞങ്ങളൊരു തീരുമാന മെടുത്തു. പ്രീതിയെ വിളിച്ചു കാര്യങ്ങൾ വിശദമായി പറയുക. കൂട്ടത്തിൽ ഇവളെ മാത്രമല്ല, സകല പഞ്ചാബിപ്പെണ്ണുങ്ങളേയും അടച്ചു ചീത്ത പറയുക. ഡോക്ടർ കൗറിന്റെ കുറേ കുറ്റങ്ങളും കുറവുകളും പൊടിപ്പും തൊങ്ങലും വച്ചങ്ങു തട്ടിവിടുക. അങ്ങനെ പ്രീതിയെ പ്രീതിപ്പെടുത്താ നുള്ള വിദ്യകളൊക്കെ ആലോചിച്ചുനോക്കി. പക്ഷേ ഓവറായാൽ അവൾ നല്ല തേപ്പു തേക്കും. സ്ഥലകാലജാതിമതഭേദമെന്യേ എല്ലാ ഭാര്യമാർക്കും ഇക്കാര്യത്തിൽ കൂർമ്മബുദ്ധിയാണ്. അങ്ങനെ പല അബദ്ധങ്ങളും പറ്റിയി ട്ടുണ്ടു താനും. പോരാത്തതിന്, അവളുടെ കൂട്ടുകാരി ഡോക്ടർ ഏയ്ഞ്ചൽ എന്ന ഡെവിൾ ഗേറ്റും. അതോർത്തപ്പോൾ ആ അടവു വേണ്ടെന്നു വച്ചു. അപ്പോഴേക്കും ഹിന്ദിയിൽ വീണ്ടും അവളുടെ കിളിനാദം:

"മുഝേ ഘർ സേ നികാൽ ദിയാ. അബി മുഝ് കോ രെഹാനേ കേലിയേ ജഗാ ചാഹിയേ."

താമസിക്കാൻ വീടുമില്ല, കൂടുമില്ല. രാവിലെ കുറ്റീം പറിച്ചിറങ്ങിയ താണെന്നു ചുരുക്കം. തോളിൽ തൂക്കിയിട്ടിരുന്ന വലിയ ബാഗ്

കണ്ടപ്പോഴേ ഒരപാകത തോന്നിയിരുന്നു. ഇനി ഹിന്ദിയിൽക്കൂടി പറഞ്ഞാൽ ഞാൻ മയങ്ങുമോ എന്നുള്ള പരീക്ഷണമായിരിക്കാം. പഞ്ചാബിയല്ലേ വർഗ്ഗം! സ്വതവേ അല്പം മാനസികവിഭ്രാന്തിയുണ്ടാകും. അതൊക്കെ എങ്ങനെയും സഹിക്കാം. ഇതിപ്പോൾ മുഴുഭ്രാന്തിയാണെന്നാണ് കോവാലന്റെ നിഗമനം.

ഇവളെ ഇന്നത്തേക്കു ഹാൻഡിൽ ചെയ്യാം. പക്ഷേ, നാളെ പ്രീതിയെ എങ്ങനെ ഹാൻഡിൽ ചെയ്യും? ഏയ്ഞ്ചലിനോടെന്തു പറയും? അതാണ് രൂക്ഷമായ പ്രശ്നം.

വിവരദോഷിയാണെങ്കിലും മെക്സിക്കനോടുതന്നെ കാര്യങ്ങൾ സംസാരിക്കാൻ തീരുമാനിച്ചു. പഞ്ചാബിയുടെ കരച്ചിൽ കണ്ടപ്പോൾത്തന്നെ മുങ്ങിയ വീരനാണവനെന്നറിയാമെങ്കിലും ഈ പ്രതിസന്ധിഘട്ടത്തിൽ അവന്റെ സഹായം അത്യന്താപേക്ഷിതമാണ്.

ഉടൻതന്നെ ടോണി കോവാലയെ ഓഫീസിലേക്കു വിളിപ്പിച്ച്, ഉണ്ടായ കാര്യങ്ങൾ പറഞ്ഞു. അവൾ പോകുന്ന ലക്ഷണമൊന്നും കാണുന്നില്ലെന്ന് അവനും സമ്മതിച്ചു. അവനൊന്നു പുഞ്ചിരിച്ച്, ഡെവിൾ ഗേറ്റ് ഇന്നവധിയിലാണെന്ന സന്തോഷവാർത്തയറിയിച്ചു. അവളുടെ പി എച്ച് ഡിക്ക് എന്തോ കുഴപ്പമുണ്ടെന്നാണ് കോവാലന്റെ കണ്ടെത്തൽ. അതായത്, പെർമനെന്റ് ഹെഡ് ഡാമേജ്! മെക്സിക്കൻ വേലത്തരങ്ങളാണിതെല്ലാമെന്നും അവളുടെയടുത്ത് ഇതൊന്നും നടക്കില്ലെന്നും അയാൾക്കറിയാം.

ഇതാരോ എനിക്കു തന്ന പണിയാണെന്നുറപ്പാണ്. അല്ലെങ്കിൽ ഈ ഓഫീസിലേക്കുതന്നെ രണ്ടും കൽപ്പിച്ചു പെട്ടിയും പ്രമാണവുമായി വന്നു കയറുമോ? പ്രീതിയെ വിളിച്ചു സത്യം പറയുന്നതിൽ എന്താണു കുഴപ്പമെന്ന് അവനും ചോദിച്ചു. അതുതന്നെയാണു നല്ലതെന്ന് എനിക്കും തോന്നി.

‘സത്യമേവ ജയതേ’ എന്നു പറയാനും കേൾക്കാനും സുഖമൊക്കെയുണ്ട്. പക്ഷേ ഭാര്യമാരുടെയടുത്ത് പ്രാവർത്തികമാക്കാൻ ഇത്തിരി പാടുതന്നെയാണ്. ഈ സാധനത്തിനെ അവൾ നേരിട്ടു കാണുന്നതിനു മുമ്പായി താമസിപ്പിക്കാനുള്ള സമ്മതപത്രം ശരിയാക്കിയാൽ തൽക്കാലം രക്ഷപ്പെടാമെങ്കിലും മുമ്പോട്ടുള്ള ജീവിതം ഇരുളടഞ്ഞതാണ്.

മതിഭ്രമമുണ്ടെങ്കിലും ആൾ അതിബുദ്ധിയുള്ള കൂട്ടത്തിലാണെന്ന് അവൾ തന്ന പേപ്പറുകളൊക്കെ പരിശോധിച്ചപ്പോൾ മനസ്സിലായി. ലുധിയാനാ മെഡിക്കൽ കോളേജിൽ പഠിക്കുമ്പോൾ ഇംഗ്ലീഷ് പ്രസംഗത്തിന് യൂണിവേഴ്സിറ്റി ഫസ്റ്റായിരുന്നു. എന്തായാലും വന്നത് വേണ്ട സമയത്താണ്. റിസപ്ഷനിൽ ഒരു പെൺകുട്ടിയുടെ ഒഴിവുണ്ട്. ആത്മഹത്യാപരമാണെങ്കിലും ഒന്നു പരീക്ഷിക്കാവുനനതേയുള്ളു. ഇപ്പോൾ അവൾ മാനസികമായി ആകെ തളർന്ന മട്ടാണ്. പ്രീതിക്കും ഒരു സഹതാപമൊക്കെ തോന്നാനുള്ള സാധ്യത തള്ളിക്കളയാനാവില്ല.

ഏതായാലും ഞങ്ങളൊരു തീരുമാനമെടുത്തു. എന്തു വന്നാലും ഇന്ന ത്തേക്ക് ആ ഒഴിഞ്ഞ മുറിയിൽ കിടക്കട്ടെ. നാളത്തെ കാര്യം വരുന്നിടത്തു വച്ചു കാണാം. ഒരു ദിവസത്തേക്കു വിശ്രമിക്കട്ടെ. അടുത്ത ദിവസം ഏയ്ഞ്ചലോ വന്നാൽ സംഗതി ചീറ്റിപ്പോകുമെന്നു ഞങ്ങൾ രണ്ടുപേർക്കു മറിയാം.

എല്ലാം മനസ്സിലൂടെ റീപ്ലേ ചെയ്തുകൊണ്ട് സൂപ്പർ സോളാറിന്റെ വാതിൽക്കലെത്തിയപ്പോഴേക്കും കാറ്റും മഞ്ഞുവീഴ്ചയും ശക്തി പ്രാപി ച്ചിരുന്നു.

കാർ പാർക്ക് ചെയ്തതും ടോണി തലയിലൂടെ ജാക്കറ്റിന്റെ ഹുഡു മിട്ട് ഓടിവന്നു വിവരം പറഞ്ഞതും ഒന്നിച്ചായിരുന്നു..

"ആകെ കുഴപ്പമായി. നാൽപ്പത്തെട്ടു മണിക്കൂർ കഴിയാതെ പൊലീ സിൽ റിപ്പോർട്ട് ചെയ്തിട്ടും കാര്യമില്ലെന്നാണറിഞ്ഞത്."

ഇനിയിപ്പോൾ ചത്ത പശുവിന്റെ ജാതകമെഴുതിയിട്ട് എന്തു കാര്യം? വന്നപ്പോഴേ അങ്ങു പറഞ്ഞുവിട്ടാൽ മതിയായിരുന്നു. എന്തു ചെയ്യാം! വിനാശകാലേ വിപരീതബുദ്ധി!

പെട്ടെന്നാണ്, എന്നെ കാത്തുകിടന്നതുപോലെ ഒരു പൊലീസ് കാർ ലൈറ്റ് ഫ്ളാഷ് ചെയ്യാതെ ഓഫീസിന്റെ വാതിൽക്കൽ വന്നുനിന്നത്. പോലീസ് ഓഫീസർ ഡോർ തുറന്ന് ഒരു ഐ പാഡുമായി പുറത്തേക്കു വന്നു. മഞ്ഞുവീഴ്ചയ്ക്കിടയിലൂടെ, കറുത്ത മഴക്കോട്ടിട്ട അയാൾ ഒരു ദുർഭൂതത്തെപ്പോലെ ഞങ്ങളുടെയടുത്തേക്കു നടന്നടുത്തു. കുറ്റമൊന്നും ചെയ്തിട്ടില്ലെങ്കിലും കോവാലൻ പേടിച്ചു. എനിക്കും ഒരുൾക്കിടിലം.

അയാൾ ആദ്യം സുസ്മേരവദനനായി ഗുഡ്മോണിംഗ് പറഞ്ഞു. അത് ഇവിടെയുള്ള പോലീസ് ജന്തുക്കൾക്കെല്ലാമുള്ള സ്ഥിരം നമ്പറാണ്. കൊല്ലാൻ വന്നാലും ചിരിക്കും! അങ്ങനെ ആലോചിച്ചുനിന്നപ്പോൾ അയാൾ സംസാരിച്ചുതുടങ്ങി:

"മിസ്റ്റർ ബുഷ്, ആർ യൂ ദി സി ഇ ഒ ഓഫ് ദി സൂപ്പർ സോളാർ കോർപ്പറേഷൻ?"

"യെസ്, ഐ ആം."

ബുഷ് എന്ന് അയാൾ ഐ പാഡിലെഴുതിയപ്പോൾ എന്നെയൊന്നു സൂക്ഷിച്ചുനോക്കി. അപ്പോഴേ എനിക്കു കാര്യം പിടികിട്ടി. ഇന്ത്യക്കാരനെ ങ്ങനെ ബുഷ് ആയെന്നുള്ള സംശയം.

"സർ, ഇറ്റ് ഈസ് മൈ ലാസ്റ്റ് നെയിം കുറ്റിക്കാട്, മീൻസ് ബുഷ്."

അയാളതു കാര്യമായി ഗൗനിച്ചില്ല.

"ആർ യൂ സ്റ്റിൽ ലിന് ഇൻ ടിബാക്?"

"യെസ്, ഐ ആം."

“ഐ ഗോട്ട് എ കംപ്ലെയിന്റ് എബൗട്ട് യുവർ എംപ്ലോയീ കുറുവൻ കൗർ. ഷീ ഈസ് മിസ്സിംഗ് ഫ്രം യെസ്റ്റർഡേ.”

സായിപ്പു പറഞ്ഞത് കുറുക്കൻ എന്നാണോ എന്നൊരു സംശയം. ആണെങ്കിൽ അതാണു ശരി. കുറുക്കന്റെ കുശാഗ്രബുദ്ധി അവളുടെ യുള്ളിൽ ഉറങ്ങിക്കിടക്കുന്നുണ്ട്.

“യെസ് ഓഫീസർ, ദാറ്റ് ഈസ് ദ പ്രോബ്ലം.”

ഓഫീസർ എന്നെ ഒരു കൊലപാതകിയെ നോക്കുന്നതുപോലെ സൂക്ഷിച്ചുനോക്കി. എന്റെ ജോലിക്കാരിയല്ലെന്നും രാവിലെ കുറ്റീംപറിച്ചു ജോലിയന്വേഷിച്ചു വന്നതാണന്നും എല്ലാം വൻചതിയായിരുന്നെന്നു മൊക്കെ ഞാനയാളെ പറഞ്ഞു മനസ്സിലാക്കാൻ ശ്രമിച്ചു. അതൊന്നും ശ്രദ്ധിക്കാതെ അയാളെന്റെ ഡ്രൈവിംഗ് ലൈസൻസ് വാങ്ങി, അയാളുടെ ഐ പാഡിൽ എന്തൊക്കെയോ കുറിക്കാൻ തുടങ്ങി.

അവരുടെയറിവിൽ അവൾ സൂപ്പർ സോളാർ കമ്പനിയുടെ എംപ്ലോയീ ആണെന്നും മിസ്സിംഗാണെന്നും പറഞ്ഞു. അവളെ പടിയടച്ചു പിണ്ഡം വച്ച ചേട്ടൻ സ്വരൂപ് സിംഗിന്റെ പരാതിയുണ്ടെന്നുകൂടി കേട്ട പ്പോൾ ഞെട്ടിപ്പോയി. അവൾക്കാരുമില്ലെന്നും കിടക്കാടംപോലുമില്ലെന്നു മൊക്കെ എന്തെല്ലാം നുണ പറഞ്ഞാണ് പൂങ്കണ്ണീരൊഴുക്കിയത്! ഇവിടു ത്തേതു മാത്രമല്ല, ലോകത്ത് ഒരു പെണ്ണിനെയും ഉറക്കത്തിൽപ്പോലും വിശ്വസിക്കരുതെന്നു കോവാലനറിയില്ലല്ലോ. വിശേഷിച്ചു പഞ്ചാബിയെ. സ്ഥലകാലബോധമില്ലാത്ത വർഗ്ഗമാണ്. അല്ലെങ്കിൽ ഇന്ത്യക്കകത്തു ജീവിച്ചുകൊണ്ട്, സ്വതന്ത്രപഞ്ചാബ് വേണമെന്നു പറയുമായിരുന്നോ? എല്ലാം ചീറ്റിപ്പോയില്ലേ!

ഇതു പ്രീതിയറിഞ്ഞാൽ ഒന്നുറക്കെ ചിരിക്കാനുള്ള വകയായി. വേലി യിലിരുന്ന പാമ്പിനെ വെറുതേ വിട്ടാൽ മതിയായിരുന്നു. എടുത്തൊന്നു താലോലിക്കണമെന്നു തോന്നിയതാണ് ഈ കുഴപ്പങ്ങൾക്കെല്ലാം കാരണം.

ഇത്രയുമായപ്പോൾ കോവാലൻ പതുക്കെ മുങ്ങാൻ നോക്കി. അപ്പോ ഴേക്കും ഓഫീസർ കണ്ടു.

“വൈ ഹീ ഈസ് റണ്ണിംഗ്? ടെൽ ഹിം ടു കം ബാക്ക്.”

“മിസ്റ്റർ കോവാൽ, കം ഹിയർ.”

ഓഫീസർ അവനെ ആപാദചൂഡം ഒന്നു നോക്കിയിട്ട് ആജ്ഞാപിച്ചു:

“ഗിവ് മീ യുവർ ഡ്രൈവിംഗ് ലൈസൻസ്.”

വീണ്ടും ഐ പാഡിൽ എന്തൊക്കെയോ കുത്തിക്കുറിച്ചു. എന്നിട്ടു രണ്ടുപേരോടുംകൂടി പറഞ്ഞു:

“യൂ ബോത്ത് കം ടു ദ പൊലീസ് സ്റ്റേഷൻ ടുമോറോ മോണിംഗ്.”

കോവാലന്റെ മുഖത്തെ രക്തം മുഴുവൻ അപ്പോഴേ വാർന്നുപോയി. അയാൾ വിക്കിവിക്കിപ്പറഞ്ഞു:

"ഓക്കേ ഓഫീസർ."

"താങ്ക് യൂ. സീ യൂ ടുമോറോ. ടേക്ക് കെയർ."

ഓഫീസർ പറഞ്ഞു. പിന്നെ വീണ്ടും അതേ കൊലച്ചിരി.

അന്നു രാത്രി, ഞാനും കോവാലനും ഉറക്കം വരാതെ തിരിഞ്ഞും മറിഞ്ഞും കിടന്നു. പ്രീതിയോട് ഒന്നും പറഞ്ഞില്ല.

അടുത്ത ദിവസം രാവിലെ ഓഫീസർ വിളിച്ചു. പൊലീസ് സ്റ്റേഷനിലേക്കു വരേണ്ടതില്ല. അവളെ കണ്ടുകിട്ടി. ഡോക്ടർ ഏയ്ഞ്ചലിന്റെ വീട്ടിലുണ്ടത്രേ! ഏയ്ഞ്ചൽ ഇന്നും ഇന്നലെയും ഓഫീസിൽ വന്നിട്ടില്ലെന്നു കോവാലൻ പറഞ്ഞപ്പോൾ എന്തോ അപാകത തോന്നി. ഈശ്വരാ! അപ്പോൾപ്പിന്നെ അവളുടെ, പ്രീതിയോടുള്ള കിന്നാരംപറച്ചിലിനും എന്തെങ്കിലും ഉദ്ദേശ്യം കാണാതിരിക്കില്ല. അങ്ങനെയാണ് അപ്പോൾ തോന്നിയത്. ഇനിയിപ്പോൾ അവളുംകൂടി ഒത്തുകൊണ്ടായിരിക്കുമോ ഈ നാടകമെന്നും സംശയിക്കേണ്ടിയിരിക്കുന്നു. എന്തായാലും എനിക്കും കോവാലനും പണി കിട്ടി എന്ന കാര്യം ഏതാണ്ടുറപ്പായി. അപ്പോഴേക്കും കോവാലൻ ഉറക്കെ ചിരിച്ചുകൊണ്ട്, 'ഡെവിൾ ഇൻ ആക്ഷൻ' എന്നു പറഞ്ഞു. പിന്നെ വീണ്ടും ഒരു മെക്സിക്കൻ നാടൻപാട്ടു പാടി. അവനങ്ങനെയാണ്. സന്തോഷം വന്നാൽ അപ്പോൾ പാട്ടുപാടും. കുറേ നിർബ്ബന്ധിച്ചപ്പോഴാണ് അതിന്റെ അർത്ഥം പറഞ്ഞത്. അപ്പോൾ ഒരു മലയാളം പാട്ടാണ് എന്റെ ചുണ്ടത്തു വന്നത്.

"കാത്തു സൂക്ഷിച്ചൊരു കസ്തൂരിമാമ്പഴം
കാക്കകൊത്തിപ്പോയീ,
അയ്യോ കാക്കച്ചി കൊത്തിപ്പോയി."

കോവാലന്റെ മെക്സിക്കൻചിരി പൊട്ടിച്ചിരിയായി, ഒരട്ടഹാസമായി എന്റെ കാതിൽ മുഴങ്ങിക്കൊണ്ടിരുന്നു.

■

പോനാൽ പോകട്ടും പോടാ

പണക്കാരിയാണെങ്കിലും പണിക്കാരിയാണെങ്കിലും ഒരു പ്രേമം, പൊട്ടി മുളയ്ക്കുന്നതിനുമുമ്പ് പെട്ടെന്നങ്ങു നിർത്താൻ പറ്റില്ല. അതൊക്കെ അനുഭവിച്ചവർക്കേയറിയൂ എന്നാണ് ഈ കഥയിലെ നായകനായ അന്തപ്പൻ പറയുന്നത്.

മൈന മുക്കാലിൽ ആണു കഥാനായിക. പണക്കാരിയാണെങ്കിലും അവൾ പാവമായിരുന്നു എന്നാണ് അന്തപ്പൻ ഇപ്പോഴും കരുതുന്നത്. എന്നാൽ ഒരു പൊടിക്ക് അഹങ്കാരമുണ്ടെന്നാണ് അവളുടെ അടുത്ത കൂട്ടുകാരികളുടെ പക്ഷം. ഒരു ജാതിക്ക് അതേ ജാതിയെ പിടിക്കില്ലല്ലോ; വിശേഷിച്ചു പെൺവർഗ്ഗത്തിന്. ഇത്തിരി സൗന്ദര്യംകൂടിയുണ്ടെങ്കിൽ പറയുകയും വേണ്ട. ഞായറാഴ്ചക്കുർബാനയ്ക്ക് ബി എം ഡബ്ല്യു കാറിലുള്ള വരവും പത്രാസുമൊക്കെക്കണ്ടാൽ ചിലർക്കെങ്കിലും അങ്ങനെയൊക്കെ തോന്നാം. അല്പം പൊക്കക്കുറവുണ്ടെങ്കിലും അവളുടെ കാമുകനാകാൻ കൊതിക്കുന്ന അന്തപ്പനും അങ്ങനെ തോന്നിയതിൽ ആശ്ചര്യമൊന്നുമില്ല.

അന്തപ്പനെന്നുള്ളത് വിളിപ്പേരാണ്. ശരിയായ പേര്, ആന്റണി സേവ്യർ അന്ത്രപ്പേർ എന്നാണ്. കോളേജിലെ കൂട്ടുകാരുടെയിടയിലാണ് അന്തപ്പനെന്നറിയപ്പെടുന്നത്. ചില അസൂയക്കാരും ശത്രുക്കളും കുള്ളനന്തപ്പൻ എന്നും സംബോധന ചെയ്യാറുണ്ട്.

അന്ത്രപ്പേർ കുടുംബം പേരുകേട്ടതാണെങ്കിലും വല്ലാത്ത സാമ്പത്തിക ബാധ്യതയിൽ കുടുങ്ങി, ഒരു ദുരവസ്ഥയിലാണിപ്പോൾ. അതുകൊണ്ട് വളരെ രഹസ്യമായാണ് അന്തപ്പൻ മൈനപ്പെണ്ണിനെ പ്രണയിക്കുന്നത്. എന്നാലും പ്രേമമല്ലേ? ആരോടെങ്കിലും പറയുക എന്നതാണല്ലോ അതിന്റെയൊരു രീതി! അതീവരഹസ്യമായി പറഞ്ഞാലും ആരായാലും ചെറിയ രീതിയിലെങ്കിലും അതു പരസ്യപ്പെടുത്തും. അങ്ങനെ പത്തു പേരറിഞ്ഞാൽ വിവരം അവളുടെ ചെവിയിലുമെത്താതിരിക്കില്ല. അതുതന്നെയാണ് നാട്ടുമ്പുറത്തുള്ള, നേരിട്ടു പറയാൻ ധൈര്യമില്ലാത്ത എല്ലാ കാമുകന്മാരും പ്രതീക്ഷിക്കുന്നതും. അതോടെ കാര്യങ്ങൾ എളുപ്പമാകും.

“എടാ, അവൾടപ്പൻ വല്യമൊതലാളിയൊണ്ടല്ലോ... അയാളറിഞ്ഞാൽ എടുത്തിട്ടു ചാർത്തും. പോരാത്തതിന്, അവളെ എന്നും കൊണ്ടുവിടുന്ന ആ തലതെറിച്ച ആങ്ങളച്ചെറുക്കനു വല്ല സംശയോം തോന്നിയാൽ... അറിയാമല്ലോ പിന്നത്തെക്കാര്യം?”

ഷാജി അവനെ നിരുത്സാഹപ്പെടുത്താൻ ശ്രമിച്ചു. അതു കേട്ടപ്പോൾ അന്തപ്പൻ കൂലംകഷമായി ചിന്തിച്ചു. ആരെങ്കിലും അറിയുന്നതിനുമുമ്പ് അവളോടുതന്നെ നേരിട്ടു കാര്യമങ്ങുണർത്തിച്ചാലോ എന്നു മൊട്ടഷാജിയോടു ചോദിച്ചു. അവളുടെ അപ്പൻ ഈശോച്ചേട്ടന്റെ കൈയിലുള്ള തോക്കിന്റെ കാര്യം അവൻ അന്തപ്പനെ ഓർമ്മിപ്പിച്ചു. പേരിൽ മാത്രമേ ഈശോയുള്ളു. ആൾ പുപ്പുലിയാണ്. പഴയ എക്സ് മിലിട്ടറിയാണെന്നു നാട്ടുകാർ പറയുന്നു. ഈശോയുടെ കപ്പടാമീശയും നടപ്പും കണ്ടാൽ ആരുമൊന്നു വിരളും. അന്തപ്പനും വിരണ്ടു. അതുകൊണ്ട്, തൽക്കാലം ഷാജിയോടല്ലാതെ മറ്റാരോടും പറയേണ്ടതില്ലെന്നു തീരുമാനിച്ചു.

ഷാജിക്ക് ജന്മനാ തലയിൽ മുടിയില്ല. അതുകൊണ്ട് പെൺകുട്ടികളിട്ട ഇരട്ടപ്പേരാണ് മൊട്ട ഷാജി എന്നത്. അതുകൊണ്ടിത്തിരി അപകർഷതാബോധമുള്ളതിനാൽ, അവൻ ഒരു പെൺകുട്ടിയുടെയും മുഖത്തു നോക്കില്ല. പിന്നെയല്ലേ ഈ പണക്കാരിപ്പെണ്ണ്! അന്തപ്പൻ കാര്യം പറഞ്ഞപ്പോൾത്തന്നെ മൊട്ട ഷാജി പറഞ്ഞു:

“അവളോടു പോകാൻ പറ. നീയാ മൈനയെ നിന്റെ ഹൃദയത്തിന്റെ കൂട്ടിൽനിന്നു തുറന്നുവിട്ടേര്...”

പിന്നാലെ ‘പോനാൽ പോകട്ടും പോടാ’ എന്നൊരു പാട്ടും പാടി. ഏതോ പുരാതന തമിഴ് സിനിമയിലെ പാട്ടാണത്. അതു കേൾക്കുമ്പോഴേ അന്തപ്പനു കലിയിളകുമെന്ന് അവനറിയാം. പ്രശ്നം ഗുരുതരമാകുമെന്നുറപ്പുണ്ടെങ്കിലും കൂട്ടുകാരനായ അന്തപ്പന്റെ അന്ധമായ പ്രണയം കാണുമ്പോൾ അവനൊന്നു കൂടെ നിൽക്കുന്നെന്നേയുള്ളു. പിന്തിരിപ്പിക്കാനുള്ള ശ്രമമാണു കൂടുതലും നടത്തുന്നത്.

“അവൾ സുന്ദരിയാണെന്നൊക്കെ ഞാൻ സമ്മതിക്കുന്നു. എന്നുവച്ച് കോളേജ് ബ്യൂട്ടിയൊന്നുമല്ലല്ലോ. വേറേ എത്ര പെമ്പിള്ളേരുണ്ട് ഈ കാമ്പസിൽ?”

ഒരിക്കൽ ഷാജി പറഞ്ഞു.

“അതൊക്കെ ഞാൻ സമ്മതിച്ചു. പക്ഷേ അവർക്കൊന്നും പണമില്ല. മുന്തിയ ഇനം കാറുമില്ല” എന്നായിരുന്നു അന്തപ്പന്റെ മറുപടി.

“അതുകൊണ്ടുതന്നെ എനിക്കുറപ്പുണ്ട്. നീ പട്ടീടെകൂട്ടു വാലുമാട്ടി അവളുടെ പിറകേ നടന്നാൽ അവളു നിന്നെ തേച്ചിട്ടങ്ങു പറന്നുപോകും. പെൺബുദ്ധി പിൻബുദ്ധിയായതുകൊണ്ട് ചിലപ്പോൾ അവൾ നിന്നെ ക്കേറിയങ്ങു പ്രേമിച്ചെന്നിരിക്കട്ടെ. അങ്ങനെയെങ്ങാനും സംഭവിച്ചാൽ ആ

കപ്പടാമീശയുടെ വെടികൊണ്ട് നീ ചാകും. ചിലപ്പോൾ സങ്കടം സഹിക്കാതെ അവൾ ആത്മഹത്യ ചെയ്യും.'

മൊട്ടയുടെ ഈ പ്രവചനം കേട്ടതോടെ പേടിച്ചരണ്ട അന്തപ്പൻ എല്ലാം മറക്കാനുള്ള തീവ്രശ്രമത്തിലായി.

അങ്ങനെ നിരാശനായ അന്തപ്പനിൽ പ്രതീക്ഷയുടെ നിലവിളക്കു കൊളുത്തിയതും മൊട്ട ഷാജിയുടെ പെട്ടെന്നുള്ള, അതിശയകരമായ മനം മാറ്റമാണ്. ഒരു ദിവസം കോളേജ് കാന്റീനിൽവച്ച് മൊട്ട പുതിയ ആശയം പറഞ്ഞു:

“എടാ അന്തപ്പാ, പെണ്ണിനെ വീഴ്ത്തണമെങ്കിൽ ഒറ്റ മാർഗ്ഗമേയുള്ളൂ. സഹതാപം പിടിച്ചുപറ്റണം. നീ കാണാനത്ര മോശക്കാരനൊന്നുമല്ല. പക്ഷേ നിന്റെ പൊക്കമില്ലായ്മ ഒരു പ്രശ്നംതന്നെയാ. കുള്ളനന്തപ്പനെന്നുള്ള നിന്റെയാ ഇരട്ടപ്പേരില്ലേ. അതവൾക്കറിയാമെന്നാ തോന്നുന്നത്. എന്നാൽ അതായിരിക്കണം നിന്റെ തുറുപ്പുചീട്ട്. നീ കേട്ടിട്ടില്ലേ, കുഞ്ഞുണ്ണി മാഷിന്റെ ഒരു കവിത? ഈ പൊക്കമില്ലായ്മയാണെന്റെ പൊക്കം എന്നൊക്കെ? അതൊക്കെ പകർത്തി ഒരു മെസ്സേജങ്ങു വിടണം.”

“അതാരാ ഈ കുഞ്ഞുണ്ണിമാഷ്?”

“അതൊന്നും നീയിപ്പം അറിയണ്ട. ആ മാഷെഴുതിയ കവിതയാ പറഞ്ഞത്. അതങ്ങോട്ടു തട്ടിവിട്ടോ. അതവൾ അവളുടെ പൊന്നാങ്ങളയെ അറിയിക്കും. അവൻ കലിതുള്ളിവന്ന് നിനക്കിട്ടു നല്ല ചാർത്തു ചാർത്തും. അടുത്ത ദിവസം കൈയൊടിഞ്ഞതുപോലെ വച്ചുകെട്ടുമായി കോളേജിൽ വരണം. അതോടെ അമ്മയാണെ, അവളു മലർന്നടിച്ചു വീഴും!”

‘ഇതൊക്കെ സിനിമയിൽ കാണാനും കേൾക്കാനുമൊക്കെക്കൊള്ളാം. അനുഭവിക്കുന്നതു ഞാനല്ലേ?”

“പിന്നെ കൈ നനയാതെ മീൻ പിടിക്കാൻ പറ്റുമോ? അതും നല്ല ഒന്നാന്തരം നെയ്മീൻ.”

“അതുകൊണ്ടല്ലേ ഞാൻ വെജിറ്റേറിയനാകാൻ തീരുമാനിച്ചത്? നെയ്മീനല്ല, വാഴയെലേൽ പൊള്ളിച്ച കരിമീനാണേലും വേണ്ടേ വേണ്ട.”

എന്നിട്ടും മൊട്ടഷാജിക്കു വിട്ടുകൊടുക്കാൻ മനസ്സില്ല.

“എടാ, ആണുങ്ങളായാൽ ഒരു വാശിയൊക്കെ വേണം. നനഞ്ഞിറങ്ങിയാൽ കുളിച്ചുകയറണം എന്നല്ലേ?”

അങ്ങനെ പറഞ്ഞുപറഞ്ഞ് അവരൊരു തീരുമാനത്തിലെത്തി. കൈ നനയ്ക്കാനല്ല, അവൾക്കുവേണ്ടി ഏതു മുങ്ങാക്കയത്തിലും മുങ്ങാൻ തയ്യാറായതുപോലെ. അന്തപ്പൻ രണ്ടും കൽപ്പിച്ച്, ലൂസിഫറിലെ മോഹൻലാലിനെപ്പോലെ മുഖമൊന്നു കടുപ്പിച്ചു. മുണ്ടുടുക്കാത്തതുകൊണ്ടു മടക്കിക്കുത്തിയില്ലെന്നു മാത്രം.

COLLEGE

"നാളെത്തന്നെ അവളെക്കണ്ടു കാര്യം പറയുന്നു."

"മകനേ, ഓവറാക്കരുതേ... ആകെ ചളമാകും. ആദ്യം ഒരു മെസ്സേജ് അയയ്ക്കൂ. അപ്പോഴറിയാം സംഗതിയുടെ കിടപ്പ്. അവൾ അതാരെയും കാണിച്ചില്ലെങ്കിൽ ഒരൊന്നൊന്നര ലോട്ടറിയല്ലേ? ഇനി ആ പട്ടാളമെ ങ്ങാനും കണ്ടാൽ നിനക്ക് ഇരുട്ടടിയുറപ്പാ. അപ്പോഴും നിനക്കു ലോട്ടറിയാ. അതു ഞാൻ സോഷ്യൽ മീഡിയയിൽ വൈറലാക്കും- മകളുടെ കാമു കനെ പീഡിപ്പിച്ച പട്ടാളക്കാരൻ... ഇതായിരിക്കും തലവാചകം."

"തലവാചകം കൊള്ളാം. തല പോകുന്നത് എന്റെയാ."

"സ്വർഗ്ഗത്തിലേക്കുള്ള വഴി കല്ലും മുള്ളും നിറഞ്ഞതാന്നല്ലേ ബൈബി ളിൽ പറഞ്ഞിരിക്കുന്നത്?"

മൊട്ടഷാജി ആശ്വസിപ്പിച്ചു. എന്തായാലും അവർ ഏകകണ്ഠമായി ഒരു തീരുമാനമെടുത്തു. ഉടൻതന്നെ മെസ്സേജിലൂടെ കാര്യങ്ങൾ വ്യക്ത മാക്കുക. മുമ്പോട്ടു വച്ച കാൽ പിറകോട്ടില്ല.

"അതിന് അവളുടെ വാട്സാപ്പ് നമ്പർ എവിടുന്നൊപ്പിക്കും?"

അന്തപ്പൻ ചോദിച്ചു.

"അതൊക്കെ ഞാനേറ്റു. നീ അടി കൊള്ളാൻ ഒന്നു റെഡിയായിക്കോ. വച്ചുകെട്ടാനുള്ള സംഗതികളൊക്കെ ഞാനേതെങ്കിലും ക്ലിനിക്കീന്നടിച്ചു മാറ്റിക്കൊണ്ടു വരാം."

"എടാ ദുഷ്ടാ, അപ്പോൾ എനിക്കടി കിട്ടുന്നതിൽ നിനക്കൊരു സങ്കട വുമില്ല, അല്ലേ?"

അന്തപ്പനു ദേഷ്യവും സങ്കടവും ഒന്നിച്ചുവന്നു.

"എടാ പ്രേമഭിക്ഷൂ, കക്ഷത്തിലിരിക്കുന്നതു പോകാതെ ഉത്തരത്തി ലിരിക്കുന്നതെടുക്കാൻ പറ്റുമോ?"

"എനിക്കിപ്പോൾ രണ്ടും വേണ്ട."

അന്തപ്പൻ കടുപ്പിച്ചു പറഞ്ഞു. അപ്പോൾ മൊട്ടഷാജി ഈണത്തിൽ ഒന്നു പാടി:

"മൈനപ്പെണ്ണേ വാ വാ...
മൈനപ്പെണ്ണേ പോ പോ..."

അവൻ അങ്ങനെയാണ്. ആരെങ്കിലും ദേഷ്യപ്പെട്ടാൽ അപ്പോൾ ത്തന്നെ പാട്ടുപാടും. പാട്ടു കേട്ടപ്പോൾ അന്തപ്പൻ ഒന്നുകൂടി ആലോചിച്ചു. മൊട്ട പറയുന്നതിൽ കാര്യമുണ്ടെന്നുതന്നെ വിശ്വസിച്ചു.

ഇരുവരും കൈകൊടുത്തു പിരിഞ്ഞു.

അന്നു രാത്രി ഉറങ്ങുന്നതിനു മുമ്പുതന്നെ മൊട്ട സംഘടിപ്പിച്ചു കൊടുത്ത നമ്പറിൽ അന്തപ്പൻ കൃത്യമായി മെസ്സേജയച്ചു.

അടുത്ത ദിവസം അന്തപ്പൻ ക്ലാസ്സിൽ വന്നില്ല. മൊട്ടഷാജി പരിഭ്രമിച്ചു. എത്ര തവണ വിളിച്ചിട്ടും ഫോൺ സ്വിച്ച്ഡോഫ് ആണ്. പിറ്റേ ദിവസം മൊട്ടയ്ക്ക് അന്തപ്പന്റെ കോൾ വന്നു.

"എടാ അന്തപ്പാ... നീയിതെവിടെയായിരുന്നു?"

'ഒന്നും പറയണ്ട. ഇരുട്ടടിയായിരുന്നു. ഞാൻ രാത്രി ബൈക്കിൽ വീട്ടിലേക്കു പോകുന്ന വഴി, ആ തന്തപ്പടീ ആങ്ങളച്ചെറുക്കനുംകൂടി നല്ല പോലങ്ങു പെരുമാറി. ഇപ്പോഴാ ശ്വാസമൊന്നു നേരേ വീണത്. ഭാഗ്യത്തിനു കാണത്തക്ക പരിക്കൊന്നുമില്ല. എന്നാലും നടക്കുമ്പോൾ നടുവിനൊരു പിടുത്തമുണ്ട്. ദൈവാനുഗ്രഹംകൊണ്ട് അടുത്താരുമില്ലാരുന്നു."

"അപ്പോൾ അടി കിട്ടിയപ്പഴോ... ഓ നിന്റെ ദൈവം ഉറക്കമാരുന്നിരിക്കണം."

"എടാ, നീ എരിതീയിൽ എണ്ണയൊഴിക്കരുത്. ഇതു നീ വൈറലാക്കാനാണു പരിപാടിയെങ്കിൽ നിന്റെ കാര്യത്തിലും ഒരു തീരുമാനമാകും."

"അതൊട്ടും പ്രതീക്ഷിച്ചില്ല. എനിക്കിട്ടും ഒരിരുട്ടടി കിട്ടിയ ഫീലിങ്ങാ... സോറിയുണ്ടെടാ. തൽക്കാലം ആരുമറിഞ്ഞിട്ടില്ലല്ലോ... അതു മതി."

മൊട്ട ഒന്നാശ്വസിച്ചു.

"അതുതന്നെയാ നമ്മുടെ രണ്ടുപേരുടെയും ആരോഗ്യത്തിനു നല്ലത്. എന്നാലും ഞാൻ നാളെയെങ്ങനെ ആ മൈനയുടെ മുഖത്തു നോക്കും?"

"നീ പേടിക്കണ്ട. അവളും അറിഞ്ഞുകാണില്ല. ആ വാട്സാപ്പ് നമ്പർ ആ തലതെറിച്ച ആങ്ങളച്ചെറുക്കന്റേതാണോ എന്നൊരു സംശയമുണ്ട്."

"പരമദുഷ്ടൻ! അപ്പോൾ നീയുംകൂടി ഒത്തോണ്ടുള്ള കളിയായിരുന്നു അല്ലേ?"

"അമ്മയാണെ സത്യം... ഞാൻ മനസാ വാചാ അറിഞ്ഞോണ്ടൊന്നും ചെയ്തിട്ടില്ല. അവളുടെ കൂട്ടുകാരിയില്ലേ.. ആനമറിയ എന്നു വിളിക്കുന്ന ആൻ മേരി. അവളാ എനിക്കു ഫോൺനമ്പർ തന്നത്."

"അപ്പോൾ ആനമറിയയാണ് നമ്മളെ രണ്ടുപേരെയും തേച്ചിട്ടു പോയത്. എനിക്കുറപ്പാ. അവൾക്കിട്ടൊരു പണി കൊടുക്കണം."

"തൽക്കാലം ഇരുചെവിയറിയാതിരിക്കുന്നതാ നമുക്കു നല്ലത്."

"ആ മൈനപ്പെണ്ണ് ആ ചെകുത്താൻമാരുടെ പട്ടാളക്യാമ്പിൽക്കിടന്നു നരകിച്ചു ചാകട്ടെ."

അന്തപ്പൻ ശപിച്ചു.

"അവളെ ഞാനെന്റെ ഹൃദയത്തിന്റെ കൂട്ടിലിട്ടു ശ്വാസം മുട്ടിച്ചു കൊല്ലും."

അപ്പോൾ, മൊട്ടഷാജി പഴയ തമിഴ്പാട്ട് ഒന്നുകൂടി ഉച്ചത്തിൽ പാടി:

"പോനാൽ പോകട്ടും പോടാ..."

അന്തപ്പൻ പരിഹാസരൂപേണ ചോദിച്ചു:

"ഇതും കുഞ്ഞുണ്ണിമാഷിന്റെ പാട്ടാണോ?"

ഇനിയിപ്പോൾ ആ പാട്ട് ഏതാണെന്നും എന്താണെന്നും വിസ്തരിച്ചിട്ടെന്തു കാര്യം? തൽക്കാലം അതുകൂടി കുഞ്ഞുണ്ണിമാഷിനിരിക്കട്ടെ.

അടുത്ത ദിവസം, ആനമറിയയ്ക്കു പണികൊടുക്കാനുള്ള ഉറച്ച തീരുമാനത്തോടെ അവർ രണ്ടുപേരും ക്ലാസ്സിലേക്കു നടന്നു. പോയവഴി, മൊട്ടഷാജി അറിയാതെ ഒന്നുകൂടി പാടിപ്പോയി:

"പോനാൽ പോകട്ടും പോടാ...
ഇന്ത പൂമിയിൽ നിലയായ്
വാഴ്ന്തവൻ യാരെടാ
പോനാൽ പോകട്ടും പോടാ...'

ആന്റണി സേവ്യർ അന്ത്രപ്പേർ അതു കേട്ടെങ്കിലും ഒന്നും മിണ്ടാതെ കൂടെ നടന്നു.

■

ജനമർദ്ദകനും ഹിറ്റ്ലറും

അഞ്ചുരുളി പഞ്ചായത്തിൽ, കൂനംപാറ സ്റ്റേഷനിൽ പുതുതായി വന്ന, ജനമർദ്ദകൻ എന്ന അപരനാമത്തിൽ അറിയപ്പെടുന്ന എസ് ഐ ജനാർദ്ദനൻപിള്ളയെ കാൺമാനില്ല എന്നതായിരുന്നു അന്നത്തെ ചൂടുള്ള വാർത്ത. അന്തിച്ചന്തയിലും കുട്ടാപ്പിയുടെ ചായക്കടയിലും കൂലങ്കഷമായ ചർച്ച നടന്നു. പള്ളീലച്ചനെ ഇടിച്ച കേസിൽ, നാട്ടുകാർ പൊലീസ് സ്റ്റേഷൻ എൻക്രോച്ച് ചെയ്ത്, ജനമർദ്ദകനെ നല്ലതുപോലെ ഒന്നു പെരുമാറിയെന്നു പറയപ്പെടുന്നു. അതുകൊണ്ട്, നാട്ടുകാരെപ്പേടിച്ച് അയാൾ രായ്ക്കു രാമാനം സ്ഥലം വിട്ടു എന്നും കേൾക്കുന്നു.

"എങ്ങനെ പോകാതിരിക്കും! പുലിപോലെ വന്നിട്ട് എലിപോലെയല്ലേ പോയത്? ഹല്ല പിന്നെ! കൂനപാറക്കാരോടാ അവന്റെ കളി."

സ്ഥലത്തെ കമ്യൂണിസ്റ്റ് സഹയാത്രികൻ വേണുജി ഒന്നാന്തരം വാറ്റുചാരമായമടിച്ചിട്ട്, കൂനംപാറ സിറ്റിയിലെ 'കുട്ടാപ്പി ആൻഡ് സൺസ്' എന്ന ചായപ്പീടികയുടെ തിരുമുറ്റത്തുനിന്നു നടത്തിയ ഒരു പ്രസ്താവനയാണത്.

സംഭവങ്ങൾ നടന്നതിന്റെ പിറ്റേദിവസം നേരം പരപരാന്നു വെളുത്തെങ്കിലും കൂനംപാറക്കുന്നിന്റെ മുകൾഭാഗം മഞ്ഞു മൂടിക്കിടക്കുകയായിരുന്നു. തേയില നുള്ളുന്ന പെണ്ണുങ്ങൾ കവലയിലേക്കു ചാക്കുകെട്ടുകളും തോളിലിട്ടു നടന്നുനീങ്ങുമ്പോഴേക്കും, പാതിരിപ്പീഡനക്കേസ് നാട്ടുകാർ പറഞ്ഞുതുടങ്ങിയിരുന്നു. അതുതന്നെയായിരുന്നു കൂനംപാറക്കവലയിലെ അന്നത്തെ ബ്രേക്കിംഗ് ന്യൂസ്. അതു കേട്ടപ്പോഴേ, പഞ്ചായത്തിലെ ഇലക്ട്രീഷ്യനും പ്രാദേശിക പരദൂഷണലേഖകനുമായ കരണ്ടപ്പച്ചൻ ആരോടുമല്ലാതെ പറഞ്ഞു:

"സ്ത്രീപീഡനം, ബാലപീഡനം എന്നൊക്കെക്കേട്ടിട്ടുണ്ട്. ഇതിപ്പം ആദ്യമായിട്ടാ പാതിരിപ്പീഡനം എന്നു കേൾക്കുന്നത്. എന്തായാലും ഒരു പാതിരിയെവരെ പീഡിപ്പിക്കാൻ ധൈര്യം കാണിച്ച ജനാർദ്ദനൻപിള്ളയ്ക്ക് കുറഞ്ഞപക്ഷം ഒരു ഗുഡ് സർവ്വീസ് എൻട്രിയും അതോടുകൂടിയ പ്രമോഷനും കൊടുക്കണം."

ആ കൊച്ചുവെളുപ്പാൻകാലത്ത്, അപ്പച്ചന്റെ തമാശകേട്ടു ചിരിക്കാൻ ഹോട്ടലുടമ കുട്ടാപ്പി മാത്രമേയുണ്ടായിരുന്നുള്ളു.

തലേന്നു രാത്രിയിലായിരുന്നു, കൂനംപാറക്കാർ ജനമർദ്ദകന്റെ കോലം കത്തിച്ചത്. ആ വിളിപ്പേര് ജനാർദ്ദനൻപിള്ളയ്ക്ക് അച്ചട്ടാണ്. ആരെ കിട്ടിയാലും പേരുപോലും ചോദിക്കാതെ നിരുപാധികം മർദ്ദിക്കും. അതു കഴിഞ്ഞേ ചോദ്യമുള്ളൂ. അപ്പോഴാണ് ഒരു കത്തനാരെ തരത്തിനൊത്തു കിട്ടിയത്. തിരുവസ്ത്രംപോലും ഊരിക്കാതെ, കുനിച്ചുനിർത്തിയുള്ള ഇടിയായിരുന്നു. ഇടി കഴിഞ്ഞപ്പോഴാണ്, ആൾ നിരപരാധിയാണെന്നറിയുന്നത്. അയാൾക്ക്, പണ്ടു കുടിപ്പള്ളിക്കൂടത്തിൽ പഠിക്കുന്ന കാലത്തു തൊട്ടുള്ള ആഗ്രഹമായിരുന്നു, ഒരു വെള്ള ളോഹയിട്ട പള്ളീലച്ചനെ കുനിച്ചുനിർത്തി ഒന്നു പെരുമാറണമെന്നുള്ളത്. അത്യാഗ്രഹമാണ്. എന്നാൽ അതിന് അതിന്റേതായ കാരണവുമുണ്ട്. അന്ന്, ജനാർദ്ദനൻ എന്ന, മെല്ലിച്ച പാവം ചെറുക്കനെ, മഴയത്തു മുറ്റത്തിറങ്ങി ഗുസ്തി പിടിച്ചതിനാണ് സേക്രഡ് ഹാർട് സ്കൂളിലെ വെള്ളക്കുപ്പായമിട്ട ഹെഡ്മാസ്റ്ററച്ചൻ പൊതിരെ തല്ലിയത്. സ്കൂളിന്റെ വരാന്തയിലേക്കു വലിച്ചുകയറ്റിയായിരുന്നു ആ ചൂരൽപ്രയോഗം. വീട്ടിലെത്തിയിട്ടും അടിയുടെ പാടുകൾ തുടയിൽ കല്ലിച്ചുകിടന്നു. അവിടെകൊണ്ടും തീർന്നില്ല; കുളിച്ചുകൊണ്ടിരുന്നപ്പോൾ, തുടയിൽ പാടുകണ്ട അമ്മ അച്ഛനോടു വിളിച്ചുകൂവി:

“കുരുത്തംകെട്ട ചെറുക്കൻ സാറുമ്മാരുടെ അടീം കൊണ്ടോണ്ടു വന്നിരിക്കുന്നു.”

അച്ഛന്റെ കൈയിൽനിന്ന് പിന്നെയും കിട്ടി, കണക്കിന്. അതൊക്കെ അത്ര പെട്ടെന്നു മറക്കാൻ പറ്റുമോ?

പള്ളിമേടയിലെ പട്ടി ഹിറ്റ്ലർ കടിച്ചെന്ന പരാതിയുമായി വന്നത് കപ്യാർ പൊട്ടൻ ചെങ്ങാലിയായിരുന്നു. അയാൾ ഭിന്നശേഷിക്കാരനാണെന്നു നാട്ടുകാർ പറയുന്നു. പരാതി കേട്ടപാതി കേൾക്കാത്തപാതി ഇൻസ്പെക്ടർ ജനാർദ്ദനൻ ഒരക്ഷരമുരിയാടാതെ, കത്തനാരെ കുനിച്ചു നിർത്തി കൈമുട്ടുകൊണ്ടിടിച്ചു.

ചെങ്ങാലി ജന്മനാ പൊട്ടനായതുകൊണ്ട്, ഭാര്യ കുഞ്ഞമ്മയുമായി കീരിയും പാമ്പും പോലെയാണ്. രാത്രികളിൽ മിക്കപ്പോഴും അടിയുടെയും ഇടിയുടെയും ഒച്ച കേൾക്കാമെന്നാണ് അയൽക്കാർ പറയുന്നത്. പക്ഷേ, അടി ആർക്കാണു കിട്ടുന്നതെന്നുമാത്രമറിയില്ല. പിന്നെ, പഠിപ്പും പത്രാസുമില്ലാത്ത ഭിന്നശേഷിക്കാരൻ പൊട്ടനെ, പത്താംക്ലാസ്സുകാരിയെക്കൊണ്ടു കെട്ടിച്ചാൽ എങ്ങനെ ശരിയാകും? അത്, ഇടവക വികാരി, കാടുംകേറിയച്ചന്റെ അഭിപ്രായപ്രകാരം നടത്തിയതാണ്. അങ്ങനെയെങ്കിലും പൊട്ടനൊരു ജീവിതം കിട്ടട്ടെയെന്നേ അച്ചൻ വിചാരിച്ചുള്ളൂ.

കപ്യാരുപൊട്ടന്റെ ശരിക്കുള്ള പേര് ആർക്കുമറിയില്ല. കൂനംപാറയിൽ ഏതോ അച്ചൻമാരുടെകൂടെ വന്ന കാലത്ത്, ആരോ ചങ്ങാതീന്നു വിളിച്ചു തുടങ്ങിയതാണ്. കാലപ്പഴക്കത്തിൽ തേഞ്ഞുതേഞ്ഞു 'ചെങ്ങാലി'യായ തായിരിക്കണം. പൊട്ടനായതുകൊണ്ട്, നാട്ടുകാർ അതു 'പൊട്ടൻ ചെങ്ങാലി'യാക്കിയതൊന്നും അയാൾ ഒരിക്കലും അറിയാനും കേൾക്കാനും പോകുന്നില്ല.

കുഞ്ഞമ്മയ്ക്ക് ഇത്തിരി ഇരുണ്ട നിറമായിരുന്നെങ്കിലും കാണാൻ ഒരാനച്ചന്തമൊക്കെയുണ്ടായിരുന്നു. കടുത്ത സാമ്പത്തികബുദ്ധിമുട്ടിലാ യിരുന്ന കുഞ്ഞമ്മ, ഗതികെട്ടിട്ടാണ് പൊട്ടനെ കെട്ടാമെന്നു സമ്മതിച്ചത്. ചെങ്ങാലിയാണെങ്കിൽ കടുത്ത സംശയരോഗിയാണ്. ചെവി കേൾക്കി ല്ലെങ്കിലും കൂർമ്മബുദ്ധിയാണ്. കുഞ്ഞമ്മ ചുണ്ടനക്കുമ്പോഴേക്കും പൊട്ടനു കാര്യം പിടികിട്ടും. അവളുടെ താളത്തിലുള്ള നടപ്പും ഒരുക്കവും കണ്ട്, പള്ളിക്കൂടംപിള്ളേരിട്ട പേരാണ് 'സ്റ്റൈലിക്കുഞ്ഞമ്മ' എന്നത്. കുഞ്ഞമ്മയ്ക്ക് പള്ളിയിലെ കൈക്കാരാൻ കുഞ്ചാക്കോയുമായി വെറും ബന്ധമല്ല, അവിഹിതബന്ധമാണെന്നാണ് നാട്ടിലെ പിന്നാമ്പുറക്കഥകൾ.

സത്യത്തിൽ, പട്ടിയെ പകൽ പൂട്ടിയിട്ടില്ല എന്നൊരു തെറ്റു മാത്രമേ അച്ചന്റെ പേരിൽ ആരോപിച്ചിട്ടുള്ളൂ.

ഫാദർ റോബിൻ കാടുകേറിയുടെ വെള്ള ളോഹയും ബുള്ളറ്റിലുള്ള വരവും വല്ലാത്ത നോട്ടവും കണ്ടപ്പോൾ, പണ്ടത്തെ അച്ചന്റെ ചൂരൽ പ്രയോഗത്തിന്റെ ഓർമ്മകൾ തികട്ടിവന്നെന്നാണ്, സർക്കിൾ ചോദ്യം ചെയ്തപ്പോൾ ജനമർദ്ദകൻ പറഞ്ഞത്. അതു കേട്ടപ്പോഴേ, സർക്കിൾ ഇൻസ്പെക്ടർ സത്യാനന്ദമൂർത്തിക്കു ദേഷ്യം വന്നു.

"എടോ, അതൊക്കെ താനിങ്ങനെ വിളിച്ചുകൂവിയാൽ നമ്മൾ രണ്ടും അകത്താകും. പ്രതികളെ ദേഹോപദ്രവമേൽപ്പിച്ചാൽ വകുപ്പു വേറെയാ. അതും, ജനസമ്മതനായ ഒരു പുരോഹിതനാ പ്രതി. അവരേപ്പോലെയുള്ള വരുടെ അടി കിട്ടിയതുകൊണ്ട് താൻ ഇവിടംവരെയെത്തി. അല്ലെങ്കിൽ പണ്ടേ താനൊക്കെ സെൻട്രൽ ജയിലിന്റെ അഴിയെണ്ണിയേനേ."

"അയ്യോ സർ... പറ്റിപ്പോയി. അപ്പോഴത്തെ ദേഷ്യത്തിന് ഒന്നു പെരു മാറിയതാ..."

"ഇതാ തന്റെ കുഴപ്പം. മുമ്പും പിമ്പും നോക്കാതെയുള്ള പെരുമാറ്റം. ചുമ്മതല്ല ജനമർദ്ദകനെന്നൊക്കെ നാട്ടുകാരു വിളിക്കുന്നത്. അതിരിക്കട്ടെ, ആരെങ്കിലും കണ്ടോ?"

"ആ കോൺസ്റ്റബിൾ കുഞ്ഞിമുഹമ്മദ് തൊട്ടടുത്തു നിൽപ്പുണ്ടായി രുന്നു."

"ഇനിയിപ്പം അവനു വല്ല ചിക്കിലീം കൊടുത്തൊതുക്കാൻ നോക്ക്. അല്ലെങ്കിൽ ആകെ പുലിവാലാകും. മോളീന്നു വിളി വരുന്നതുപേടിച്ച് ഞാൻ ഫോൺപോലും ഓഫ് ചെയ്തിരിക്കുവാ."

“ഇതൊക്കെ എല്ലാ സ്റ്റേഷനിലും നടക്കുന്ന കാര്യമല്ലേ? ഇതൊരു കത്തനാരായിപ്പോയെന്നല്ലേയുള്ളു? ഞാൻ ഇരുചെവിയറിയാതെ ഒതുക്കിക്കോളാം.”

“എന്തായാലും സാക്ഷി പാടില്ല. ആ കുഞ്ഞിമുഹമ്മദിനോടു പറഞ്ഞേക്ക്, അവനന്ന് അവധിയിലായിരുന്നെന്ന്... എന്നിട്ട് അതാ ബുക്കിലൊന്നു രേഖപ്പെടുത്തുക ബാക്കി കാര്യങ്ങൾ ഞാൻ തനിക്കു പറഞ്ഞുതരേണ്ട ആവശ്യമില്ലല്ലോ. അപ്പോൾ എല്ലാം പറഞ്ഞതുപോലെ.”

ഇങ്ങനെ കുറേ കള്ളങ്ങൾ പറയാൻ ഉത്തരവിട്ടിട്ട്, ഡിപ്പാർട്ട്മെന്റിലെ സത്യസന്ധനായ ഓഫീസർ എന്നു പേരുകേട്ട സത്യമൂർത്തി സ്ഥലം വിട്ടു.

‘സത്യമേവ ജയതേ!’

ജനമർദ്ദകൻ, ഭിത്തിയിൽ തൂക്കിയിട്ടിരുന്ന, ഗാന്ധിയപ്പൂപ്പന്റെ ഫോട്ടോയുടെ മുകളിലെഴുതിയിരിക്കുന്നത്, ആദ്യമായി കാണുന്നതുപോലെ ഒരിക്കൽക്കൂടി വായിച്ചു.

സത്യത്തിൽ ജനമർദ്ദകനിൽനിന്ന്, ഇടവകയിലെ നല്ലയിടയൻമാർക്കു കിട്ടിയ ആദ്യത്തെ അടിയായിരുന്നു അച്ചൻമർദ്ദനം. അതും, നാട്ടുകാർക്കെല്ലാം സമ്മതനായ കാടുകേറിയച്ചന്. നാട്ടുകാർ അടങ്ങിയിരിക്കുമോ? അവർ അടിയന്തരമായി യോഗം കൂടി. പെറ്റീഷൻ വകുപ്പുമന്ത്രിയ്ക്കയച്ചതിന്റെ പിറ്റേദിവസമാണ്, എസ്.ഐയെ സർക്കിൾ സത്യമൂർത്തി ചോദ്യം ചെയ്തത്.

പട്ടിയെ അഴിച്ചുവിട്ടത്, കൈക്കാരൻ കുഞ്ചാക്കോയായിരുന്നു എന്നാണ് അന്വേഷണത്തിൽ തെളിഞ്ഞത്. അയാൾ സ്റ്റൈലിക്കുഞ്ഞമ്മയുമായി കറങ്ങിനടക്കുന്ന കാര്യം ചെങ്ങാലിക്കറിയാമായിരുന്നു. ഒരിക്കൽ പള്ളിക്കുർബ്ബാന കഴിഞ്ഞു രണ്ടുപേരുംകൂടി പള്ളിനടയിൽ ശൃംഗരിച്ചുകൊണ്ടു നിന്നപ്പോഴാണ്, പൊട്ടൻ ചെങ്ങാലി, ഓടിച്ചെന്നു കുഞ്ചാക്കോയ്ക്ക് ഒരുശിരൻ തള്ളു കൊടുത്തത്. അയാൾ നടയിൽക്കൂടി ഉരുണ്ടുതാഴേക്കുവീണു. ഉടനേതന്നെ, കഥയറിയാതെ ഭക്തജനങ്ങൾ പൊട്ടനെ അടിക്കാൻ ചെന്നു. തലയിൽ മുറിവുണ്ടായിട്ടും കുഞ്ചാക്കോ ചാടിയെഴുന്നേറ്റു. ഈറ്റപ്പുലിയെപ്പോലെ പൊട്ടൻചങ്ങാലിയുടെനേരേ ചാടിവന്നെങ്കിലും നാട്ടുകാരും കാടുകേറിയച്ചനുംകൂടി ഓടിവന്ന്, വലിയൊരു സംഘർഷം ഒഴിവാക്കുകയായിരുന്നു. അതുകൊണ്ട്, മനപ്പൂർവ്വം കൈക്കാരൻ പൊട്ടനൊരു പണികൊടുത്തതാണെന്നു പറയപ്പെടുന്നു.

അച്ചനോ കുഞ്ചാക്കോയോ ആജ്ഞാപിച്ചാൽ മാത്രമേ ഹിറ്റ്ലർ ആരെയും കടിക്കുകയുള്ളൂ എന്ന് എല്ലാവർക്കുമറിയാം. പേരുമോലെയുള്ള ശൗര്യമൊന്നും അവനില്ല. പഞ്ചപാവമാണ്. ജർമ്മൻ ഇനമായതുകൊണ്ട്, കുഞ്ഞായിരിക്കുമ്പോൾത്തന്നെ അച്ചൻ സ്നേഹത്തോടെ വിളിച്ചുതുടങ്ങിയ ഓമനപ്പേരാണ് ഈ ‘ഹിറ്റ്ലർ’ എന്നത്. എന്തായാലും

സത്യമേ വജയതേ
RDANAN

അച്ചന്റെയോ കുഞ്ചാക്കോയുടെയോ ആജ്ഞ കിട്ടിയാൽപ്പിന്നെ, ഹിറ്റ്ല റിനു സ്ഥലകാലബോധമില്ല. ഏതു പെരുങ്കള്ളനെയും ഓടിച്ചിട്ടു പിടിക്കും. അങ്ങനെ പല കള്ളൻമാരെയും രാത്രിയിൽ ഓടിച്ചിട്ടു പിടിച്ചിട്ടുള്ള ചരിത്ര മുണ്ടെന്നാണ് ഇടവകക്കാർ പറയുന്നത്.

പൊട്ടനെ പട്ടികടിച്ചു എന്നത് പരമമായ സത്യമാണ്. ഓടിയപ്പോൾ ഏതോ കുഴിയിൽവീണു സാരമായ പരിക്കുണ്ട്. ആശുപത്രിയിൽ കിട പ്പാണ്. പൊക്കിളിനുചുറ്റും പത്തു കുത്തണമെന്ന് ആരോ ആംഗ്യഭാഷ യിൽ പറഞ്ഞതോടെ, ചെങ്ങാലി വലിയവായിൽ നിലവിളിക്കാൻ തുടങ്ങി.

"അതിനിപ്പം പേപ്പട്ടിയൊന്നുമല്ലല്ലോ. വളർത്തുനായയല്ലേ? അതും അതിരൂപതപ്പിതാവിനെക്കൊണ്ട് ആനാവെള്ളം തളിച്ചു വെഞ്ചരിപ്പിച്ച പള്ളിമേടയിലെ പട്ടി! ജർമ്മൻ ഷെപ്പേഡ്."

കൈക്കാരൻ കുഞ്ചാക്കോതന്നെയാണ് അതു പറഞ്ഞ്, മുൻകൂർ ജാമ്യ മെടുത്തത്. ആരെയും കടിക്കാത്ത ജർമ്മൻനായ, പൊട്ടനെ ഓടിച്ചിട്ടു കടിച്ചു എന്നാണു പരാതി. പൊട്ടൻ ചെങ്ങാലി നല്ല വേഗത്തിലോടിയതു കൊണ്ടാണ് കടിച്ചതെന്നും ആളുകൾക്കഭിപ്രായമുണ്ട്. ഓടിയാൽ കടി ക്കാത്ത ഏതെങ്കിലും കൊടിച്ചിപ്പട്ടിയുണ്ടോ? അപ്പോൾപ്പിന്നെ, ജർമ്മൻ ഷെപ്പേഡിന്റെ കാര്യം പറയണോ! കടി കിട്ടിയപ്പോഴേ, ചെങ്ങാലി ഉച്ച ത്തിൽ കരഞ്ഞു. എത്ര ഉറക്കെ നിലവിളിച്ചാലും ഒച്ച വച്ചാലും പൊട്ടന തറിയുന്നില്ലല്ലോ. അതെല്ലാം വെറും വനരോദനങ്ങളായി, കൂനംപാറയിലെ കുന്നുമ്പുറങ്ങളിൽ പ്രതിധ്വനിച്ചു.

അടുത്ത ദിവസംതന്നെ നാട്ടിൽ ചെങ്ങാലിക്കനുകൂലമായി സഹതാപ തരംഗമുണ്ടായി. ജനമർദ്ദകൻ ആ അവസരം മുതലെടുത്താമ്, അച്ചനിട്ടു നല്ല പൂശു പൂശിയത്.

"വന്നുവന്നിപ്പം കത്തനാരുമാർക്കിട്ടൊക്കെ രണ്ടു കൊടുത്താലും ആരുമൊന്നും പറയില്ല. അമ്മാതിരി പണിയല്ലേ ഈ പുരോഹിതവർഗ്ഗ ങ്ങൾ കാട്ടിക്കൂട്ടുന്നത്."

ഹോട്ടലുടമ കുട്ടാപ്പിയാണതു പറഞ്ഞ്. എന്നാലും കാടികേറിയച്ചൻ അങ്ങനെയൊന്നുമല്ലെന്നു കൂനംപാറയിലെ കുഞ്ഞാടുകൾക്കൊക്കെ നന്നായി അറിയാമായിരുന്നു. അതുകൊണ്ട്, ഇൻസ്പെക്ടർ ജനമർദ്ദക നെതിരേ ശക്തമായ പ്രതിഷേധമുണ്ടായി. പള്ളിക്കമ്മിറ്റിക്കാരും സത്യ വിശ്വാസികളുംകൂടി അഞ്ചുരുളി ഇടതുപക്ഷ എം എൽ ഏയായ നീലിമ ഉണ്ണിത്താന്റെ നേതൃത്വത്തിൽ, കൂനംപാറയിൽ ഒത്തുകൂടി. ജനമർദ്ദകന്റെ കോലം കത്തിച്ചു. ഇടതുപക്ഷം സീറ്റു കൊടുത്തില്ലെങ്കിൽ അടുത്ത ഇലക്ഷനിൽ സ്വതന്ത്രയായി മത്സരിക്കാനിരിക്കുന്ന നീലിമ അവസര ത്തിനൊത്തു നിന്നുകൊടുത്തു. തോറ്റ എം എൽ ഏയായ ചക്കാലയ്ക്കൽ കുട്ടപ്പനും കരണ്ടപ്പച്ചനും വേണുജിയും മുൻവൈരാഗ്യം മറന്ന് ഒപ്പം കൂടി. കാശു വീഴുന്നിടത്തും ജനം കൂടുന്നിടത്തും രാഷ്ട്രീയക്കാരുണ്ടാകുമെന്ന്

അവർ തെളിയിച്ചു. പത്തു വോട്ടു കിട്ടാനുള്ള വഴിയുണ്ടോ എന്നാണല്ലോ അവരുടെ നോട്ടം!

"ജനമർദ്ദകൻ മർദ്ദനമവസാനിപ്പിക്കുക; പൊലിസ് ഞങ്ങൾക്കു പുല്ലാണേ; ജനമർദ്ദകൻ ഗോ ബാക്ക്" എന്നിങ്ങനെയുള്ള മുദ്രാവാക്യങ്ങൾ അന്തരീക്ഷത്തിൽ മുഴങ്ങി. കാടുകേറിയച്ചന് സ്വീകരണമേർപ്പാടു ചെയ്തെങ്കിലും പുറംവേദന കാരണം അദ്ദേഹം പള്ളിമേടയിൽനിന്നിറങ്ങിയതേയില്ല. കുഞ്ചാക്കോ വന്നു പറഞ്ഞപ്പോഴാണ്, പള്ളിമേടയുടെ പിന്നിലെ ജനാല തുറന്ന് ഒന്നെത്തിനോക്കിയത്. ജനാലയ്ക്കു മുകളിൽ ഉത്തരത്തിൽ പറ്റിപ്പിടിച്ചിരുന്ന വവ്വാലുകൾ 'കീ, കീ' എന്നു കരഞ്ഞു കൊണ്ട് നാലുപാടും ചിതറിയപ്പോൾ അച്ചൻ പെട്ടെന്നൊന്നു പേടിച്ചു പോയി. അപ്പോഴേക്കും കോലം കത്തിത്തീരാറായിരുന്നു. എന്നാലും അച്ചനൊരു സംശയം:

"ഇതേതു പാർട്ടിക്കാരാ ഇപ്പോൾ കോലം കത്തിക്കുന്നത്?"

"അച്ചനൊന്നുകൊണ്ടും പേടിക്കണ്ട. അതാ ജനമർദ്ദകൻ ജനാർദ്ദനൻ പിള്ളയുടെയാ. ഇപ്പോൾ സസ്പൻഷനിലാണെന്നും കേട്ടു. എം.എൽ.എ നീലിമാമാഡം മുകളിലേക്കു വിളിച്ചുപറഞ്ഞിട്ടുമുണ്ട്. അതുപിന്നെ, ജനസമ്മതനായ അച്ചനെത്തല്ലിയാൽ നാട്ടുകാരു വെറുതേയിരിക്കുമോ?"

അച്ചൻ നേരേനിന്ന് ഒന്നു നടു നിവർത്തി എന്തോ പറയാൻ ഭാവിച്ചപ്പോഴേക്കും, വേദന കാരണം 'എന്റമ്മോ, എന്റെ മാതാവേ' എന്നൊരപസ്വരമാണു പുറത്തേക്കു വന്നത്. കുഞ്ചാക്കോ ഒന്നും മിണ്ടാതെ, അടക്കിപ്പിടിച്ച ഒരു ചിരിയുമായി അവിടെനിന്നു മുങ്ങി.

ഹെഡ്കോൺസ്റ്റബിൾ കുഞ്ഞുമുഹമ്മദ് അവസരത്തിനൊത്ത് ഒന്നു മലക്കംമറിഞ്ഞപ്പോൾ 'അച്ചൻമർദ്ദനം' പത്രങ്ങളിലൊക്കെ വലിയ വാർത്തയായി. ആ തക്കംനോക്കിയാണ്, സ്ഥലത്തെ അഡ്വക്കേറ്റായ കോമളവല്ലി, സ്വയം അച്ചനുവേണ്ടി വക്കാലത്തേറ്റെടുക്കാൻ വന്നത്. നിരപരാധിയായ കത്തോലിക്കാപ്പുരോഹിതനായ കാടുകേറിയച്ചനെ, കള്ളു കുടിച്ചു ബോധരഹിതനായി പോലീസ് സ്റ്റേഷനിലിട്ടു തല്ലിച്ചതച്ചതിനു നഷ്ടപരിഹാരം ചോദിച്ചുകൊണ്ട് കേസ് ഫയൽ ചെയ്യാനുള്ള പദ്ധതിയുമായായിരുന്നു കോമളവല്ലിയുടെ വരവ്. മാനസികപീഡനം, ശാരീരിക പീഡനം എന്നിവയെല്ലാറ്റിനുംകൂടി ഒരു നല്ല തുക നഷ്ടപരിഹാരം വാങ്ങാമെന്നുള്ള വിശ്വാസത്തിലാണു കോമളം. അവർ ഒന്നു വിരട്ടിയതുകൊണ്ട്, പൊട്ടൻ ചെങ്ങാലിയുടെ ആശുപത്രിച്ചെലവെല്ലാം കൈക്കാരൻ കുഞ്ചാക്കോതന്നെ കൊടുത്തു. അതും, അച്ചനറിയാതെ, നേർച്ചപ്പെട്ടിയിൽനിന്ന് അടിച്ചുമാറ്റിയതാണെന്നു പറയപ്പെടുന്നു!

എന്തായാലും, പൊട്ടൻ ചെങ്ങാലി, ഒന്നുരണ്ടു കുത്തിക്കെട്ടുമായി അവന്റെ കൊച്ചു വീട്ടിലേക്കു പോയി. അന്നുരാത്രിമാത്രം ആ വീട്ടിൽനിന്ന്, അപശബ്ദങ്ങളൊന്നും കേട്ടില്ല.

കേസില്ലാവക്കീലായ കോമളവല്ലിക്കു കിട്ടിയ ഒരു തുറുപ്പുചീട്ടായിരുന്നു, പാതിരിപ്പീഡനക്കേസ്. ഫീസു കിട്ടിയില്ലെങ്കിലും പേരു കിട്ടുമല്ലോ എന്ന പ്രത്യാശയിലാണ് കേടുകേറിയച്ചനെക്കണ്ടു വക്കാലത്തെടുക്കാൻ തീരുമാനിച്ചത്. കൈക്കാരൻ കുഞ്ചാക്കോയെ വിളിച്ചു കാര്യംപറഞ്ഞു. അയാൾ അപ്പോൾത്തന്നെ അപ്പോയന്റ്മെന്റ് ഫിക്സ് ചെയ്തു! അങ്ങനെയാണ് കോമളവല്ലി ഒരു സുപ്രഭാതത്തിൽ പള്ളിമേടയിലെത്തി അച്ചനെക്കാണുന്നത്. നടുവിനുവേദന കുറഞ്ഞിരുന്നില്ലെങ്കിലും, അച്ചൻ അവരെ ആദരപൂർവ്വം സ്വീകരിച്ചിരുത്തി. ആദ്യം, കോമളവല്ലിക്കു കേസിനാവശ്യമായ ചില ചോദ്യങ്ങൾ ചോദിക്കണമായിരുന്നു. അവർ തുടങ്ങി:

"ഫാദർ എന്തിനാണു പൊലീസ് സ്റ്റേഷനിലേക്കു പോയത്?"

"ഞാൻ പോയതല്ലല്ലോ, എന്നെ വിളിപ്പിച്ചതല്ലേ?"

അച്ചൻ നടുവിനു കൈ താങ്ങി ഇടയ്ക്കിടെ 'മാതാവേ' എന്നു വിളിക്കുന്നതു ശ്രദ്ധിച്ചുകൊണ്ട് കോമളവല്ലി:

"അപ്പോ, പൊലീസുകാരു ശരിക്കൊന്നു പെരുമാറി, അല്ലേ?"

"എന്നാരു പറഞ്ഞു?"

"ആരും പറഞ്ഞതല്ല. അച്ചന്റെ അവശത കണ്ടു തോന്നിയതാ."

"ഓ... അതൊന്നുരുണ്ടുവീണതാ. ഇവിടുത്തെ കുളിമുറിയിൽ നടുവടിച്ചാ വീണത്. എന്നാലും കർത്താവു കാത്തു. ഒടിവും ചതവുമില്ലാതെ രക്ഷപ്പെട്ടു."

"അപ്പൊ ഉരുട്ടിയിട്ടതും കർത്താവുതന്നാ, അല്ലേ?"

കോമളവല്ലിയുടെ ലോജിക്കൽ ചോദ്യം.

"അതങ്ങനാ... ദൈവം നമ്മളെ ഇടയ്ക്കിടയ്ക്ക് ഇങ്ങനെ പരീക്ഷിച്ചോണ്ടിരിക്കും."

"എന്നാലും ഇതൊരു കഠിനപരീക്ഷണമായിപ്പോയി."

അഡ്വക്കേറ്റ് കോമളവല്ലി, സഹതാപതരംഗം സൃഷ്ടിക്കാനുള്ള ശ്രമത്തിലാണ്.

"അതു നേരാ..."

കാടുകേറി, ഒന്നു നിവർന്നുനിൽക്കാനുള്ള ശ്രമത്തിനിടയിൽ വീണ്ടും 'എന്റെ മാതാവേ' എന്നു വിളിച്ചു.

കോമളവല്ലി തുടർന്നു:

"അച്ചനെ ആ ജനാർദ്ദനൻസാർ ചോദ്യം ചെയ്യുമ്പോൾ ആരെങ്കിലും അടുത്തുണ്ടായിരുന്നോ?"

"അതൊന്നും ഓർമ്മയില്ല."

"കുഞ്ഞുമുഹമ്മദ് എന്നൊരു കോൺസ്റ്റബിൾ അടുത്തുണ്ടായിരുന്നെന്നാ എസ് ഐ പറഞ്ഞത്. അയാൾ സാക്ഷിയാ. പക്ഷേ അയാൾ മറുകണ്ടം ചാടി. ദേ, ഇപ്പോൾ അച്ചനും."

“അതുപിന്നെ, നടന്നതെന്താണെങ്കിലും കോടതിക്കു സാക്ഷിവേണ്ടേ? അങ്ങനെയല്ലേ ക്വട്ടേഷൻകാരും രാഷ്ട്രീയക്കാരായ കൊലപാതകികളും വരെ രക്ഷപ്പെടുന്നത്? എന്തായാലും വളരെ മര്യാദയ്ക്കാ എന്നോടു പെരുമാറിയത്.”

“അങ്ങനെയല്ലല്ലോ പരാതിയിൽ പറയുന്നത്?”

“അതൊക്കെ ഞാൻ കർത്താവിനോട് ഒരു കുമ്പസാരത്തിലൂടെ ഏറ്റു പറഞ്ഞു.”

“അതുശരി. അപ്പോൾ കുമ്പസാരരഹസ്യം രഹസ്യമായിത്തന്നെയിരിക്കട്ടെ എന്നാണോ അച്ചനീ പറഞ്ഞുവരുന്നത്? ഇനി, എനിക്കൊരു ചോദ്യമേ അങ്ങയോടു ചോദിക്കാനുള്ളൂ. എസ് ഓർ നോ പറഞ്ഞാൽ മതി. പൊലീസ് സ്റ്റേഷനിൽവച്ച് ഇൻസ്പെക്ടർ ജനാർദ്ദനൻപിള്ള, ഫാദർ കാടുകേറി എന്നറിയപ്പെടുന്ന നിങ്ങളെ പീഡിപ്പിച്ചിട്ടുണ്ടോ?”

അച്ചൻ ഒന്നും ചിന്തിക്കാതെ ഉടനേ പറഞ്ഞു:

“ഓർമ്മയില്ല!”

“ഓക്കെ. ഫയൽ ക്ലോസ്ഡ്.”

അഡ്വക്കേറ്റ് കോമളവല്ലി, നിരാശയായി പള്ളിമേടയിൽനിന്നിറങ്ങി.

കാടുകേറി, പള്ളിമേടയുടെ വരാന്തയിലേക്കിറങ്ങി, പള്ളിയുടെ സ്വർണം പൂശിയ കുരിശിലേക്കും മുകളിലുള്ള ആകാശത്തേക്കും, അന്നാദ്യം കാണുന്നതുപോലെ നോക്കിനിന്നു. അപ്പോഴാണ് അച്ചന് ഒരു പുനർവിചാരമുണ്ടായത്:

“കർത്താവു മരിച്ചത് മരക്കുരിശിലല്ലേ? പിന്നെയിപ്പള്ളിക്കെന്തിനാ പൊൻകുരിശ്?”

ഇങ്ങനെ കർത്താവിനു നിരക്കാത്ത ഒരുപാടുകാര്യങ്ങൾ അച്ചൻ ഓർത്തെടുത്തു. അനന്തരം, ആകാശത്തേക്കു കൈകളുയർത്തി, അച്ചൻ ഇപ്രകാരം അരുൾച്ചെയ്തു:

“കർത്താവേ, ഇവർ ചെയ്യുന്നതെന്താണെന്ന് ഇവരറിയുന്നില്ല. ഇവരോടു പൊറുക്കേണമേ.”

എല്ലാം കേട്ടിട്ട്, തന്നെ അഴിച്ചുവിട്ടത് ബഹുമാനപ്പെട്ട റോബിൻ കാടുകേറിയച്ചനാണെന്നറിയാവുന്ന ജർമ്മൻ ഹിറ്റ്ലർ അസ്വസ്ഥനായി. പക്ഷേ, ആ മിണ്ടാപ്രാണിക്ക് അതാരോടും മിണ്ടാൻ പറ്റില്ലല്ലോ! പാവം, നിരപരാധിയായ ഹിറ്റ്ലർ മുറുമുറുത്തുകൊണ്ട് വരാന്തയിലൂടെ അങ്ങോട്ടുമിങ്ങോട്ടും നടന്നു.

■

www.ingramcontent.com/pod-product-compliance
Lightning Source LLC
LaVergne TN
LVHW060124051026
849517LV00007B/2390

* 9 7 8 9 3 9 0 4 2 9 1 7 2 *